AF751988

# വഴുക്കിൽ വീണ നിമിഷങ്ങൾ

notionpress.com

# വഴുക്കിൽ വീണ നിമിഷങ്ങൾ

അമർനാഥ് പള്ളത്ത്

notionpress.com

**Notion Press**

Old No. 38, New No. 6
McNichols Road, Chetpet
Chennai - 600 031

First Published by Notion Press 2017
Copyright © Amarnath Pallath 2017
All Rights Reserved.

ISBN 978-1-947752-27-6

This book has been published with all reasonable efforts taken to make the material error-free after the consent of the author. No part of this book shall be used, reproduced in any manner whatsoever without written permission from the author, except in the case of brief quotations embodied in critical articles and reviews.

The Author of this book is solely responsible and liable for its content including but not limited to the views, representations, descriptions, statements, information, opinions and references ["Content"]. The Content of this book shall not constitute or be construed or deemed to reflect the opinion or expression of the Publisher or Editor. Neither the Publisher nor Editor endorse or approve the Content of this book or guarantee the reliability, accuracy or completeness of the Content published herein and do not make any representations or warranties of any kind, express or implied, including but not limited to the implied warranties of merchantability, fitness for a particular purpose. The Publisher and Editor shall not be liable whatsoever for any errors, omissions, whether such errors or omissions result from negligence, accident, or any other cause or claims for loss or damages of any kind, including without limitation, indirect or consequential loss or damage arising out of use, inability to use, or about the reliability, accuracy or sufficiency of the information contained in this book.

# സമർപ്പണം

എന്നെ ഞാൻ ആക്കിയ എന്റെ ജീവിത സഖി – ഉഷ. കൂടെ ഞാൻ അതുമിതും എഴുതുമ്പോൾ എന്നെ പ്രോൽസാഹിപ്പിച്ച മക്കൾ ദിവ്യ, മേഘന. പിന്നെ "ലൈക്ക്" തന്ന പലരും, ഞാൻ ബ്ലോഗിലും മറ്റും എഴുതുമ്പോൾ എനിക്ക് ഊർജ്ജം തന്നവർക്കും.

# ഉള്ളടക്കം

# അവലോകനങ്ങൾ

1) "അമർനാഥ് സാറിനെ കാണുന്നത് ഞാൻ പഠിച്ച എൻ.എസ്. എസ് എഞ്ചിനീയറിംഗ് കോളേജിൽ ഗ്ലോബൽ അലുംനി മീറ്റിൽ ഒരു നാടകം ചെയ്യാൻ ചെന്നപ്പോഴായിരുന്നു. ആ നാടകത്തിന്റെ കോർഡിനേറ്ററും പ്രധാന നടനും അദ്ദേഹമായിരുന്നു. 1968 ബാച്ചിലെ ഊർജ്ജം കാത്തുസൂക്ഷിക്കുന്ന അദ്ദേഹം എനിക്കൊരത്ഭുതം പോലെ തോന്നി. അദ്ദേഹത്തിന്റെ ആദ്യ നോവൽ രചനയിൽ ഒരു ചെറിയ പ്രചോദനം ആവാൻ കഴിഞ്ഞതിൽ ചാരിതാർത്ഥ്യം ഉണ്ട്. പ്രമേയത്തിന്റെ ലോലത കൊണ്ട് ആവർത്തനവിരസമാകാവുന്ന ഒരു കഥ സമർത്ഥമായി അദ്ദേഹത്തിന് കൈകാര്യം ചെയ്യാൻ കഴിഞ്ഞെങ്കിൽ ആദ്യ സംരംഭം എന്ന നിലയിൽ അതൊരു വിജയം ആണ്. എല്ലാ ആശംസകളും."

- ഷമേജ് കുമാർ കെ.കെ (1995 ൽ പാലക്കാട് എഞ്ചിനീയറിംഗ് കോളേജിൽ പഠനം പൂർത്തിയാക്കി. 1998 മുതൽ കുവൈറ്റ് ഓയിൽ കമ്പനിയിൽ ജോലി ചെയ്യുന്നു. 2014 ൽ കുവൈറ്റിലേക്ക് ആദ്യമായി "ഉഷ്ണമേഖലയിലെ പെൺകുട്ടി" എന്ന നാടകത്തിനു മികച്ച സംവിധായകനുള്ള കേരള സാഹിത്യ അക്കാദമി അവാർഡ് കൊണ്ടുവരാൻ കഴിഞ്ഞു. ഒരു പുതിയ നാടക സങ്കേതം "മോഷൻ തീയറ്റർ" വഴി "ബ്ലാക്ക് ഗോൾഡ്" എന്ന നാടകം അവതരിപ്പിച്ചു. കുട്ടികളുടെ നാടകങ്ങൾ ഉൾപ്പടെ 25 നാടകങ്ങൾ എഴുതി സംവിധാനം ചെയ്തിട്ടുണ്ട്. സാൽവദോർ ഡാലിയുടെ "പെർസിസ്റ്റൻസ് ഓഫ് മെമ്മറി" എന്ന പെയിന്റിങ്ങിനെ ആസ്പദമാക്കി ചെയ്ത നാടകം മികച്ച മാധ്യമ ശ്രദ്ധ നേടി.)

2) "ഒരു സ്ത്രീ ഒരു പുരുഷനെ കാണുന്നത് പലപ്പോഴും വ്യത്യസ്ത രൂപങ്ങളിൽ ആവാം. ആ കാഴ്ചപ്പാടുകൾ ധൈര്യപൂർവ്വം പ്രതിഫലിപ്പിച്ചിരിക്കുന്നു ഈ നോവലിൽ. ഓർമ്മകൾ കൊണ്ട്

പരന്ന് കിടക്കുന്ന കഥ, മാമൂൽ പ്രകാരമുള്ള ശൈലിയിലൂടെ അല്ല ക്ലൈമാക്സിലേക്ക് എത്തുന്നത്. ലളിതമായ ആഖ്യാനം, എളുപ്പത്തിൽ വായിക്കാൻ പറ്റിയ രചന. ചില നിരീക്ഷണങ്ങൾ ശക്തമാണ്."

- നന്ദജൻ കാഞ്ഞിരംപാലത്ത് (ചുരുട്ടിന്റെ ഗന്ധം പോലെയുള്ള സിനിമകളിലൂടെ (രണ്ടു മണിക്കൂറിനനുള്ളിൽ ഉള്ള) അഭിനന്ദനീയമായ അവാർഡുകൾ (കാലിഫോർണിയ എകോളേഡ് ഗ്ലോബൽ ഗ്ലോബൽ കോംപെറ്റീഷൻ) കരസ്ഥമാക്കിയ നന്ദജൻ, എഞ്ചിനീയർ, മാനേജ്മെന്റ് കൺസൾട്ടന്റ് എന്നതിനേക്കാൾ തീയേറ്റർ മേഖലയിൽ ജീവിതാനുഭൂതി തിരയുന്നു).

3) "ഹൃദയം പറിച്ചുമാറ്റിയ ലാസ്യ മാദകമേനി വിഷയലമ്പടർക്ക് ആഹുതിയാർപ്പിതമാക്കി, സ്വർഗ്ഗവും നരകവും ഈ ഭൂവിൽ തന്നെ സ്വയം സൃഷ്ടിക്കാൻ ഒരുമ്പെട്ട് കിട്ടിയ ജീവിതം നിഷിദ്ധ സംഗമങ്ങളിലൂടെ ജീവിച്ച് തീർത്ത ഒരു മനുഷ്യ ജന്മം! ഇതുവരെ കണ്ടെത്താതെ പോയ ഒരു സ്ഥലം ഏതെന്നാരാഞ്ഞു ഇറങ്ങിത്തിരിച്ച ഈ ജന്മാവകാശിയുടെ തന്നെ കണ്ടെത്താനുള്ള വിഫലശ്രമം ഒടുക്കം ഒരു വെറും ചോദ്യചിഹ്നമായി പര്യവസാനിക്കുന്നു. ഹു ആർ യു? അപലപനീയമായ ഒരു വികലചിത്രാവതരണത്തിലൂടെ സാമുദായികനീതിയോടെയുള്ള കഥാകരാന്റെ ന്യായാനുവർത്തിത്വ പ്രതിബദ്ധതക്കുള്ള മറ്റൊരു ചോദ്യചിഹ്നമായും ഈ നോവൽ കലാശിക്കുന്നു."

- വി.പി ഗംഗാധരൻ (ഓസ്ട്രേലിയയിൽ സ്ഥിരതാമസം. കേരളനാദം സാഹിത്യ മാസികയുടെ സ്ഥാപകനും, മുഖ്യ പത്രാധിപനും. മലയാളത്തിലും ഇംഗ്ലീഷിലും ഒരുപാട് പ്രസിദ്ധീകരണങ്ങൾ ഉണ്ട്. മ്യൂസ് ഇന്ത്യ ഓൺ–ലൈൻ ലിറ്ററി ജർണലിൽ എഴുതും. പല പുരസ്കാരങ്ങളും നേടിയിട്ടുണ്ട്)

4) "ശരികളുടെയും തെറ്റുകളുടെയും അതിർവരമ്പുകൾ നിശ്ചയിക്കാനാവാത്ത ഒരു ജീവിതത്തിന്റെ ചെളി വരമ്പിലൂടെയുള്ള വഴുക്കൽ നടത്തമാണ് ശ്രീ. അമർനാഥ് പള്ളത്തിന്റെ നോവലിൽ വായിച്ചെടുക്കാനാവുക. പുതിയ കാലത്തിന്റെ വിഭ്രമങ്ങൾ ചെറിയ വാക്കുകളുടെ ചെറിയ ചലനങ്ങളിൽ ഒരു കാലിഡോസ്കോപ്പിലെന്ന

പോലെ കാഴ്ചകളായി മാറിമറിയുന്ന അനുഭവം. അഭിനന്ദനങ്ങൾ, ആശംസകൾ."

- നിരഞ്ജൻ ടി.ജി (നവമാധ്യമങ്ങളിലും ആനുകാലികങ്ങളിലും എഴുതുന്നു. "പുസ്തകം ചിലവു കുറഞ്ഞ കവിതകൾ" (കവിതാ സമാഹാരം). എഞ്ചിനീയറിംഗ് കഴിഞ്ഞു ഷിപ്പിൽ ജോലി.

# കൃതജ്ഞത

സൽവദോർ ഡാലിയുടെ പെർസിസ്റ്റൻസ് ഓഫ്, മെമ്മറി എന്ന ചിത്രമാണ് ഈ നോവലിന്റെ ഇന്ധനം.

ഷെമജ് കുമാർ എന്ന എന്റെ കോളേജ്മേറ്റും, എന്റെ നാടക സംവിധായകനും, ഇതെഴുതാൻ എന്നെ സ്വാദീനിച്ചു.

കിരൺ, ഈ നോവലിന്റെ ചിത്രകാരൻ. കല ഒരു ആസ്വാദനമാക്കിയ ഒരു കലാകാരൻ.

ഞാൻ എഴുതിയത് ഡിജിറ്റൽ സ്പേസിലേക്ക് മാറ്റി എഴുതാൻ സഹായിച്ച ദിലീപ്, ശ്യാം കൂടാതെ രജിത രാജൻ.

ഫോട്ടോസ് – നജ്മൽ കോയ, ശിവാനി സുഭാഷ്

ആലോചനകളിലും എഴുത്തിലും ഇരിക്കുമ്പോൾ എനിക്ക് ആശയങ്ങൾ തന്ന എന്റെ ഭാര്യ–ഉഷ.

ഇത് പ്രസിദ്ധീകരിക്കാൻ വേണ്ടി സഹായം നീട്ടിയ എന്റെ മക്കൾ ദിവ്യ, മേഘന

പബ്ലിഷിങ്ങ് കമ്പനി – നോഷൻ പ്രസ്സ്, ചെന്നൈ

അവസാനത്തേതല്ല, എല്ലാത്തിനും ഉപരി – ജിത്തു എന്ന ഇതിലെ പ്രധാന കഥാപാത്രം. മനസ്സിന്റെ ഓരങ്ങളിലും, അതിരുകളിലും, ഓർമ്മകളിലും തിങ്ങിനിൽക്കുന്ന വിലമതിക്കാൻ ആവാത്ത, ശാഠ്യമുള്ള ഓർമ്മകളുടെ പര്യായമായ അവൾ.

ഇവരെ കൂടാതെ മറ്റു പലരും, ഓർമ്മകളിൽ ഊളിയിട്ട പലരും, ഈ കഥയിൽ ജീവിക്കുന്നു, ഒളിപ്പേരുകളിൽ മറ്റു പലരും –അവർക്കും എന്റെ കൃതജ്ഞത.

# മുഖവുര

കഥ പറയുന്നതും കേൾക്കുന്നതും ഇന്നും ഒരു രസമാണ്. വായിക്കുന്നതിൽ അതിലേറെ സുഖമുണ്ട് താനും.

പക്ഷെ കഥയുടെ പിന്നിൽ മറ്റൊരു കഥയുണ്ടാവും, അതെ പറ്റിയാണ് ഇവിടെ പ്രതിപാദനം.

2016 ജൂൺ മാസം പാലക്കാട് എഞ്ചിനീയറിങ്ങ് കോളേജ് ആദ്യമായി ഒരു ഗ്ലോബൽ അലുംമ്നി മീറ്റ് നടത്തി, അന്ന് ഷെമേജ് കുമാർ എഴുതി സംവിധാനം ചെയ്ത ഒരു നാടകത്തിൽ ഞാനും അഭിനയിച്ചു.

പ്രസിദ്ധ സ്പാനിഷ് പെയിന്റർ ആയ സാൽവദോർ ഡാലിയുടെ "പെർസിസിറ്റൻസ് ഓഫ് മെമ്മറി" (ശാഠ്യമുള്ള ഓർമ്മകൾ) എന്ന ചിത്രത്തെ ആധാരമാക്കി എഴുതിയ ആ നാടകത്തിൽ അഭിനയിച്ചപ്പോഴും പിന്നെ കഴിഞ്ഞ കുറെ ദിവസങ്ങളിലും മനസ്സിൽ കടന്നു കൂടിയ ഒരു പാട് കാര്യങ്ങളിലൂടെ ആണ് ഈ കഥ ഉരുത്തിരിയുന്നത്.

റിസേർച്ച് ചെയ്യാൻ വേണ്ടി പല സൂത്രങ്ങളും ഉപയോഗിക്കേണ്ടി വന്നു. ഓർമ്മകൾ, അന്തരീക്ഷവും ആകാശവും മുന്നോട്ട് നീങ്ങുമ്പോൾ, സമയം നിശ്ചലമാകും പോലെ ആകുമോ എന്നറിയാൻ.

ഡാലിയുടെ ആശയം അതായിരുന്നോ.? ഡാലിയുടെ "പെർസിസ്റ്റൻസ് ഓഫ് മെമ്മറി" എന്ന ചിത്രമാണ് അമർനാഥിന് ഈ കഥ എഴുതുവാൻ ഉണ്ടായ പ്രചോദനം.

തലച്ചോറിൽ ആയാലും വസ്തുവിൽ ആയാലും അന്തരീക്ഷത്തിൽ ആയാലും ഓർമ്മകൾ നിശ്ചലമായി ഇരിക്കും. അത് എന്നും മനസ്സിലേക്ക് എപ്പോഴും കടന്നു വരാം. ക്രമീകരണം മാറിയാൽ ഓർമ്മകൾക്ക് രൂപാന്തരം വരും. ഓർമ്മകളുടെ അടിസ്ഥാനം മാറില്ല. നശിക്കില്ല, പക്ഷെ രൂപങ്ങൾ മാറും, മനസ്സ് മാറും.

ഈ കഥയിലെ മുഖ്യകഥാപാത്രം ജിത്തു എന്നൊരു സ്ത്രീ. നല്ല ഒരു കുടുംബത്തിൽ ജനിച്ചവൾ, ബുദ്ധിമുട്ടുകളും പ്രതിബന്ധങ്ങളും അവളെ

സ്വയം അറിയാതെ വേറെ വഴികളിലേക്ക് നീക്കുന്നു. ആ വഴികളിലെ ഓർമ്മകൾ അവളെ ചില തീരുമാനങ്ങളിൽ എത്തിക്കുന്നു.

ചില ഓർമ്മകൾ മറക്കാൻ പറ്റും. അപ്പോൾ മനസ്സിലെ കച്ചറപോലെ കിടക്കുന്ന ഒരുപാട് വേണ്ടാത്ത ഓർമ്മകൾ ഇല്ലാതാവും. ചിലത് തങ്ങിനിൽക്കും. ബ്രെയിനിൽ എവിടെയാണ് ഓർമ്മകൾ ഒതുക്കി വെച്ചിരിക്കുന്നു എന്നതിന്ന് വരെ നമുക്കറിയില്ല. ഒരു തരം രഹസ്യമാണത്. ചില ഓർമ്മകളെ പോലെ തന്നെ മനസ്സിലെ ചില അറകൾ രഹസ്യ അറകളാണ്. അവിടേക്ക് മറ്റാർക്കും പ്രവേശനത്തിന് അനുമതിയില്ല. നിഗൂഢമായ, വീതിച്ചു കൊടുക്കാൻ പറ്റാത്ത ചിലയിടങ്ങൾ. ജിത്തുവിനും അതുപോലെ ചില രഹസ്യങ്ങളുണ്ട്. ആർക്കും അറിയാത്ത ചിലയിടങ്ങൾ. അതെല്ലാം അയവിറക്കും അവൾ, ഒറ്റയാനായിരിക്കുമ്പോൾ. ആ ഓർമ്മകളുടെ സുനാമി നെഞ്ചിൽ ഇടിക്കുമ്പോൾ അവൾ കരയും. ആരും അറിയാതെ ആലോചിക്കും. കടന്നു വന്ന ആ വഴികളെ പറ്റി–വഴുക്കിൽവീണ ആ വഴികൾ. മനസ്സിൽ മാനസാന്തരം വരുത്തിയ ചില കുറുക്കുവഴികൾ.

ചില ഓർമ്മകൾ സൂക്ഷിക്കുന്നത് വിജ്ഞാനം കുടിയിരിക്കുന്ന അറകളിലായിരിക്കും. ഗ്രഹനമായ ചിന്തകൾ ആ അറകളിൽ ഉത്ഭവിക്കുമ്പോൾ പുതിയ ആശയങ്ങൾ രൂപം കൊടുക്കും. വികാരങ്ങൾ വിചാരങ്ങൾക്ക് വഴിമാറും, ചോദ്യങ്ങൾക്കും കൂട്ടിനും ജിത്തുവിന്റെ മുത്തച്ഛനും, എല്ലാം എല്ലാം ആയി.

അവിടങ്ങളിൽ നിന്നുമുള്ള ഓർമ്മക്കൾ ചിന്തകളെ വേറൊരു വഴിയിൽ എത്തിക്കുന്നു. മനുഷ്യന്റെ പരിണാമം കർമ്മം എന്ന ആശയത്തിലൂടെ മാറ്റാം. ഒരേ ജീവിതത്തിൽ വിധിയുടെ വരകൾ മാറ്റാൻ പറ്റും. വേണം എന്ന് തീരുമാനിച്ചാൽ. ജിത്തു ആ ശ്രേഷ്ടമായ ചിന്തകളിലൂടെ പരിണമിക്കുന്നു. വഴുക്കുകൾ മനസ്സിലാക്കാൻ ശ്രമിച്ചു വീഴാതിരിക്കാൻ ശ്രദ്ധിക്കുന്നു.

ഡാലിയുടെ പെയിന്റിങ്ങ് എന്നെ സ്വാധീനിച്ച ആശയങ്ങൾ എഴുതാൻ വഴി തുറന്നത് സമകാലീനമായ ഈ പ്രമേയം. ഡിജിറ്റൽ സ്പേസിലുള്ള സോഷ്യൽ സൈറ്റുകളിലൂടെ ജീവിത യാത്രകളിൽ വഴുക്കി വീഴുന്ന നിമിഷങ്ങൾ. കഷ്ടങ്ങളും, ബുദ്ധിമുട്ടുകളും നേരിട്ട് അനുഭവിക്കുന്ന ജിത്തു ഹൂക് അപ്പ് കൾച്ചർ വഴി, വഴി തെറ്റി. പല വഴികളിലും പല ആളുകളുമായും അടുക്കുന്നു. ആ അടുപ്പം മറ്റൊരു മേഖലയിൽ എത്തുന്നു. കൺസെൻഷുവൽ സെക്സ്. അതെ സ്പേസിൽ ഒരു വയസ്സനായ മുത്തച്ഛനും ആ മുത്തച്ഛൻ ഒരു വഴി കാട്ടിയും മാർഗദർശിയും ആയി.

പല ഓർമ്മകളും ഒന്നൊന്നായും, ചിന്നി ചിതറിയും ആയാണ് കഥ നീങ്ങുന്നത്. സമയം അലിയുന്ന ഘടികാരങ്ങൾ ആയി നിൽക്കുന്നു. ജ്ഞാനം അറിവിനെ പൂർണതയിലേക്ക് നീങ്ങാനും തെറ്റുകളെയും ശരികളെയും ഒരു തുലാസിൽ അപഗ്രഥനം ചെയ്യാനും ഉള്ള പ്രയ്തനമാണ് കഥാപാത്രങ്ങളുടെ ചിത്രരൂപങ്ങൾ.

വൈവിധ്യമുള്ള ആശയങ്ങൾ ഒരു ഓപ്പറേഷൻ ടേബിളിൽ എന്ന പോലെ വാക്കുകൾ കൊണ്ട് ചോദ്യം ചെയ്യുന്നു. വായനക്കാരാ ആലോചിക്കേണ്ടത് അലിയുന്ന ഘടികാരങ്ങൾ നിശ്ചലമാകുന്ന ഓർമ്മകൾ എല്ലാം ശരിയോ തെറ്റോ എന്നെല്ലാം. ശരിയും തെറ്റും എന്താണ് എന്ന ചിന്തകളാണ് പല പേജുകളിലും.

അമർനാഥ് പള്ളത്ത്.

amarnath.pallath@gmail.com

# അധ്യായം-1

## ഒരുപിടി ഓർമ്മകൾ

## മറക്കാനാവാത്ത സ്മരണകളാണ് ജീവിതത്തിലെ യാഥാർത്ഥ്യ സമ്പാദ്യങ്ങൾ

"ഹൂ ആർ യു"

"ദിസ് ഈസ് നിസ്സു"

ഒരു ഓഗസ്റ്റ് മാസം. വീട്ടുജോലി കഴിഞ്ഞ് ഒറ്റയ്ക്ക് ഇരിക്കുമ്പോൾ വാട്ട്സ് ആപ്പിൽ കയറി വന്നതാ നിസ്സു.

അതങ്ങിനെ തുടങ്ങി ഞങ്ങൾ വലിയ പരിചയക്കാരായി. തുടക്കത്തിൽ വെറുമൊരു ടൈം പാസ് എന്നെ കരുതിയുള്ളൂ.

"ഇഫ് യു ലൈക്ക് മി, ഇറ്റ്സ് ഓക്കേ. ഇഫ് യു ഡോണ്ട് ലൈക്ക്, ഇട്സ് ആൾസോ ഓക്കേ."

നിസ്സുന്റെ ആ സ്റ്റേറ്റ്മെന്റിൽ ഒരു ബോൾഡ്നെസ്സ് കണ്ടു. അങ്ങിനെയാ പിന്നെ ഇഷ്ടം കൂടിയത്. ചാറ്റ് തുടങ്ങിയപ്പോൾ രണ്ടാളും മാരീഡ് ആണ് എന്ന് മനസ്സിലായി. നിസ്സുവിനു എന്നേക്കാൾ ഇത്തിരി വയസ്സ് കുറവും. എനിക്ക് വലിയ രണ്ട് മക്കളും.

പരിമിതികൾ തകർക്കാൻ ആർക്കും ആശകളില്ല. ആശകൾ ആളിക്കത്തുമ്പോൾ നിയമങ്ങളും സാമൂഹ്യ പ്രതിബന്ധങ്ങളും മെല്ലെ വഴങ്ങുന്നു. സായിപ്പിന്റെ കണക്കുകൾ നമ്മുടെ ഇവിടെയും സ്കൂളുകളിലും പഠിപ്പിക്കുന്നുണ്ടോ എന്ന് തോന്നും. ടെക്നോളജി കയ്യിൽ ഉണ്ടായാൽ പിന്നെ ലോകം മുട്ടിയിൽ. അന്നത്തെ കണക്കുകൾ ഇന്ന് വിലയില്ലാതാവുന്നു. അല്ലെങ്കിലും സ്വാതന്ത്ര്യം എന്നത് ഏത് ബന്ധമായാലും ഒരു വഴിത്തിരിവാണ്, ഇന്ന് ഇന്നലെയിൽ നിന്നും മാറുന്നു.

"എവിടെയാ?" "എന്താ ചെയ്യുന്നേ?" "ഓഫീസിൽ പോകുമ്പോൾ സ്കൂട്ടറിൽ ആണോ പോകുന്നത്?"

"ലൈസൻസ് ഇല്ല എങ്കിൽ ഞാൻ ശരിപ്പെടുത്തി തരാം" നിസ്സു.

"നിങ്ങൾ ആർ.ടി.ഓ ആണോ?" എന്നെല്ലാം പറഞ്ഞു കുശലങ്ങളിൽ, ഞാനും.

നാലാം ദിവസം ഞാൻ എന്റെ മഞ്ഞനിറത്തിൽ ഉള്ള സൽവാർ ഇട്ട ഫോട്ടോ അയച്ചു. നിസ്സു നല്ല താടിയും മീശയും വെച്ച ഫോട്ടോവും. എനിക്ക് എന്തോ ഇഷ്ടമായി. ഫേസ് ബുക്കിൽ നോക്കി കൂടുതൽ മനസ്സിലാക്കാൻ ശ്രമിച്ചു. "വിശ്വസിക്കാം" എന്ന് പറഞ്ഞു ഞാൻ മെസ്സേജ് അയച്ചു.

"എനിക്ക് നിന്നെ കാണേണം" ചാറ്റിൽ, നിസ്സു.

"ഇപ്പോൾ ആരും ഇല്ല, ഓഫീസിൽ വന്നാൽ കാണാം."

"ഞാൻ ഇതാ പുറത്തുണ്ട്"

ടി ബ്രേക്ക് ആയ സമയം, ഞാൻ പുറത്തിറങ്ങി കണ്ടു.

സുന്ദരൻ മാത്രം അല്ല, ആണത്തം ഉള്ള, തറവാടി ആയ, നല്ല ഉയരവും, താടിയും ഉള്ള, കൈത്തണ്ടയിലും ഷർട്ടിന്റെ ഉള്ളിലൂടെയും നിറയെ രോമങ്ങൾ ഉള്ള നിസ്സു. ചിരിക്കുമ്പോൾ കൂടെയുള്ള അത്തറിന്റെ മണം എന്റെ ചുറ്റും.

കാണാൻ അവനും എനിക്കും തോന്നുമ്പോൾ ഞങ്ങൾ കാണും. ചിലപ്പോൾ ഞാൻ ഉള്ള ബസ്സിന്റെ പിന്നിൽ കാറിൽ വരും. അടുക്കാൻ എത്ര സമയം വേണം? അടുപ്പിക്കുന്ന മനസ്സുണ്ട് എങ്കിൽ?

പത്തു ദിവസങ്ങൾക്കുള്ളിൽ ഞങ്ങൾ ചാറ്റ് നിർത്തി. എന്നും കുറെ സംസാരിക്കും എന്നായി. മണിക്കൂറുകൾ. എല്ലാരും ഉറങ്ങി കഴിയുമ്പോൾ ആണ് ഞങ്ങൾ തുടരുക. നിർത്താൻ പ്രയാസപ്പെടും എന്ന പ്രതീതി.

എന്റെ വീട്ടിൽ മക്കളിൽ ഒരാൾ കോളേജിൽ പഠിക്കുന്നു. മറ്റേ ആൾ സ്കൂളിലും. എല്ലാം നടത്തിക്കാൻ ഞാൻ മാത്രം എന്ന പോലെ. കാര്യങ്ങൾ നീങ്ങാൻ പ്രയാസമുണ്ട്. പക്ഷേ അതിനുള്ള ചില ശ്രമങ്ങൾ ഞാൻ മുൻപേ തുടങ്ങി.

കാലത്തിന്റെ കണികകൾ മേഘപാളികളെ പോലെ അല്ലേ.? യവനികക്ക് പിന്നിൽ ചിത്രങ്ങൾ ഉരുത്തിരിയുന്നത് വേദനയും സന്തോഷവും ചേർന്നും.

നിറങ്ങൾ പലതും കാണും, ചിത്രങ്ങൾ രൂപാന്തരപ്പെടുമ്പോൾ. അതിൽ കലർപ്പില്ലാത്ത നിർമലമായ വെളുപ്പും അതെ പോലെ സാമ്യമില്ലാത്ത കറുപ്പും കാണില്ല. ഒരു തരം ചാര നിറം. നീലിമയുടെ ആകാശത്ത് മേഘങ്ങൾ നിറം മാറും. വികൃതി കുട്ടികളെ പോലെ, പഞ്ഞിപോലെ

വെളുത്തും വേദനയുള്ളപ്പോൾ ചാരനിറവും. ആ ചാര നിറം കിഴക്ക് ഭാഗത്തു തിങ്ങികൂടും ചിലപ്പോൾ. പടിഞ്ഞാറ് നിന്നും സൂര്യകിരണങ്ങൾ ആ മേഘപാളികളിൽ വീഴുമ്പോൾ വർണരാജികൾ മഴവില്ലായി ഇന്ദ്രധനുസ്സിന്റെ വേഷമിടും.

ദു:ഖം എന്നത് സന്തോഷത്തിന്റെ മറ്റൊരു സമാനമായ ചിന്ത ആണ് എന്ന് പലപ്പോഴും എനിക്ക് തോന്നാറുണ്ട്. എത്രയോ ആളുകൾ നടന്നു പോയ ആ നടവഴികളിൽ നീങ്ങുമ്പോൾ ചവിട്ടി മെതിച്ച് വേദനകളുടെ ഊളി ഇടുന്ന ആ ചാരനിറം. അതാണ് എന്റെയും ഇടം. ഞാൻ എന്ന എല്ലാരും വിളിക്കുന്ന ജിത്തു.

ഒറ്റയാനായി രാത്രികളിലെ നിശബ്ദതയിൽ കണ്ണിലെ അമ്പ്രങ്ങളിൽ മാഞ്ഞുമായുന്നത് കണ്ണീരിൽ ആവും ചിലപ്പോൾ.

"നിന്റെ കണ്ണുകൾ ആണ് എനിക്കിഷ്ടം. അഗാതതയുടെ ആഴങ്ങൾ ഉണ്ടതിൽ"– നിസ്സുവിന്റെ ഫോൺ. ഞാൻ ആ കാൾ വരുമ്പോൾ അറിയാൻ ഒരു സ്പെഷ്യൽ ടോൺ കൊടുത്തു. നിസ്സുവും എനിക്ക് സ്പെഷ്യൽ ആണിപ്പോൾ.

"എന്തെ അങ്ങിനെ തോന്നാൻ?"

"നെറ്റിയിൽ തൊടുന്ന കളഭം, അതിന്നു താഴെ നിന്റെ കണ്ണുകൾ, എന്നെ മാത്രം നോക്കുന്ന പോലെ."

"വെറുതെ" ഇതെത്ര പേർ പറഞ്ഞു കേട്ടതാ. എന്ന് മറുപടിയിൽ ധ്വനി കൂടെ കാണിക്കാതെ ഞാൻ അടുത്ത ചോദ്യം പ്രതീക്ഷിച്ചു.

"അന്ന് ഹസ്സിന്റെ കൂടെ സ്കൂട്ടറിൽ പോവുമ്പോളിട്ട ചുരിദാർ ആണ് ഭംഗിട്ടോ"

"അതെന്താ"

"നിന്റെ ശരീരം ഒതുങ്ങി കിടന്നു അതിൽ."

"വേണ്ട നിസ്സു–വികൃതി"

"നീയും വികൃതി തന്നെ അല്ലെ?"

"അതെന്താ?"

"ഇന്നലെ രാത്രി ഗുഡ് നൈറ്റ് പറഞ്ഞു അയച്ച ഫോട്ടോ"

"വേണ്ട, നിസ്സു. നീയാ വികൃതി. ചേച്ചി എന്നെല്ലാം വിളിച്ചു അടുത്തു ആദ്യം"

"എന്നിട്ട്?"

"ഇപ്പോൾ എന്റെ ഉള്ളിൽ തട്ടുന്ന വികാരങ്ങൾക്ക് ആളി കൂട്ടുന്ന വർത്തമാനങ്ങൾ ആയി"

"നിന്റെ ഫോട്ടോ ആണ് കാരണം. ഞാൻ എല്ലാം കണ്ടു അതിൽ"

ചിലപ്പോൾ ചിന്തകളിൽ പഴയ ഓർമ്മകൾ ഉണരും. നിസ്സു പുതിയ ഒരു കൂട്ടുകാരൻ. അവനു ഞാനും അതു പോലെ തന്നെ. ഇന്ന് അതെല്ലാം പുത്തരിയുടെ വിലകണക്കിൽ പെടില്ല. പണം ആധിപത്യം നേടുമ്പോൾ പലർക്കും അവസരങ്ങൾ ഇല്ലാതാവും. ജീവിതത്തിന്റെ പെരുവഴിയിൽ ഇന്ന് നിസ്സു നാളെ വേറൊരാൾ.

പണത്തിന്റെ ഇല്ലായ്മയും ശക്തിയും; അത് തമ്മിൽ ആണ് യുദ്ധം. വികാരങ്ങൾ വിലക്ക് വിൽക്കുന്നതും വാങ്ങുന്നതും ആ ഇടവഴികളിൽ. നനഞ്ഞ ചാരനിറമുള്ള ഇടവഴികൾ.

മാനം എന്ന വസ്തുവും കണ്ണാടിക്കൂട്ടിൽ വിൽപ്പന ചരക്കുകൾ. അങ്ങാടി, അവിടെ എല്ലാം വിൽക്കുന്നു. വാങ്ങുന്നു. നിമിഷങ്ങൾ. ചിലപ്പോൾ ദിവസങ്ങൾ.

നിസ്സു എന്നെ വാങ്ങാനും ഞാൻ എന്നെ വിൽക്കാനും ഇന്നത്തെ വാട്സ് ആപ്പ് അങ്ങാടിയിൽ ഡിജിറ്റൽ സ്പേസിൽ ഒരുമിക്കുന്നു. ക്ഷണനപത്രങ്ങളുമായി, "ഹൂ ആർ യൂ?" എന്ന് തുടങ്ങും.

അവസാനിക്കുന്നത് ഹോംസറ്റേയിലോ മറ്റോ, മിക്കവാറും മറ്റൊരു കഥ അവിടങ്ങളിൽ അവസാനിക്കും.

എം.ടി എഴുതിയ പോലെ – എല്ലാ ആരംഭത്തിനും ഒരു അവസാനമുണ്ട്

എന്റെ കഥയിൽ – "എല്ലാ അവസാനത്തിനും മറ്റൊരു ആരംഭവും"

വയനാട്ടിലെ ഹോം സ്റ്റേക്കടുത്ത് ഒരിക്കൽ ആലോചിച്ചു പോയി. മലയോരത്ത് വർഷങ്ങളായി പൊഴിയുന്ന ഉണക്കയിലകളുടെ കനത്ത അടരുകളിൽ എന്റെ ജീവിതത്തിന്റെ ഈർപ്പം ഉണ്ടാവും.

ഇലകളുടെ ഉണക്ക മെത്തകളിൽ ഓർമ്മകൾ ഇണങ്ങി ചേരും. എത്ര എത്ര?

അതിലൊന്നാവും ഇനി നിസ്സുവും. കഥകളിലെ മറ്റൊരു കടങ്കഥ. തുടർകഥയുടെതുടക്കം. അവസാനമില്ലാത്ത, അവസരങ്ങൾ തേടുന്ന, സങ്കൽപ്പങ്ങളെ വിശ്വാസമില്ലാത്ത കഥകൾ. കൊച്ചു കൊച്ചു കഥകൾ. അതെല്ലാം ചേർന്ന പുസ്തകത്തിന്റെ താളുകളിൽ ഒന്ന് രണ്ടു കണ്ണീരിന്റെ കലകളും കാണും.

ഒരു വഴിത്തിരിവിൽ പെട്ടെന്നാ തീരുമാനങ്ങൾ. ഒന്നും തോന്നിയില്ല. പരിശോധന വേണ്ട എന്ന് തോന്നി. അപഗ്രഥനങ്ങളും. മക്കളെല്ലാം ആയ

ശേഷമായിരുന്നു അതെല്ലാം. എന്നോട് ഇഷ്ടം ഇല്ലാത്ത ബന്ധുക്കളും അതിനു താളം വെക്കുന്ന എന്റെ ഭർത്താവും. അവർക്കെതിരെ വിമ്മിഷ്ടം കൂടി വന്നപ്പോൾ, ഭർത്താവ് എന്നോട് അകലാനും തുടങ്ങി. പണം ഇല്ലാതെ ജീവിക്കാനും ഒരു പാട് കഷ്ടമാണ്. മക്കൾക്കു ഉടുപ്പിനും മറ്റു ചിലവിനും ഫീസ് അടക്കാനും, എത്ര നാളുകൾ കടം വാങ്ങി ജീവിക്കും? ജോലി എന്തായാലും ചെയ്യാം എന്നായി. ടീച്ചർ ആയി ആദ്യം. തുച്ഛമായ ശമ്പളം, എങ്കിലും തുടർന്നു. എന്തെങ്കിലും ഒന്ന് വാങ്ങാനാവുമല്ലോ എന്നതിൽ സമാധാനം കണ്ടു.

ആ ജോലിയിൽ ഏറ്റവുമധികം കിട്ടിയത് ഫ്രീഡം ആണ്.

കുടുംബവും, ചുറ്റുവട്ടവും ഇടക്കണ്ണിട്ട് നോക്കും. "എവിടേക്കാ,?" "എങ്ങോട്ടാ?" എന്നൊക്കെ ഉള്ള ചോദ്യങ്ങളുടെ ഭാവങ്ങളിൽ. തളം കെട്ടിയ കണ്ണുകളിൽ താളങ്ങൾ തെറ്റി. ഒരിടം അകലുമ്പോൾ മറ്റൊരിടം അടുക്കും. അതാ ദൈവ നിശ്ചയം എന്ന് കേട്ടിട്ടുണ്ട്. ഫ്രീഡം ആയപ്പോൾ പെരുമാറാനും ആളുകളോട് സംസാരിക്കാനും ധൈര്യം ആയി. ചിലപ്പോൾ തോന്നാറുണ്ട് ഇതെല്ലാം ഇത്തിരി മുൻപേ ആവാമായിരുന്നല്ലോ എന്ന്.

കൊച്ചുനാളുകളിൽ കാവിന്നടുത്ത അമ്പലത്തിൽ തൊഴുതുമ്പോൾ ഒന്നേ ആശ ഉണ്ടായിരുന്നുള്ളൂ. ചിരിക്കാൻ, കരയാതിരിക്കാൻ. കളഭം തൊടാൻ തുടങ്ങിയ ആ ചെറിയ പാവാട ഇടുന്ന കാലത്തെ, ഇന്നും കളഭം നെറ്റിയിൽ ചേർക്കുമ്പോൾ ആലോചിക്കും.

സ്പെഷ്യൽ ടോണിൽ നിസ്സു.- "ഞാനിവിടെ ഒരു കല്യാണത്തിന് വന്നതാ. അടിവാരം എത്തേണ്ട"

"ബന്ധത്തിൽ ഒരാൾ മരണപ്പെട്ടു, ഞാൻ പേരന്തൂർ എത്തും" – ഞാൻ

"എത്ര സമയം ഉണ്ടാവും അവിടെ?"

"ഒന്നര മണിക്കൂർ"

"അപ്പോൾ പറ്റില്ല"

"എന്തേ"

"ഇവിടുന്ന് പുറത്തിറങ്ങാൻ പറ്റില്ല"

ഒന്ന് കൂടെ അടുത്തിരുന്ന് നിസ്സുനോട് അടുക്കാൻ എനിക്ക് തോന്നി. മരണപ്പെട്ടിട്ടൊന്നുമില്ല ആരും.

"നിസ്സു നീ കാറിൽ തിരിക്കുന്നു എങ്കിൽ ഞാൻ ഇവിടെ ബസ് സ്റ്റോപ്പിൽ വെയിറ്റ് ചെയ്യാം"

"എടാ പറ്റില്ലാ, പിന്നൊരിക്കൽ"

"നോക്കട്ടെ"

"ഇല്ലെങ്കിൽ വേണ്ട. ഞാൻ ഒറ്റക്ക് തിരിച്ചോളാം ബസ്സിൽ"

നിസ്സു അപ്പോൾ മനസ്സിലാക്കും ഞാൻ ഒറ്റക്കാണെന്ന്.

"ഓ കെ – എത്താൻ നോക്കാം"

ശരി ആയി – പെട്ടെന്നാ പ്ലാനിട്ടത്, കൂടെ കാറിൽ യാത്ര ചെയ്യാൻ

"എവിടെയാ നീ"

"ബസ് സ്റ്റോപ്പിൽ നിന്നും ഇത്തിരി ദൂരെ"

നിർത്തി. കണ്ടു. ഞാനും ഇരുന്നു കാറിൽ.

"എന്നെ ടൗൺ ബസ് സ്റ്റാൻഡിൽ വിട്ടാൽ മതി."

"മതിയോ?" എനിക്കും അത്രേ സമയമുള്ളൂ. ഒളിച്ചു പോന്നതാ. കല്യാണ കൂട്ടത്തിൽ നിന്നും."

അടുത്തിരുന്നപ്പോൾ കൈത്തണ്ടയിലെ രോമങ്ങൾ എന്റെ വലതു കൈകളിൽ ഉരസി. ഇക്കിളി തോന്നി, തൊട്ടപ്പോൾ. കുശലങ്ങൾ എല്ലാം നടക്കുമ്പോൾ ഒരു രോമാഞ്ചം തോന്നി. ഫോണിൽ കിട്ടാത്ത പ്രതീതി. പാറയിൽ കല്ലുരക്കുന്ന ശബ്ദം കാതുകളിലും ഇക്കിളി തന്നു.

നിസ്സു കാർ സൈഡ് ആക്കി. ഞാൻ ഒന്നും മിണ്ടീല്ല. കാത്തിരിപ്പ് പോലെ. മേലെല്ലാം പുരട്ടിയ അത്തറും, ഷർട്ട് ഇട്ടതിൽ എല്ലാം നല്ല സ്പ്രേയും. മാദകത്വം, എന്നെല്ലാം ഉള്ള ഒരനുഭവം.

എന്റെ കയ്യിൽ തൊട്ടു. പിന്നെ ഒന്നൂടെ അടുത്ത് വന്നു ചരിഞ്ഞിരുന്നു. എന്റെ ദേഹത്തോടടുപ്പിച്ചു.

എന്റെ രോമകൂപങ്ങൾ നിവർന്നോ?

പതിയെ ചെവിയിൽ ചോദിച്ചു – "എപ്പോളാ ലേശം കൂടെ ജാസ്തി സമയം തരിക?" അതെ സമയം എന്റെ മുന്താണിക്കുള്ളിൽ ആ വിരലുകൾ പോയോ?

"ഉം വേണ്ട ആരെങ്കിലും"

അടുത്തിരുന്ന് ഒരു മുത്തവും തന്നു.

യാത്ര ആയി, കഥകൾ പറഞ്ഞും, പിന്നെയും കാണാൻ ഉള്ള പ്ലാനിട്ടും. ബസ് സ്റ്റാൻഡിൽ ഇറങ്ങുമ്പോൾ എന്റെ മനസ്സിൽ ഒരു നഷ്ടം പോലെ, അത് വരെ ലാഭം ആണ് എന്നാ ഞാൻ കരുതീത്.

"ഞാൻ ആലോചിക്ക്യാ, ലേശം കൂടെ സമയം ഉണ്ടായിരുന്നെങ്കിൽ?" നിസ്സുന്റെ എസ്സ്.എം.എസ്സ്.

എനിക്ക് ആ അനുഭവം ഒരു തരം റീ-ഫ്യൂയൽ കിട്ടിയ പോലെ. അന്ന് രാത്രി ഉറങ്ങാൻ നേരം വൈകി. നിസ്സുന്റെ വർത്തമാനങ്ങൾ കേട്ട്. സ്വപ്നങ്ങൾ വാതിൽ തുറക്കുമ്പോൾ ഉറക്കം വഴിമാറും.

ചില രാത്രികളിൽ കഴിഞ്ഞു പോയ പല രാത്രികളിലെ എണ്ണി കോർക്കാവുന്ന നല്ല രാത്രികളുടെ ഓർമ വരും. അതെല്ലാം അയവിറക്കാൻ ഇഷ്ടമാ. വേദനകൾ അപ്പോൾ പിന്മാറും. കഷ്ടങ്ങളുടെ, കടങ്ങളുടെ ലിസ്റ്റ് മറക്കും. നേരം വൈകിയ രാത്രി ആയാലും വെളിച്ചം കാണും. ആശകളിലൂടെ. ഞാനും ഒരു പെണ്ണല്ലേ? അമ്മയല്ലേ? എന്റെ മക്കൾക്കും ഇടക്കെല്ലാം നല്ല മീനും ഇറച്ചിയും പപ്പടവും കൊടുക്കണ്ടേ?

പണ്ടൊരിക്കൽ എന്റെ ഒരു ഫ്രണ്ട് ചോദിച്ചു: എന്നും ബിരിയാണി തിന്നാൽ ഒരിക്കൽ വെള്ളച്ചോറ് തിന്നാനും രസം ആണ് എന്ന്. എനിക്ക് എന്നും വെള്ളച്ചോറും.

അധികം ഇരുട്ടില്ലാത്ത അന്ന് രാത്രി ഓർമ്മകൾ കൂട്ടിനു വന്നു. നിസ്സു എന്നിലേക്ക് അടുത്തു. അതിൽ എനിക്കും പങ്കുണ്ട്. ചുമ്മാ തുടങ്ങിയ ചാറ്റ് ഇന്നിതാ രാത്രിയിൽ കൂടാൻ വേണ്ടി പ്ലാൻ ചെയ്യുന്നു.

"വേണ്ട" "നിർത്തി" മക്കളൊക്കെ വലുതായി എന്നൊക്കെ ആലോചിച്ചതാ. പിന്നെയും കളി ഇതാ ഇവിടെ വരെ എത്തി.

പോകണോ വേണ്ടയോ എന്നായി -സംശയം അതാ. ഇൻഗർ സോൾ പറഞ്ഞത്രേ: ജീവിതമെന്നത് രണ്ടു ഇടുങ്ങിയ കൊടുമുടികൾക്ക് മദ്ധ്യേ കൂടി പോകുന്ന ഞെരുക്കമേറിയ താഴ്വരയാണ്.

അതെ എന്ന് എനിക്കും അറിയാം. വീടിന്റെ നടത്തിപ്പും മക്കളുടെ പഠിപ്പും ഒരു കൊടുമുടി. തീരാത്ത കടങ്ങളും ഒന്നും തികയാൻ കൂടെ നിൽക്കാത്ത എന്റെ കമിതാവും - വേറൊരു കൊടുമുടി.

താഴ്വരയിൽ ഞാനും ഇപ്പോൾ നിസ്സുവും. സുഖം എന്നതിനേക്കാൾ കാര്യം കാണേണ്ടേ എന്നതാ എന്നും നിശ്ചയം ഇല്ലാത്ത ചോദ്യം. ഒന്നിലും ഉത്തരം ശരി അല്ല താനും.

തെറ്റുകൾ അല്ല, ശരിയും. അതിന്നു നടുവിൽ ഉള്ള നേരിയ രേഖ, അതാണ് എന്നും മറികടക്കുമ്പോൾ വീഴും പോലെ തോന്നുക.

തിരിച്ചു മടങ്ങുമ്പോൾ കയ്യിൽ ഉള്ളത് ഒന്നും ഇല്ലാത്തതിനെക്കാൾ നല്ലത് എന്നും തോന്നൽ തുടങ്ങി.

കുടുംബത്തിനും സ്നേഹിക്കുന്നവർക്കും വേണ്ടി മാത്രം ആയിരുന്നു ഞാൻ ചെയ്തതും അനുഭവിച്ചതും.

അമ്മ എനിക്ക് രണ്ടുണ്ട്. എന്റെ അമ്മയും ചേട്ടന്റെ അമ്മയും.

ചേട്ടന്റെ അമ്മ ഞാൻ കല്യാണം കഴിഞ്ഞുവന്നപ്പോൾ മുതൽ എന്നോട് ദേഷ്യവും കോപവും. പോരാതെ ഒരു വിലയില്ലായ്മയും. എന്റെ അമ്മ പാവമാ. എനിക്കുള്ള ദേഷ്യവും കോപവും ഇല്ല. അച്ഛൻ ആദ്യമേ പോയി. എന്റെ കല്യാണം കണ്ടു എന്നല്ലാതെ, എനിക്ക് സ്കൂളിൽ പോകുമ്പോൾ ഉള്ള എന്റെ അച്ഛൻ ഇന്നും എന്നെ സ്വാധീനിക്കുന്നു.

പിന്നെ ആണ് എനിക്ക് അച്ഛനെ പോലെ ഒരാളെ പരിചയമായത്. മനസ്സ് കൊണ്ട് എന്നോട് ഒരു പാട് വ്യത്യാസം എങ്കിലും ഹൃദയം കൊണ്ട് എന്നോട് അടുപ്പമായി. എന്റെ അച്ഛൻ നേരത്തെ പോയതല്ലേ? എനിക്ക് എല്ലാം എല്ലാം ആയി. ഞാൻ ഈ പുതിയ പരിചയത്തെ ഒരു പേരിട്ടു. "മുത്തച്ഛൻ"

# അധ്യായം-2

## മുത്തച്ഛൻ എന്ന പ്രതിഭാസം

# വായനയിൽ തീരാത്ത പുസ്തകം, മനസ്സിലാക്കാൻ പറ്റാത്ത അക്ഷരങ്ങൾ

മുത്തച്ഛൻ പലവിധത്തിലും ആ പേരിന്നർഹമാണ്.

എന്നോട് ചേട്ടൻ ഒരിക്കൽ ചോദിച്ചു– "നിന്റെ മുത്തച്ഛൻ നല്ലൊരാളാ അല്ലെ" – ഇത് ഞാനും മുത്തച്ഛനും പരിചയമായ സമയത്തായിരുന്നു.

"എനിക്ക് ചിലപ്പോൾ തോന്നാറുണ്ട് ഈ ലോകത്ത് എന്നെ ദേവി എന്നും മോളെ എന്നും വിളിക്കാൻ അങ്ങിനെ വേറെ ആരും ഇല്ല എന്ന്"– അതിൽ ഞാൻ എല്ലാമൊതുക്കി.

കാറിൽ ഒരു ദിവസം വീടിനടുത്ത് കൊണ്ടുപോയി വിടുമ്പോൾ ഞാൻ ചേട്ടനോട് ബസ് സ്റ്റോപ്പിൽ എത്താൻ പറഞ്ഞു. അന്നാ ചേട്ടൻ മുത്തച്ഛനെ ആദ്യം കണ്ടത്. അതിനു മുൻപേ ഞാനും മുത്തച്ഛനും കാണാറുണ്ടായിരുന്നു എന്ന് ചേട്ടനു മനസ്സിലായി കാണും. ഞാൻ അത് വേണമെന്ന് വെച്ച് ശ്രദ്ധ കൊടുക്കാതെ മാറി.

പിന്നെ പിന്നെ ചേട്ടനും മുത്തച്ഛനും അടുത്തു. അതെ പോലെ മുത്തച്ഛൻ എന്റെ മക്കളോടും

ഒരിക്കൽ മോളുടെ പിറന്നാളിനാ ഒരു കേക്ക് ആയി വീട്ടിൽ വന്നത്. അതിന് മുൻപ് ചെറിയ മോളുടെ സുഖക്കുറവുണ്ടായപ്പോൾ ഹോസ്പിറ്റലിൽ വന്നു കാണാൻ. അന്ന് വീട്ടിലെല്ലാവരും കണ്ടു മുത്തച്ഛനെ ആദ്യമായി

പോയപ്പോൾ അവരിൽ പലരും ചോദിച്ചു: നിനക്ക് ഇത് വരെ ഉള്ള എല്ലാ ഫ്രണ്ട്സിനേക്കാളും നല്ല ഒരു മനുഷ്യൻ ആയി തോന്നി എന്ന്. അതിനു മുൻപ് ഞാൻ വേറൊരു ജോലിയിൽ ആയിരിക്കുമ്പോൾ പണ്ട് ഇൻഷൂറൻസ് എടുത്ത ചിലർ വീട്ടിൽ വന്നിട്ടുണ്ട്. വിഷുവിനു വിരുന്നുണ്ണാനും ചേട്ടനോട് എന്തെങ്കിലും പറയാനും എല്ലാം. മക്കൾക്ക് ചെറുപ്പവുമായിരുന്നു. എനിക്ക് ഏറ്റവും ബുദ്ധിമുട്ടുള്ള ചീത്ത സമയങ്ങളിൽ എന്നെ സഹായിച്ച പലരുമുണ്ട്. എനിക്കവരോട് നന്ദിയും.

നിമിഷങ്ങൾ മാത്രം അല്ലെങ്കിൽ ഒന്നോ രണ്ടോ മണിക്കൂറുകൾ മാത്രം ഇടപഴകേണ്ടി വന്നു. എന്നാലും എന്റെ വീട്ടിലെ തീ എരിയാൻ അവരും കൂട്ടിനു നിന്നു.

കഷ്ടങ്ങളുടെ നടുവിൽ ഇഷ്ടങ്ങൾ തരാൻ സഹായിച്ചവരെ എങ്ങിനെ മറക്കും.

ചെളിവെള്ളത്തിൽ ആണ് താമര വിരിയുന്നത്. താമര വിരിയാൻ ചെളിവെള്ളം തന്നെ വേണം എന്നുമില്ല.

ഒരിക്കൽ എനിക്ക് വജ്രമോതിരം തന്നപ്പോൾ മുത്തച്ഛൻ എന്നോട് പറയുകയാ: ഭൂമിക്കടിയിലെ കറുത്ത നിറത്തിലുള്ള കാർബൺ എന്ന വസ്തു ഒരു പാട് പ്രഷർ അതിനു മീതെ പ്രവഹിച്ചത് കൊണ്ടാ ഈ വജ്രമായത്.

എന്റെ കഷ്ടപ്പാടുകൾ എന്നിൽ തരുന്ന പ്രഷർ നല്ലതാണോ എന്ന വ്യാഘ്യാനം

ചിലതെല്ലാം ഒത്തിരി സമയം നീങ്ങി പോയാലെ എനിക്ക് മനസ്സിലാവുമായിരുന്നുള്ളൂ. എനിക്ക് ചിന്തിക്കാനെവിടെ സമയം.

ദേഷ്യം വരുമ്പോൾ എന്നോട് പറയും: വേണ്ട, ഒന്ന് മുതൽ നിനക്കറിയാവുന്ന അക്കങ്ങൾ വരെ എണ്ണിനോക്കാൻ.

എനിക്ക് എന്നും ദേഷ്യമാ. മറ്റൊരിടത്തും ദേഷ്യത്തെ കാണിക്കാൻ പറ്റില്ല. അവിടെ മുഖമ്മൂടിയിട്ട ചിരി മാത്രം. വേദനകളുടെ പുതപ്പ് മൂടിയിട്ട് മനസ്സ് കരിങ്കലാക്കി, ചുണ്ടുകളുടെ ഇടത് കോണിൽ നിന്നും തുടങ്ങി നിർത്തി വലതു കോണിൽ അവസാനിപ്പിക്കുമ്പോൾ ഒരിക്കൽ ആലി ചോദിച്ചു: നിന്റെ ആ ചിരി ഇല്ലേ; അത് വശ്യമാണ്; ഒരു തരം തരികിട.

ആലി മാത്രമല്ല എന്റെ ചിരിയെ പറ്റി സുന്ദരമായ വ്യാഘ്യാനങ്ങൾ പറഞ്ഞത്. കിടക്കയിൽ കിടക്കുമ്പോൾ പറയുന്നതൊന്നും ശ്രദ്ധിക്കാറില്ല; ഒരു തരം മിക്സഡ് ഫീലിങ്ങ്സ് ഉള്ളപ്പോൾ അഭിപ്രായങ്ങൾക്ക് വിലപേശേണ്ടി വരില്ല. അത് സ്വാഭാവികമായി വരും. കേൾക്കും; ചിരിക്കും. അത്ര തന്നെ.

വയനാടൻ മലകളിലൂടെ ജാഫർ ഡ്രൈവ് ചെയ്ത് ഞങ്ങൾ ഊട്ടിക്ക് പോകുമ്പോൾ സാലെം പറഞ്ഞതോർമ്മ. "പുരികങ്ങൾ വളയുമ്പോൾ നിന്റെ കണ്ണുകൾ വിടരുന്നു."

എനിക്ക് വലിയ കണ്ണുകളാണത്രെ. ആദ്യമൊന്നും സ്കൂൾ യൂണിഫോം ഇട്ടു സ്വയം കണ്ണാടിയിൽ നോക്കുമ്പോൾ എനിക്ക് എന്റെ ഭംഗി അറിയില്ലായിരുന്നു. ചേട്ടന്റെ കൂടെ കല്ല്യാണം നടക്കും വരെ.

വർഷങ്ങൾക്ക് മുൻപ് ചേട്ടനല്ലാതെ മറ്റൊരാളുടെ മുൻപിൽ നഗ്നയായപ്പോൾ ഇസ്സു പറഞ്ഞതാ ഇന്നും മറക്കാനാവാത്ത ഓർമ്മകളിൽ: "വിരിയുന്ന, വിരിയാനിരിക്കുന്ന പുഷ്പത്തിന്റെ സൗന്ദര്യം ആണ് ഇന്നെന്റെ കയ്യിൽ." അന്ന് ഞാനെന്ന പൂ നുകർന്നു ഇസു, ആദ്യമായി.

ചില ഓർമ്മകൾ എന്നെ സ്വാധീനിച്ചിട്ടുണ്ട്. ജിത്തുവിനെ സ്വയം അറിയാൻ. മനസ്സിന്റെ ധ്വനി പ്രതിധ്വനി ആവും. അപ്പോൾ വെല്ലുവിളികൾ ജീവിതത്തെ വ്യതിയാനങ്ങളിലൂടെ പുതിയ നിർവ്വചനങ്ങൾ കണ്ടെത്താൻ അനുവാദം തരും.

ആരാണാവോ പറഞ്ഞത് ഒരു ജീവിത കാലം പോരാ മനുഷ്യമനസ്സിനെ കണ്ടെത്താൻ! ഓരോ തവണ ചിന്തുക്കുമ്പോഴും സംഗീർണത ഉയിർത്തെഴുന്നേൽക്കും. വിസ്മയം ചേർന്ന പുതിയ ഒരു കാതൽ തത്വം. ഒന്നൂടെ ചിന്തിച്ചാൽ മറ്റൊന്നും. ഞാൻ എന്തിനാ ആ വളഞ്ഞ വഴിയിലൂടെ പ്രയാണം ചെയ്യേണ്ടിവന്നതെന്ന് ഇന്നോർക്കുമ്പോൾ അന്നത്തെ ഊരാക്കുടുക്കുകൾക്കു ചിലന്തി വലകളേക്കാൾ കാഠിന്യം. മനുഷ്യമനസ്സിന്റെ വേദാന്തം നോക്കിയില്ല; ലക്ഷ്മണരേഖ മറികയറുമ്പോൾ. വരമ്പുകൾക്കു അതിരില്ല. അങ്ങകലെ അത്രയൊന്നും നോക്കി തീരുമാനങ്ങൾ എടുക്കാൻ സമയവും ഇല്ലായിരുന്നു. സമയവും സന്ദർഭങ്ങളും ഒന്നായപ്പോൾ; അതെ വഴി ഒരേ വഴി എന്ന പോലെ തോന്നി.

പരിമിതിയുടെ അന്തരീക്ഷത്തിൽ പരമാവധി ശ്രമിച്ചു. മനസ്സിനെ തളച്ചിടാൻ. ഒത്തില്ല. പറ്റിയല്ല. നിവൃത്തിയില്ല എന്നായി.

മുഴുവൻ മുങ്ങിയാൽ കുളിരില്ല എന്ന് അച്ഛൻ പറയും. മുത്തച്ഛൻ അത് വിശദീകരിച്ചു. കാരണങ്ങൾ പറയും. എന്നോട് ഒരു തിരിച്ചറിയൽ തിയറി പറഞ്ഞു തരും. ഞാനത് കേൾക്കും. മിണ്ടാതെ മനസ്സിന്റെ താളങ്ങൾ തെറ്റാതെ. ഒന്നും അറിയാത്ത പോലെ. മൂകമായി മൗനത്തിന്റെ ഛായയിൽ മതിലുകളുടെ ഓരങ്ങളിലൂടെ, തെറ്റിദ്ധരിക്കാതെ. ഉന്നം പിഴക്കാതിരിക്കാൻ. കുടുംബം നടത്തിക്കാൻ. ഇത്തിരി പോന്ന ആശയുടെ സാക്ഷാത്കാരത്തിന്റെ അറ്റവും തുഞ്ചവും കണ്ടെത്താൻ.

മുത്തച്ഛൻ എന്നിൽ ആശകളുടെ തിരിനാളങ്ങൾ ജ്വലിപ്പിച്ചു. അതിലൂടെ വെളിച്ചം കാണാൻ ശ്രമിക്കുമ്പോൾ ചരിത്രത്തിലെ നേരിയ കറുത്ത മേഘപാളികൾ മായുന്നുണ്ടോ എന്ന് ശ്രദ്ധിക്കും.

"നിർത്തി" എന്ന എന്റെ തീരുമാനം ജീവിതാകാശങ്ങളിലെ വെളിച്ചപ്പാടു പോലെ ഒരു തരം വെല്ലുവിളി ആയി.

ആ കാലത്തൊരു അമ്പലത്തിൽ ഒരു കുന്നിനു മീതെ തൊഴാനൊരുമിച്ചു പോയപ്പോൾ കളഭം തൊട്ടു, ഇലയിൽ നിന്നും

മുത്തച്ഛൻ പ്രസാദം എന്റെ നാവിലേക്ക് ചാർത്തിയപ്പോൾ ഞാൻ കരുതി. “ഇല്ല, ഇനി വേണ്ട.”

മുത്തച്ഛൻ അന്ന് എന്റെ തലയിൽ കൈവെച്ചെന്നെ അനുഗ്രഹിക്കുമ്പോൾ എനിക്ക് തോന്നി, എന്റെ തലതൊട്ടപ്പൻ അല്ലേ എന്ന്.

നിർത്തി എന്ന തീരുമാനം, അതിനു ഒരേടുണ്ട്, എന്റെ കഥയിൽ.

എന്നേക്കാൾ എത്രയോ പ്രായം കുറഞ്ഞ, ഒരേ ഓഫീസിൽ കൂടെ ജോലി ചെയ്യുന്ന അന്തു എന്ന അന്തോണി കാരണമാണത്.

ഞങ്ങൾ ടി ബ്രേക്കിൽ എല്ലാരും പോയാലും ഇത്തിരികൂടെ ഇരിക്കും. കണ്ണുകൾ നോക്കി ഇരിക്കുമ്പോൾ വാചാലമായ സംസാരങ്ങൾക്ക് മാറ്റു കൂടും. രാത്രിയിൽ ചാറ്റ് ചെയ്യുമ്പോൾ ചിത്രങ്ങൾ കൈമാറും. ഇഷ്ടം വഴിമാറി, വികാരങ്ങളുടെ കുപ്പായമിടാൻ കുറച്ചുമാത്രം സമയമേ എടുത്തുള്ളൂ.

അന്നൊരു ദിവസം വീട്ടിൽ ആരുമില്ലാതെ. അന്തു വിളച്ചപ്പോൾ എന്നേ കാണാൻ കൊതിയാവുന്നെന്ന് പറഞ്ഞു. എവിടെ ആണെന്ന് ചോദിച്ചപ്പോൾ–മെഷീൻ നന്നാക്കാൻ ഒരു സർവ്വീസ് കാൾ ഉണ്ടെന്നും വീടിന്നടുത്താണെന്നും പറഞ്ഞു.

എന്തിനാ എന്നറിയില്ല വഴിപറഞ്ഞു കൊടുത്തു. വരുമെന്ന് തോന്നീട്ടല്ല. വന്നാലാവട്ടെ എന്ന് തോന്നി. അന്തു വന്നു. മുകളിലെ എന്റെ മെഷീൻ കാണിക്കാൻ പടികൾ കയറുമ്പോൾ എല്ലാം നടക്കും എന്ന് കരുതിയതുമില്ല.

തൊട്ടപ്പോൾ, തീർന്നു. മനസ്സ് മാറ്റാൻ ഒരു സ്പർശനം മതി എന്ന് മനസ്സിലായതന്നാ.

അടഞ്ഞിട്ടില്ലാത്ത വാതിൽ, തുറന്നിട്ട മനസ്സ്, രൂക്ഷമായ വികാരം. ഒരു മെഷീൻ ആയി അവൻ, ഞാൻ ഒരു മെഷീൻ ഉടമയും. കല്യാണം കഴിഞ്ഞിട്ടില്ലാത്ത അന്തു കുന്തത്തിന്മേൽ ഉറയിട്ടു മെഷീൻ നന്നാക്കാൻ തുടങ്ങിയപ്പോൾ തോന്നി–പുതിയതൊന്നും അല്ല എന്റെ സർവ്വീസ് ഏജന്റ് എന്ന്. വെറുപ്പും അറപ്പും ഒരേ വേദിയിൽ മനസ്സിനെ നോവിപ്പിച്ചു. വേണ്ടായിരുന്നു എന്ന് വല്ലാതെ തോന്നി. പോകുമ്പോൾ സന്തോഷമല്ല, വിഷമമുള്ള മനസ്സ്. വിട പറയുക പലപ്പോഴും ഇനിയൊരിക്കൽ എന്ന് പറഞ്ഞാ. ആ ദിവസം മാറി, കാരണം ആരാഞ്ഞില്ല.

ഓർക്കാപ്പുറത്ത് നടന്ന ആ സംഭവം ഞാൻ മുത്തച്ഛനോട് പറഞ്ഞു. “തെറ്റുകൾ തിരുത്തുവാൻ സമയം ആയോ?” എന്ന ചോദ്യത്തിന് ഞാൻ തിരിച്ചടിച്ചു: “മുത്തച്ഛനോ.”

ഇടി വെട്ടിയ പോലുള്ള എന്റെ പ്രതികരണം മുത്തച്ഛനെ ഞെട്ടിച്ചു. തിരിച്ചടി ഞാനും പ്രതീക്ഷിച്ചില്ല.

"അന്തു പോയി, നിർത്തി. എന്നിട്ടെന്തിനാ നിസ്സു നിന്നോട് ചേർന്ന് നിന്റെ കഥയിലേക്ക് നീങ്ങിയത്" – ആരും അറിയാതെ ആയിരുന്നു വാട്സ് ആപ്പ് ചാറ്റിലും ഫോൺ കാളിലും കാറിലുള്ള യാത്രകളും എന്നാ ഞാൻ കരുതിയിരുന്നത്.

"മുത്തച്ഛന് ചൂടാ, ഭ്രാന്താ. എന്നെ കൊണ്ടിങ്ങനെ പറയാനും എനിക്കത് കേൾക്കാനും." ഞാൻ എന്റെ കളരിയിലെ ആവനാഴിയിൽ നിന്നും കള്ളത്തരങ്ങളുടെ നീണ്ട ഒരു പരീക്ഷണം തുടർന്നു. മുത്തച്ഛനെ കുറ്റക്കാരനാക്കി. ഞാൻ പാവവും.

"നിർത്തി" എന്ന് കേട്ടത് മുതൽ പരിണാമം ആവും എന്നും ഇനിയൊരിക്കലും ആ വാതിലിന്നകത്ത് കടക്കില്ല എന്നും പലപ്പോഴും ഞാൻ വാക്ക് കൊടുത്തിട്ടുണ്ട്. അതിനു ശേഷം മുത്തച്ഛൻ എനിക്ക് ഒരു പാട് കാര്യങ്ങൾ ചെയ്തും തന്നു. വേദന ഉണ്ടെന്ന് പറഞ്ഞാൽ മരുന്നു മാത്രമല്ല, വാഷിംഗ് മെഷീൻ, കുക്കർ, വിസിൽ അടിക്കുന്നില്ല എന്നാൽ അതും. അടുക്കളയിലെ സറ്റൗവ് തീ പിടിച്ചു എന്നായപ്പോൾ ഏതാ വേണ്ടതെന്നു ചോദിക്കാതെ അതും. അങ്ങിനെ വീടിന്റെ അറ്റകുറ്റ പണികൾ, രണ്ടു പുതിയ മുറികളും ഉണ്ടാക്കി, പെയിന്റിങ്ങ് കൂടെ ആയപ്പോൾ ഞാൻ തന്നെ നല്ലൊരു പരിണാമം ചെയ്തത് നല്ലതായി തോന്നീട്ടുണ്ട്.

എപ്പോളും തോന്നാറുണ്ട്: ജീവിതം തുടക്കവും ഒടുക്കവും ഇല്ലാത്തതാണ് എന്ന്. പണ്ടൊരിക്കൽ എല്ലാരോടും ദേഷ്യം പിടിച്ചിട്ടു അടുപ്പിലൊഴിക്കാൻ വെച്ച മണ്ണെണ്ണ കുപ്പി കണ്ടെത്തി. മെല്ലെ മേലെല്ലാം പാർന്നു. മറ്റൊരു നിമിഷം മക്കളെ ആലോചിച്ചു. ഒടുക്കാൻ വേണ്ടി നിന്ന ഞാൻ, വേണ്ട എന്ന് വെച്ച്, നേരെ ബസ് കയറി കാവിന്നടുത്ത അമ്പലത്തിൽ പോയിരുന്നു. അപ്പോൾ മുത്തച്ഛൻ ഫോൺ ചെയ്തു.

"എവിടെയാ?" സ്നേഹ നിർഭരമായ ശബ്ദം. ആ ശബ്ദത്തിൽ ഒരു ആഹ്വാനം പോലെ.

"പറയൂ, നീ എവിടെയാ?"

"ഒരിടത്ത്"

"ഇങ്ങോട്ട് വാ, നിന്റെ ഒച്ചയിൽ എന്തോ ഒരു വല്ലായ്മ"

ഞാൻ ഒരു കോഫി ഷോപ്പിൽ പോയി. കണ്ടു.

“ഇതെന്താ മണ്ണെണ്ണ മണക്കുന്നത്?” മരുന്ന് വല്ലതും വാങ്ങിയോ?”

“അല്ല - ഞാൻ എന്നെ വേണ്ട എന്ന് വെക്കാൻ വേണ്ടി ട്രൈ ചെയ്തു”

“എന്നിട്ട് എന്നെയും കൊല്ലാൻ വേണ്ടി അല്ലേ?”

അധികാരത്തിന്റെ ചുയയുള്ള അതെ ശബ്ദം

എന്നോടുള്ള ഇഷ്ടത്തേക്കാൾ എന്റെ വേദനകളെ ഇഷ്ടമായിരുന്നു എന്നും പറയും. ചെറുപ്പത്തിൽ കുറെ കുറെ കഷ്ടങ്ങൾ അനുഭവിച്ച ഒരാൾ.

ഉൽകണ്ഠകളും, അനിശ്ചിതങ്ങളും ആയ ഒരുപാട് പേടിപ്പിക്കുന്ന നിമിഷങ്ങൾ എനിക്ക് കടന്നു പോവേണ്ടി വരും. പേടിയുടെയും, സങ്കടത്തിന്റെയും നാഡികൾ ഒന്നാവുമ്പോൾ ചങ്കിടിപ്പും. അപ്പോൾ ആയിരിക്കും മുത്തച്ഛൻ വരിക-അടുത്തേക്ക്. ജീവിതത്തിന്റെ പല വശങ്ങളും പരിചയിച്ച ആ നല്ല മനുഷ്യൻ. ഭയം ഇല്ലാതാക്കും, വീണ്ടും ആശയുടെ തിരി നാളങ്ങൾ നീട്ടിവെക്കും, “സാരമില്ല, എല്ലാം ശരിയാവും.”

അയാളെ എനിക്കെന്തോ ഇഷ്ടത്തിന്റെ കൂടെ സ്നേഹം ആയി. ബഹുമാനം എന്നൊന്നും അല്ല. അതിനും കാരണമുണ്ട്.

പതച്ചു തണുത്ത ചുക്ക് വെള്ളം ഫ്രിഡ്ജിൽ വെക്കാൻ കുപ്പികളിൽ ഒഴിക്കുമ്പോൾ ഞാൻ ശ്രദ്ധിക്കാറുണ്ട്. ആദ്യം പകുതി വരെ എത്തുമ്പോൾ വെള്ളത്തിൽ കുമിളകൾ നുര നുരയായി ഒരുപാടുണ്ടാവും, മേലോട്ട് എത്തുമ്പോൾ കുറയും. ഇല്ലാതാവും അതും അനുഭവങ്ങളെ പോലെ അല്ലെ എന്ന് താരതമ്യപ്പെടുത്താൻ നോക്കി, ഞാൻ ഇൻഷൂറൻസ് ജോലിയിൽ തുടങ്ങുന്ന അന്ന് ഇസ്സുവിന്റെ അടുത്ത് പോയി വീട്ടിൽ കയറുമ്പോഴും ചേട്ടനെ നോക്കുമ്പോഴും കുപ്പിയിലെ അടിഭാഗത്തുള്ള കുമിളകൾ പോലെ. നാടിയിടിപ്പും. പഴക്കം വന്നു പതമായപ്പോൾ നിറയുന്ന കുപ്പിയിൽ സമയം ഏറ്റുവാങ്ങിയ നേരത്ത് കുമിളകളും മനസ്സിന്റെ ചാഞ്ചാട്ടങ്ങളും ഒരു നേരിയ ആശ്വാസം പോലെ, നെടുവീർപ്പുകൾ ഇല്ലാതെ. ചിരിയുടെ കവചം അണിഞ്ഞുകൊണ്ട്.

പരിണാമത്തിൽ അങ്ങേ അറ്റം എന്ന പോലെ. എന്നിൽ വിശ്വാസമുള്ള മുത്തച്ഛൻ എന്നോട് ഒരിക്കൽ ചോദിച്ചു: നിന്റെ ദേഷ്യം ഇത്ര പെട്ടെന്ന് ആയാൽ അത്കൊണ്ട് നിനക്കല്ലെ കൂടുതൽ ബുദ്ധിമുട്ടുകൾ വരുക എന്ന്?

എന്നിട്ട് കുറേ നേരമിരുന്ന് പറഞ്ഞു തന്നു. എല്ലാവർക്കും പ്രശ്നങ്ങളുണ്ട് എന്നും പ്രശ്നങ്ങളില്ലാത്ത ആരും ഈ ഭൂമിയിൽ ഇല്ല എന്നും.

“എനിക്ക് എന്റെ പ്രശ്നവും ബുദ്ധിമുട്ടുകളും അറിയില്ല, എന്ന് തോന്നീട്ടില്ല, ഇതുവരെ” – ഞാൻ പറഞ്ഞു.

“അതാ പ്രശ്നം. നിന്റെ അളവുകോലുകൾ ഇല്ലേ? ബുദ്ധിമുട്ടുകളുടെ അളവുകോലുകൾ അതാ പ്രശ്നം.”

“ഉം – മനസ്സിലായില്ല”

“നിനക്കുള്ളത്രയിൽ കൂടുതൽ നീ അറിയുന്ന പലർക്കും കഷ്ടങ്ങളില്ലേ?”

ഞാൻ ആലോചിക്കാൻ ശ്രമം നടത്തി, പലപ്പോഴും ശരിയായിരിക്കാം. “നിന്റെ ബുദ്ധിമുട്ടുകൾ നീ നിന്റെ മനസ്സിൽ നെയ്തെടുക്കുന്നതാ.”

“തീരാത്ത ബുദ്ധിമുട്ടുകൾ നീ നിന്റെ മനസ്സിൽ കൊണ്ടുനടക്കുന്നതാ.”

“തീരാത്ത ബുദ്ധിമുട്ടുകളാണെനിക്ക്”

“ഫുഡ് പ്രോബ്ളം ആണോ? അല്ലല്ലോ? പണം പ്രോബ്ളം ആണോ? ആണ് അല്ലേ?”

“അതാ പ്രോബ്ളം” എന്റെ വലിയ പ്രോബ്ളം ഞാനാ വീട് കൊണ്ടു നടത്തുന്നതെന്നതാണ്”.

“ചേട്ടൻ ഇല്ലേ? ചേട്ടൻ നോക്കട്ടെ. നിനക്ക് കഴിയുന്നത് നീ ചെയ്യുന്നുണ്ടല്ലോ?”

“ഉം” – മുത്തച്ഛൻ എനിക്ക് മൂന്ന് ജോലികൾ ശരിപ്പെടുത്തി തന്നു. ഉള്ള ജോലിയിൽ ഇരിക്കുമ്പോൾ അക്കരെ മരുപ്പച്ച എന്നാണ് തോന്നുക.

“നീ നിന്നെ മറ്റുള്ളവരുമായി താരതമ്യപ്പെടുത്തല്ലേ എപ്പോഴും– അതാ നിന്റെ കാര്യവും നിന്റെ പ്രശ്നങ്ങളും”

“എന്റെ അടങ്ങാത്ത ആശകൾക്കു വളമിട്ട് വലുതാക്കിയത് നിങ്ങളാ; ഞാൻ അല്ല” –ഞാൻ ആഞ്ഞടിച്ചു, മുത്തച്ഛനോട്.

“അതെ, ആരുടെയെങ്കിലും കാറിൽ പോകുമ്പോൾ ഒന്നോർക്കണമായിരുന്നു, അതവർക്കു വേണ്ട ആവശ്യത്തിനായിരിക്കും എന്ന്.”

# അധ്യായം-3

## നൂലാമാലകളുടെ എട്ടുകാലിവല

## ആശകളുടെ വഴിത്തിരിവിൽ നിലാവു പൂത്തു

ഇട്ടിരുന്ന തുണി രാത്രിയിൽ ഉണക്കി പിറ്റേന്നിടേണ്ട ഒരു സമയം – അത്ര പഴയതല്ല. ഇപ്പോൾ കാലുകളിൽ ലെഗ്ഗിംങ്ങ്സ് ഇട്ടുപോകും.

ഞാനോർത്തു. ഫാൻസി നമ്പർ ഉള്ള കാറിൽ കയറി കണ്ണൂരിൽ ഇസ്സുന്റെ കൂടെ

പോകുമ്പോൾ, ഒരിക്കൽ ആരെയോ പരിചയപ്പെടുത്തി – "ഇതെന്റെ വക്കീലാ"

വേഷങ്ങൾ എന്തെല്ലാം? മുഖംമൂടികൾ എവിടെ എല്ലാം?

കള്ളത്തരങ്ങൾ കുരങ്ങു കളി പോലെ – മന്ത്രക്കോലൊന്നും ഇല്ലാതെ. ഇടം വലം നോക്കാതെ എങ്ങിനെയും ഉത്തരങ്ങൾ വരും. ചോദ്യകർത്താവിന്റെ മനസ്സും ആ സമയത്തെ മൂഡും മനസ്സിലായാൽ കള്ളങ്ങൾ സത്യങ്ങളുടെ മുഖം മൂടിയിൽ ഒളിച്ചിരിക്കും.

അല്ലെങ്കിലും തെറ്റുകളും ശരിയും ഒരുപോലെ, കള്ളവും സത്യവും അതെ ചാര നിറത്തിലല്ലേ ഇന്ന് നീങ്ങുന്നത്?

ഒരിക്കൽ സബീറിന്റെ കാറിൽ ഒന്ന് ചുറ്റാൻ പോയത് ഞാൻ മൗനമായി വെച്ചു. മുത്തച്ഛൻ അത് കണ്ടു. ഒന്നും ചോദിച്ചില്ല, ഇത്ര മാത്രം.

"നീ എന്നോട് പറയും എന്റെ കാറിൽ പോകാൻ ഒരു പേടിയും ഇല്ല എന്ന്."

കേട്ടപ്പോൾ ഉത്തരം ഇല്ലായിരുന്നു.

"അത് ഞാനായിരിക്കില്ല"

ഒരിക്കൽ മുത്തച്ഛൻ വീട്ടിൽ വന്നപ്പോൾ ഞാൻ സ്കൂട്ടറിൽ മോളെ സ്കൂളിൽ കൊണ്ടുപോയാക്കി തിരിച്ചു വന്നതായിരുന്നു.

"നിനക്ക് ലൈസൻസ് എടുക്കണ്ടേ. ഡ്രൈവിങ്ങ് പഠിച്ചു കഴിഞ്ഞു. ഇനി ഒരു കാര്യം ചെയ്തു,

സ്കൂട്ടറിനെയും കാറിന്റെയും ലൈസൻസ് ഒരുമിച്ചെടുത്തോളൂ.

“എന്തിനാ കാറിന്റെ?”

“ഒന്നായി എടുക്കാൻ ഞാൻ ഏർപ്പാട് ചെയ്യാം.”

“ടൂ വീലർ മതിയിപ്പോൾ, കാറിന്റെ വേണ്ട!”

“അതല്ല, എന്നാൽ പിന്നെ സ്വന്തം കാറിൽ ഡ്രൈവ് ചെയ്തു പോകാമല്ലോ, വേറെ ആളുകളുടെ കൂടെ സൈഡ് സീറ്റിൽ ഇരിക്കാതെ”

ഞാൻ എന്നാ കാർ ഓടിക്കുക എന്നതല്ല, ധ്വനിയിൽ വേറെ ആളുകളുടെ കൂടെ കാറിൽ പോകേണ്ട എന്നാ ആവശ്യം.

ഡ്രൈവിംഗ് സ്കൂളിലും എന്നെ കൊണ്ട് പോവും. എന്നെ മുത്തച്ഛന്റെ കാറിൽ ഇരുത്തി ഓടിക്കാനും പറയും. ധൈര്യം എനിക്കുള്ളതാ, മറ്റെല്ലാ കാര്യങ്ങളിലും, അതെല്ലാം ജീവിച്ചു പഠിച്ചു.

പിന്നെ ലൈസൻസ് രണ്ടും കിട്ടിയപ്പോൾ ഞാൻ കാണിച്ചു കൊടുക്കാത്തതിന് എന്നോട് ഇപ്പോളും പരിഭവമുണ്ട്. ഞാൻ കാണിച്ചു നന്ദി പറയേണ്ടതായിരുന്നു. പക്ഷേ “എല്ലാം എല്ലാം” എന്ന് വിളിക്കാൻ മനസ്സുള്ളപ്പോൾ എന്തിനാ ഇത് മാത്രം എടുത്ത് പറയുന്നത് എന്നും തോന്നി.

പ്രതികൂലമായ എന്റെ മനസ്സിലെ രൂപഭാവങ്ങൾ ശ്രദ്ധിച്ചു അതിൽ നിന്നും അനുകൂലത കണ്ടെത്തുക. മുത്തച്ഛൻ എന്നെ പഠിപ്പിക്കാൻ പല തവണ നോക്കി.

നിഴലുകൾ നീക്കി മേഘപാളികളിലൂടെ വെളിച്ചത്തിന്റെ നിറം കാണിക്കുവാനും, സബീറിന്റെ കൂടെ കാറിൽ പോയത് കണ്ടപ്പോൾ എന്നെ ആലോചിച്ചതും എനിക്ക് വേണ്ടി ചെയ്യാൻ തോന്നിയതും എത്ര വ്യത്യസ്തങ്ങൾ?

എനിക്ക് കാറും എഴുതി തരാം എന്ന് പറഞ്ഞാ ഫോർ വീൽ ഡ്രൈവിംഗ് ലൈസൻസ് എടുത്തു തന്നത്. എന്റെ എല്ലാമെല്ലാമായ മുത്തച്ഛൻ.

ആവശ്യങ്ങളുടെ പ്രലോഭനങ്ങൾ മാത്രമല്ല; എന്നെ ചെയ്യിക്കുന്നതും ഞാൻ പോവുന്നതും. ജോലി നിലനിർത്താൻ വേണ്ടി ആദ്യം ഒരു പോളിസി എടുക്കാൻ, കമ്പനിയുടെ ലക്ഷ്യം എന്റേതാക്കി മാറ്റാൻ, എന്റെ മക്കളുടെ കാര്യങ്ങൾ ഇത്തിരി കൂടെ നന്നാവാൻ. ഒരമ്മ അമ്മയല്ലാതാവാൻ പറ്റില്ല ഒരു ഭാര്യ മാറും. നിമിഷങ്ങൾ മണിക്കൂറുകളായി ചിന്തകളിൽ ഊറി വരുമ്പോൾ മനസ്സ് അതിരുകൾ വെട്ടി നീക്കാൻ ശ്രമിക്കും.

അമ്മയുടെ ആവശ്യങ്ങൾ കൈക്കൊള്ളാനും ചുമതലകൾ സ്വയം ചുമലിൽ ഏറ്റെടുക്കാനും ഉത്തരങ്ങൾ ഇത്തരങ്ങൾ ആണോ എന്നൊന്നും അപ്പോൾ ആലോചിക്കാൻ സമയമുണ്ടാവില്ല. തോന്നുന്നത് ചെയ്യുന്നത് തോന്നിയവാസം അല്ല എന്ന് തോന്നും. ഇസ്സുവിന്റെ കണക്കുകൂട്ടലുകൾ അപ്പോൾ വരവിൽ കവിഞ്ഞ ചിലവാവുമ്പോൾ ആർ എന്ത് പറയും എന്ന് ആദ്യം പോളിസി എടുക്കാൻ വേണ്ടി കുപ്പായം അഴിച്ചപ്പോൾ ചിന്തിച്ചു. പിന്നെ അതൊരു ചടങ്ങായി.

വരവിൽ കൂടുതൽ ചിലവാകുമ്പോൾ ആർ എന്ത് പറയും എന്നതിൽ എനിക്കു താൽപര്യം ഇല്ലാതായി. ഇസ്സുവിന്റെ പോളിസി എടുക്കാൻ വേണ്ടി കുപ്പായം അഴിച്ചപ്പോൾ മനസ്സ് യാചിച്ചു, എന്നോട്. അന്ന് ഞാൻ എന്റെ അമ്മക്ക് വേണ്ടി എന്റെ അമ്മയെ മറന്നു, അതാ മാതൃഭക്തി. അമ്മയോട് മാപ്പ് ചോതിച്ചാണ് ഞാൻ ഇസ്സുവിനു എന്നെ വിറ്റതും. പിന്നീടതൊരു സാദാരണ ചടങ്ങായി മാറിയപ്പോൾ, എന്റെ ചങ്കൂറ്റവും കൂടി.

വിലാസിനിയുടെ "നിറമുള്ള നിഴലുകൾ" എനിക്ക് ചാരനിറം പോലെ തോന്നും. അന്തിയുറങ്ങാൻ കൊതിക്കുന്ന സന്ധ്യയ്ക്ക് നിറങ്ങളുണ്ട്. ഉറക്കം വരാതിരിക്കുമ്പോൾ ചിത്രങ്ങൾ മായും, മറയും. ചാരം എന്ന നിറം ഉള്ള വഴികൾ, നമ്മിൽ പലരും നടന്നു പോവുന്ന അതെ വഴി.

അവിടെ വീണ്ടും വാട്സ് ആപ്പും ഫേസ് ബുക്കും പുത്തരി ഉരസുന്ന പുതിയ പൂത്തിരി കത്തിക്കുന്നു. പുതിയ ബന്ധങ്ങൾ, അനിശ്ചിതയുടെ അന്ധകാരത്തിൽ, പുതിയ പ്രഭാതങ്ങൾക്ക് പുതിയ നിറങ്ങൾ തരുന്നു.

ഞാൻ എന്ന "അമ്മ" വീണ്ടും മറ്റൊരു മെഷീനായി, മറ്റൊരു ഉപകരണമായി അമർന്നുയരുന്ന നിശ്വാസങ്ങൾ മനസ്സിന്റെ അഗാധതയിൽ ഒളിക്കുമ്പോൾ സ്വപ്നങ്ങൾ അല്ല താറുമാറാവുന്നത്. ജീവിതം.

ചിലപ്പോൾ അന്വേഷണം അനുകമ്പയിലൂടെ ആയിരിക്കും മുത്തച്ഛന്റെ ചോദ്യങ്ങളിൽ. ദേഷ്യം വരും അപ്പോളെല്ലാം. എല്ലാം അറിയാം; പലതിനും കൂട്ടുനിന്നിട്ടും ഉണ്ട് എന്നിട്ടും?

മുത്തച്ഛന്റെ വീട് ചാവി തരാറുണ്ട്, അയാൾ മക്കളുടെ അടുത്തേക്ക് പോവുമ്പോൾ. ചെടികൾ നനക്കാനും ഒന്നെല്ലാം വൃത്തിയാക്കി ഇടാനും. കുടുംബത്തിലെ ആരെയെങ്കിലും കൊന്നും ഞാൻ അവിടെ പോകുന്നെന്ന് പറഞ്ഞു വീട്ടിൽ നിന്നുമിറങ്ങി ആ ചാവി കൊണ്ട് വീട് തുറക്കാറുണ്ട്. പല തവണകളിൽ, നാദാപുരത്തുള്ള ഗൾഫിലെ രണ്ടു മൂന്നും ആളുകൾ ഞാനുള്ളപ്പോൾ അവിടെ വരാൻ പറഞ്ഞിട്ടുണ്ട്. സേഫ് ആണത്. ഇത്തിരി "മരുന്നും" ആവാമപ്പോൾ.

ഒരിക്കൽ മരുന്നിന്റെ കാലി കുപ്പി വൃത്തിയാക്കുമ്പോൾ എടുത്ത് കളയാൻ മറന്നു.

ചാവി കൊടുക്കാൻ പോയപ്പോൾ മുത്തച്ഛൻ ചോദിച്ചു – എനിക്ക് കുഴപ്പമൊന്നുമില്ല; നീ സൂക്ഷിച്ചാൽ മതി.

“അപ്പം തിന്നുന്ന ആൾ എന്തിനാ കുഴി എണ്ണുന്നത്?”– അയാളും അതിൽ പങ്കാളി അല്ലെ? അങ്ങിനെ ആയിരുന്നു “നിർത്തി” എന്ന് ഞാൻ പ്രതിജ്ഞ എടുക്കും വരെ. പിന്നെ കളി കാര്യമായപ്പോൾ, അന്വേഷണം കൂടി. എനിക്കത് എന്റെ ഫ്രീഡം ഇല്ലാതാക്കുന്ന പോലെ ഇപ്പോഴും തോന്നും.

ഒരു സ്വയാന്വേഷണം നടത്താൻ ഒരുങ്ങിയില്ല ഞാനൊരിക്കലും. കാരണങ്ങൾ അതിന്നു അനുവദിക്കില്ല എന്നത് തന്നെ. ഉത്തരം മുട്ടുന്ന ഉദരത്തിൽ നെടുവീർപ്പുകൾ കൊണ്ട് അസിഡിറ്റി ഉണ്ടാക്കും എന്നതിൽ കവിഞ്ഞെന്താ?

ഉദ്ദേശസാധ്യതക്കായിരുന്നു ദുരുദ്ദേശത്തേക്കാൾ മുൻതൂക്കം. ഞാൻ ചെയ്ത തെറ്റുകളുടെ ഉത്തരവാദി ഞാൻ തന്നെ അല്ലെ ആവൂ? പിരിഞ്ഞ പാൽ അല്ലെ പനീർ.? ആ പനീർ കൊണ്ടല്ലേ മധുരമുള്ള രസഗുള ഉണ്ടാക്കുന്നതും? പിന്നെ ഞാൻ എന്തിന് കീഴടങ്ങണം. ആരുടെയെങ്കിലും മുന്നിൽ.?

പരിണാമമെന്ന പ്രക്രിയ ആത്മാവിന്റെ തനിമ ആണ്. ഞാൻ എന്റെ കർമങ്ങൾക്ക് പിഴ അടക്കും. വേറെ ആർക്കും അത് പറ്റില്ല.

എന്റെ മാറാപ്പ് ഞാൻ അല്ലെ പേറേണ്ടത്.? മുത്തച്ഛന് അത് പറ്റില്ല. ഞാനൊട്ടു അനുവദിക്കുകയും ഇല്ല. എന്റെ ഓർമ്മകൾ എന്നെ ചുഴിയുമ്പോൾ ദേഹം വിയർക്കും. ഭർത്താവും മക്കളും അറിയാതെ അല്ലെ ഞാൻ അവർക്ക് വേണ്ടി കുറ്റബോധം സഹിച്ചുകൊണ്ട് വേദന ചിരിയിലൊതുക്കി നീങ്ങുന്നത്? മുത്തച്ഛന് അതിലെന്താ കാര്യം.?

അച്ഛനും മരിച്ചു പോയ എന്റെ കുടുംബത്തിലെ ആത്മാക്കൾക്കും ബലിയിടാൻ ഞങ്ങൾ തിരുനെല്ലിയിൽ പോയി. നനഞ്ഞ സൽവാർ ഇട്ടു കണ്ടപ്പോൾ മുത്തച്ഛൻ എന്റെ മാറിടം ആണ് നോക്കിയിരുന്നത്. ഞാൻ അച്ഛനെ ധ്യാനിക്കുമ്പോൾ.

മാംസളമായ വികാരങ്ങൾ മനുഷ്യർക്ക് മാത്രമല്ല, എല്ലാ ജീവജാലങ്ങൾക്കും ഉള്ളതാണത്. പ്രക്രിയയുടെ സത്ത്, അതിലൂടെ അല്ലെ എല്ലാം നടക്കുന്നതും? ഒരുപാടാലോചിച്ചാൽ വല്ല്യച്ഛനു ഞാൻ ഒരു അടിമ ആണോ എന്നും തോന്നും. അയാളുടെ വികാരങ്ങൾ എന്നിലൂടെ

തീർക്കാൻ വേണ്ടി ബാക്കി എല്ലാം സമർപ്പണം ചെയ്യേണ്ട ഒരവസ്ഥ അല്ലേ?

എന്റെ കഥയിലെ സാരാംശം തന്നെ അതല്ലേ, മഹാഭാഗവതത്തിലെ പിങ്ഗളയുടയെയും?

വെറുപ്പിന്റെയും വിയർപ്പിന്റെയും ഇടയിൽ ഏകാകിനി ആയി ഇരിക്കുമ്പോൾ കൂട്ടിന് ആരെ എങ്കിലും തിരയുന്നത് തന്നെ അല്ലെ പിങ്കളയും ചെയ്തത്? സ്വയം ഇല്ലാതാവുന്നു എന്ന് തോന്നുമ്പോൾ, ആർക്കും എന്നെ വേണ്ട എന്ന് മനസ്സിന്റെ അപോധ മനസ്സിൽ വേരിടുമ്പോൾ ഹൃദയം സ്നേഹത്തെ തിരയുന്നു. പ്രണയം എന്ന ഒന്നുമല്ലാത്ത വിഷയം മനസ്സിൽ നിറങ്ങൾ ഇടും, ഓണക്കാലത്ത് പൂക്കളങ്ങൾ പോലെ.

ചിന്താമണിയെ കാണാൻ നിറഞ്ഞ നദി കടന്നു രാത്രി വന്ന ബില്ല്വംഗളയെ സ്വീകരിച്ച കഥ, അതിലും ആത്മാവിന്റെ ആവിഷ്കാരമാണ് പ്രതിഫലനം.

പിന്നെന്തിനാ മുത്തച്ഛൻ എനിക്ക് ഇഷ്ടമുള്ള സാരികളും ഒന്നരമുണ്ടും സൽവാറും പൊന്നിന്റെ കഴുത്തിലിടാനുള്ളതും വീട്ടിലേക്ക് ചരക്കുകളും തരുമ്പോൾ ഞാൻ അയാളുടെ മാത്രം വിൽപന ചരക്ക് ആണെന്ന രീതിയിൽ എന്നെ കാണുന്നത്?

എന്റെ ശരീരം എന്റെതല്ലേ? ഞാൻ അല്ലെ അത് എന്തു ചെയ്യണമെന്ന അധികാരത്തിന്റെ പൂർണമായ ഉടമ?

മുത്തച്ഛൻ പറയുന്നത് തിരിച്ചാണ്. ഉടമ നീ തന്നെ, ഞാനും നിന്റെ ശരീരത്തിന്റെ പങ്കാളി, പക്ഷെ എന്തിനാ നീ എന്നോട് കള്ളം പറഞ്ഞത്?

സ്നേഹം ഉണ്ടാവുന്നിടത്തെ കള്ളം പറയേണ്ട ആവശ്യമുള്ളൂ. ഒഴിവുകഴിവുകൾ കാണാനും ഒഴിവാവാനും.

ഒരു തരം രക്ഷപെടൽ. വിട്ടുവീഴ്ചക്ക് വണങ്ങി, ഇനിയും പുതിയ ഏടുകളിൽ സഞ്ചരിക്കാൻ. ജീവിതം നീങ്ങാൻ.

"അതല്ലെ സ്നേഹത്തിന്റെ മാറ്റ്? നൂറ്റൊന്നു തവണ മാറ്റുള്ള നെയ്യും സാധാരണ നെയ്യും തമ്മിൽ ഉള്ള വ്യത്യാസം അതാ. സ്നേഹത്തിന്റെ മാറ്റും."

ശരി എന്ന സത്യം പറ്റില്ല. സത്യത്തിന് ശരിയായ വാക്കുകളില്ല. ആരും ശരിയായ സത്യം പറഞ്ഞിട്ടില്ല. പറയാൻ പറ്റുകയുമില്ല. അതാ ഓഷോ പറയുന്നത്.

പ്രസവം എന്ന സത്യം രൂപാന്തരത്തിന്റെ ഉച്ചകോടിയാണ്. അത്ര തന്നെ വൃത്തികേടായ ഒരു സംഗമവും. രൂപാന്തരം നടക്കുമ്പോൾ വൃത്തികേടുണ്ടാവും.

അസഹനീയമായ തലവേദന തോന്നി അന്ന്. വീടിന്റെ മുക്കും കോണും അടിച്ചു വാരി തുടച്ചു കഴിഞ്ഞപ്പോൾ. വൃത്തി ആയി എന്നത് മാത്രം സന്തോഷം. പക്ഷെ അന്ന് വൈകീട്ട് അയ്യപ്പൻ അമ്പലത്തിൽ മുത്തച്ഛൻ വാങ്ങിയ കസവിന്റെ കരയുള്ള സാരി ഉടുത്ത് താലപ്പൊലി എടുത്ത് നടക്കാൻ ഉള്ളതാ. കഴിഞ്ഞ രണ്ടു കൊല്ലങ്ങളിൽ ഞാൻ പോയില്ലായിരുന്നു.

ഒരിക്കൽ അന്നാണ് തൃശ്ശൂർ നിന്നും അജി വിളിച്ചത്. പോകാതിരിക്കാൻ വയ്യ. കഷ്ടങ്ങളുടെ സമയത്തൊരുപാട് ചോദിച്ചും ചോദിക്കാതെയും ഹസ്ത ദാനം നീട്ടിയ നല്ല ആളാ. അതിനു മുൻപത്തെ കൊല്ലം പിൽസ് കഴിച്ചു പീരിയഡ്സ് നീട്ടി. പക്ഷെ പീരിയഡ്സ് ആണ് എന്ന് കള്ളം പറഞ്ഞു. അസീസിന്റെ കൂടെ വയനാട്ടിലെ ഹോംസ്റ്റേയിൽ പോയിവരാൻ. ഗൾഫിൽ നിന്നും വരുന്ന മുൻപ് തീരുമാനിച്ച ദിവസം ആണ്. അന്ന് ഇന്നോവ കാറിൽ പോയി വന്നപ്പോൾ ഒരു പുതിയ അനുഭവം കൂടി. കാറിലെ പിൻസീറ്റിൽ കിടന്നു ഞാൻ, അസീസ് എന്നെ കളിപ്പിച്ചു. ഓടുന്ന വണ്ടിയിൽ, സ്പീഡിൽ ഓടുമ്പോൾ ഞാൻ ഒരിത്തിരി പുളകങ്ങൾ കണ്ടു. ബാക്കി എല്ലാം ഹോംസ്റ്റേ എത്തീട്ടാ നടന്നതെങ്കിലും.

ഇന്നിപ്പോൾ പോണം, വിളക്കും താലവും കയ്യിലെടുത്തു. റോഡിൽ നടക്കുമ്പോൾ എന്നെ കാണാൻ വരട്ടെ എന്ന് മുത്തച്ഛൻ ചോദിച്ചു.

"അതിനെന്താ?"

പക്ഷെ കണ്ണുകൾ കൊണ്ട് തിരഞ്ഞു, വന്നില്ല. ഏതെങ്കിലും എന്തെങ്കിലും ആലോചിച്ചു കാണും. ഇന്നോവ കാർ മുത്തച്ഛനിഷ്ടമില്ലാതായി. അസ്സീസിന്റെ കഥ കേട്ടപ്പോൾ.

മുത്തച്ഛന് ഇന്നോവ ഇഷ്ടമല്ല, എനിക്ക് ഫ്രൂട്ട് സാലഡ് ആണിഷ്ടം. ഓരോരുത്തർക്ക് ഓരോ ഇഷ്ടങ്ങൾ. മൂത്ത മോൾക്കിഷ്ടം ചിക്കൻ, ചെറിയവൾക്ക് മീനും. ചേട്ടൻ കറുത്ത റം ആയാലും വെളുത്ത വോഡ്ക ആയാലും, മഞ്ഞ നിറത്തിലുള്ള ബ്രാണ്ടി ആയാലും തരക്കേടില്ല എന്നെ പറയൂ. അത് പോലെ.

മിക്സഡ് ഫ്രൂട്ടിന്റെ മീതെ ഐസ്ക്രീം ഇട്ടു മുത്തച്ഛൻ തരാറുണ്ട്. ഞാൻ സുഖിച്ച് എന്നെ സുഖിപ്പിച്ച് കഴിയുമ്പോൾ.

പല തരത്തിലുള്ള ഫ്രൂട്സ് പല രുചികളിൽ, അിഞ്ഞരിഞ്ഞു പല സൈസുകളിൽ നിറവ്യത്യാസമുള്ള പഴങ്ങൾ, ചിലതിനു തൊലി, ചിലതിന്റെ തൊലി എടുത്തതും. എനിക്ക് തൊലി ഇല്ലാത്ത ഫ്രൂട്ടാണിഷ്ടം കൂടുതൽ.

വൃത്തിയിൽ അതല്ലേ. നോക്കിയാൽ അറിയും.

എല്ലാം വേണം, എന്നാലെ എന്റെ ഇഷ്ടങ്ങൾ തീരു. വീടിന്റെ ആവശ്യങ്ങൾ നടക്കൂ.

"നീ വരുന്നോ?"

"എങ്ങോട്ട്"

"പാലക്കാട്, ഒരു ചെറിയ കാര്യമുണ്ടായിരുന്നു."

രാവിലെ ട്രെയിനിൽ പോവുമ്പോൾ, ഞാൻ തല ചായ്ച്ചു മടിയിൽ. ഷൊർണൂർ കഴിഞ്ഞാ എണീറ്റത്. അപ്പൊ ഭാരത പുഴയുടെ നീർ നാളികൾ കണ്ടു. അറ്റമില്ലാത്ത പുഴയിൽ വേറെ ചെറിയ നദികളും ചേർന്നൊലിക്കും ആ സംഗമം.

രണ്ടു നദികൾ ഒന്നാവുമ്പോൾ അതിരുകളില്ല, പതിരുകൾ എണ്ണുകയുമില്ല. ഒന്ന് പോലെ.

"എല്ലാമെല്ലാം" എന്ന് ഞാനുദ്ദേശിച്ചു പറയാറുള്ളതും അത് കൊണ്ടല്ലേ? ഞാനെന്റെ തല ആ മടിയിൽ വെച്ചു. അയാളുടെ വിരലുകൾ എന്റെ മുടിയിഴകളിൽ ഒന്നോ രണ്ടോ തവണ തട്ടിപ്പോയി. ഒരീച്ച പറന്നത് ഓട്ടാൻ ശ്രമിച്ചതാവേണം.

ഒരു യോദാവിന്റെ കവചമാണ് ഞാൻ ഇടാറു. എന്റെ ജോലിയിൽ അത് നല്ലൊരു ഫിക്സ് ആണ്യ. കളഭം നിറക്കൂട്ടിനല്ല. മറവാണത്, ഒരു മറു പോലെ ദൈവം സാക്ഷി ആയുണ്ടാവാൻ. എന്റെ ചിരിയിൽ എല്ലാമൊതുങ്ങും. കണ്ണുകളിലെ ചിത്രം കാമം എടുത്ത് കാണിക്കില്ല. ദാഹം ഉണ്ടെന്നു തോന്നും ഇതെല്ലാം പരിചയം ആയത് ഒടുവിലൊടുവിലാണ്.

ഒരിക്കൽ പാലത്തിനടുത്ത ഒരു ഫ്ളാറ്റിൽ ബൈജു കൂടെ കൊണ്ടുപോയപ്പോൾ എന്റെ നമ്പറിൽ ഞാനവിടേക്ക് വിളിച്ചു ചോദിച്ചിരുന്നു. "പഴയ ആളാണ് അല്ലെ?" എന്ന് അവിടുത്തെ സ്ത്രീ ചോദിച്ചപ്പോൾ ഞാനൊന്നു നടുങ്ങി. പിന്നെ പലതവണകളിലായി എന്റെ നമ്പറിൽ ഫോൺ കാൾ വരും എടുക്കാറില്ല, പേടി. തറവാട്ടിൽ പിറന്ന എന്നെ പഴയ ഓടിയ ഒരു ചരക്കായി കണ്ട ആ സ്ത്രീയോട് എനിക്ക് അറപ്പും വെറുപ്പും ആയി. പേടി പോയത്, ധൈര്യം എന്ന കവചമിടാൻ തോന്നിയപ്പോളാണ്.

മുത്തച്ഛന്റെ കൂടെ ആവുമ്പോൾ കവചം ഒന്നും വേണ്ട, ഒന്നും ഇല്ലാത്തതാ നല്ലത്.

അന്ന് പാലക്കാട് റൂമിൽ വെച്ച് എനിക്ക് മറ്റൊരു അനുഭൂതി. ഒരു പെണ്ണിനെ പെണ്ണാണെന്ന് തോന്നിപ്പിക്കുന്ന അനുഭവം. സിരകളിൽ ചൂട്. ശരീരത്തിൽ പിടയലും വിറയലും. ശബ്ദങ്ങൾ തനിയെ. അറിയാതെ ഞെട്ടലും, കെട്ടിപ്പിടിക്കലും. ആകാശത്തു നിന്നും നക്ഷത്രങ്ങൾ തലച്ചോറിൽ ഇലക്ട്രിക് കറണ്ട് ദേഹത്തിൽ കുത്തിയ പോലെ. ആകെ ഞാൻ സ്വർഗ്ഗലോകത്തെത്തി എന്ന പോലെ.

അതാണത്രേ– വലിയ "ഓ" – എന്ന വികാരത്തിന്റെ അലതല്ലൽ.

പുറത്തിറങ്ങി നേരെ പോയത് ഒരു സ്വർണകടയിൽ – എനിക്കൊരു മോതിരം വാങ്ങി തന്നു. മുത്തച്ഛൻ എന്നിട്ട് ചോദിക്ക്യാ.

"ഇഷ്ടമായോ?"

"രണ്ടും; ഏതാ കൂടുതൽ നല്ലതെന്നു ഇനിയും അറിയില്ല."

ചിരിച്ചു കൊണ്ടാ ഞങ്ങൾ സ്റ്റാൻഡിൽ എത്തിയത്. തിരിക്കുമ്പോൾ ബസ്സിലാ വന്നത്. അടുത്തിരുന്ന് പലതും ആരാഞ്ഞു. ഞാൻ ഉത്തരങ്ങളും. സമയം പോകുന്നതറിയില്ല കേട്ടുകൊണ്ടിരിക്കുമ്പോൾ. ജീവിതം കണ്ട, ശീലമായ ചില കാര്യങ്ങൾ. ഓർമകളുടെ ഇടുക്കുകളിൽ ബ്രായുടെ ഹുക്കുകൾ ചേരുന്ന പോലെ. ഒട്ടിപിടിച്ചും ഒത്തുചേർന്നും. അഴിച്ചു മാറ്റുന്ന വരെ. അതനുവദിക്കില്ല അയാൾ. അപ്പോളെ ഫ്രീഡം കിട്ടുള്ളു. ഒരു പെണ്ണിന്റെ ആവശ്യമാണത്.

എന്നെ കണ്ടില്ല എങ്കിലും, സാരമാക്കില്ല. കാരണം ആരായും. എന്റെ വിവരങ്ങൾ. എന്നും രണ്ടു തവണ

അടുത്തുണ്ടെങ്കിൽ വരും, കാണും എന്തെങ്കിലും കയ്യിൽ തരും. എനിക്കു മാത്രമല്ല; വീട്ടിലേക്കും.

സ്നേഹമുള്ളപ്പോൾ സ്നേഹം പഠിപ്പിച്ചത് ഞാൻ ആണെന്നാ പറയുക. അല്ലെങ്കിൽ ഗൗരവം ഉള്ള മുഖം മാത്രം കാണും. എനിക്കപ്പോൾ മനസ്സിലാവും അപഗ്രഥനത്തിന്റെ മൈക്രോസ്കോപ്പ് കയ്യിൽ ഉണ്ടെന്നു. ഇല്ല എങ്കിൽ അങ്ങ് ദൂരെ ആകാശത്തിനപ്പുറം കാതങ്ങൾക്കപ്പുറം എന്റെ ഭാവിയുടെ ചിത്രങ്ങൾ നോക്കുന്ന ദൂരദർശിനി ആവും കയ്യിൽ. എനിക്ക് സുഖമില്ല എങ്കിൽ സ്റ്റെതസ്കോപ്പ് വെച്ച് ശബ്ദം കേട്ട് ഹൃദയനാഡികളുടെ മിടിപ്പും അറിയും. എന്റെ ഇഷ്ടമുള്ള മുത്തച്ഛൻ.

കിടക്കയിൽ കിടന്നാൽ ഞങ്ങൾ രണ്ടാളും മിണ്ടില്ല. ഒരു പാടു ആവർത്തനങ്ങൾ കഴിഞ്ഞതാണെങ്കിലും ഓരോ തവണയും പുതിയ ഒരു സമീപനം.

തുടക്കങ്ങളും അവസാനങ്ങളും ചേർച്ച കാണില്ല, ഒന്നിൽ നിന്നും വ്യത്യസ്തമായ മറ്റൊന്ന്. സർഗ്ഗശക്തിയുടെ സൃഷ്ടികൾ. ഞാൻ പ്രതീക്ഷിച്ച പാതകൾ എപ്പോഴും എന്റെ മറ്റനുഭവങ്ങളെ ആലോചിച്ചായിരിക്കും. ഒന്ന് രണ്ട് മൂന്ന് – ടൈം തീരും അപ്പോളേക്കും. ഇതങ്ങിനെയല്ല, നേർച്ച പോലെയുള്ള പൂജകളല്ല. മറ്റെല്ലാം ഒരു തരം കർമങ്ങൾ തീർക്കുന്ന പോലെയാ.

“ടീ കോഫി ഓർ മി?”

“മി” – പിന്നെല്ലാം ചടങ്ങുകൾ മാത്രം. തീർന്ന ശേഷം കയ്യിൽ തരുന്നതെടുത്ത് പല തരങ്ങളിലുള്ള ഹാൻഡ് ബാഗിലിട്ട് കഴിഞ്ഞാൽ അന്നത്തെ ദിവസം അവസാനിക്കും.

ഇതിന്റെ തനിമ വേറെയാ. സ്നേഹം കലർപ്പിലാതെ, അനുകരണങ്ങളില്ലാതെ, എന്നിൽ മാത്രം ശ്രദ്ധിച്ചു കൊണ്ട് അവയവങ്ങളുടെ സ്വരൂപം ആസ്വദിച്ചു കൊണ്ട്, മിണ്ടാതെ എന്നെ ഒച്ചയുണ്ടാക്കിക്കും.

അവിടെ തല അമർത്തി പിടിക്കുമ്പോൾ തലമുടിയിൽ കയ്യോടുമ്പോൾ എത്രയോ പടികൾ കടന്നത് ഞാൻ തന്നെ അറിഞ്ഞിരിക്കില്ല. ശരീരം അയാളുടെ അടിമയാവും.

ഇന്നും 24 തവണ എന്റെ ഉള്ളിൽ മൃദങ്ങമടിച്ചു – വിങ്ങലുകൾ “അമ്മെ അയ്യോ എന്റമ്മേ പൊന്നെ” എന്നെല്ലാം അറിയാതെ ഞാൻ കരയും സന്തോഷത്തിന്റെ അശ്രുക്കൾ എന്റെ അവിടെയെല്ലാം.

വിയർപ്പില്ല ഒട്ടിപിടിക്കാൻ. നഗ്നത മാത്രം. നനുത്ത ദേഹങ്ങൾ സുഖത്തിന്റെ കഥകൾ ഉരുവിടുമ്പോൾ ഞാനെന്റെ തല അയാളുടെ തോളത്ത് വെക്കും. കണ്ണുകളിൽ നോക്കും. എ.സി.യുടെ നല്ല കുളിരിൽ അയാൾ ചൂടാക്കിയ എന്റെ ശരീരം എന്ന ഭാരം ഞാനിറക്കുന്നത് അങ്ങിനെ ചില നിമിഷങ്ങളിലാണ്, മനസ്സിന്റെ സാധാരണമായ രീതിയിലുള്ള സ്പന്ദനങ്ങളും.

സമാധാനമെന്ന കാഴ്ചവസ്തു കിട്ടുന്ന ദുർലഭം ചില നിമിഷങ്ങൾ അയാളുടെ കൂടെ മാത്രം. എന്നാലും പിന്നെ ഞാനെന്തിനാ ദേഷ്യത്തെ അമർത്താതെ ചീത്തയെല്ലാം പറയുന്നത്?

"നീ എന്റെ അത്താണിയിൽ ആണിപ്പോൾ മയങ്ങുന്നത്."

"ഇപ്പോളല്ല, എപ്പോളും"

"അതെങ്ങനെയാ?"

"ഒന്നുമില്ലാത്തിടത്ത് നിന്നും ദേവി ആണെന്ന് വിളിച്ചു ഇത് വരെ എത്തിച്ചത് നിങ്ങൾ അല്ലേ?"

മുത്തച്ഛൻ എന്ന പ്രതിഭാസം എന്നിലെ സിരകളിൽ ഓടാൻ തുടങ്ങി. അഞ്ചാറു വർഷങ്ങളിൽ, എന്റെ അനുവദനീയമായ പിംപ്, എന്റെ എല്ലാമെല്ലാം, എന്റെ കർമങ്ങളുടെ ചുമതല ഏറ്റെടുത്ത ആൾ, മൊത്തത്തിൽ എന്നെ പൂർണമായി അല്ലെങ്കിലും നല്ല പോലെ മനസ്സിലാക്കിയ ഒരു മനുഷ്യൻ.

ഞാൻ അയാൾക്ക് നേരെ ഉപയോഗിച്ച ചില വാക്കുകൾ തെറ്റുകൾ തന്നെ, തീർച്ച.

"ഇനി എന്റെ വീട്ടിലേക്ക് വരരുത്."

"നിങ്ങളൊരു ഭ്രാന്തനെ പോലെ അല്ലേ?"

"ഒന്നുമറിയാത്ത വിവരം കെട്ട നിങ്ങൾ."

"നിങ്ങൾ നിങ്ങളുടെ മോളോട് ഇങ്ങനെ ചെയ്യാൻ മടിക്കുമോ."

"ഞാൻ ചേച്ചിയോട് തമ്മിലുള്ളതെല്ലാം പറയും. ഫോൺ എന്റെ കയ്യിലുണ്ട്."

ആഹ്വാനങ്ങൾ, ശാസനകൾ, ഞെട്ടിപ്പിക്കുന്ന വാക്കുകൾ.

അത് കേട്ടൊരിക്കൽ മുത്തച്ഛൻ ഫ്ളാറ്റ് സമുച്ചയത്തിന്റെ മേലെ കയറി ആത്മഹത്യ ചെയ്യാനൊരുങ്ങി. പിന്നൊരിക്കൽ ഞാനൊരു അധികപ്രസംഗം കാട്ടിയപ്പോൾ ഫോണിൽ ഒന്നും മിണ്ടാതെ വെച്ചു.

ഞാൻ തിരഞ്ഞു പോയത്. നേരം ഇത്തിരി വൈകിയിട്ടായിരുന്നെങ്കിൽ എന്ന് മനസ്സിലായത്, ഞാൻ ഫ്രെഷൻ അപ് ചെയ്യാൻ ബാത്റൂമിൽ കയറിയപ്പോൾ മുറിഞ്ഞയിടത്തു നിന്ന് തുടച്ചെടുത്ത ചോരയുടെ കണികകൾ, കോട്ടൺ തുണിയിലും പഞ്ഞിയിലും. ഞാൻ പ്രതീക്ഷിച്ചില്ല.

കണ്ണുകളിൽ വീണ്ടുമൊരിക്കൽ നനവ് പൊടിഞ്ഞു, ഇനി ഞാൻ ഇങ്ങനെ ഒന്നും മുത്തച്ഛനോട് പറയില്ല. ദേഷ്യം ഒതുക്കും.

പക്ഷെ അന്നും പിരിയുമ്പോൾ ചോദിച്ചു. "നിനക്കിനിയും ദേഷ്യം വരുമോ?"

"ഇല്ല എന്ന് തീർച്ച പറയാൻ നിങ്ങളുടെ മോൾക്കാവില്ല."

“ഇത് ക്രൂരതയാണ്”

ഞാനന്നും ചിരിച്ചാ കാറിൽ കയറിയത്. വഴിയിൽ, വീട്ടിലേക്കു ഡിന്നർ വാങ്ങാൻ നിർത്തിയപ്പോൾ പറഞ്ഞു “എനിക്കിത് കൂടുതൽ സഹിക്കാനാവില്ല, കേട്ടോ.”

എത്ര വൈവിധ്യങ്ങളുള്ള ആളുകൾ ആണ് എനിക്ക് ജീവിതം എന്ന പാഠശാല ഒരുക്കിയത്?

വിദ്യാഭ്യാസം – വിദ്യ എന്ന അഭ്യാസം, അതല്ലേ പഠനം? പഠനത്തിന് “എക്സ്പയറി തിയ്യതി” ഇല്ലെന്നു എനിക്കു പറഞ്ഞു തന്നത് മുത്തച്ഛനാ.

എറണാകുളം ജംഗ്ഷനിൽ നിന്നും പിക്ക് ചെയ്ത് ഫാൻസി നമ്പറുള്ള ഒരു സെഡാൻ കാറിൽ പഞ്ച നക്ഷത്ര ഹോട്ടലിൽ പോയതാ ഓർമയിൽ.

എന്റെ ശരീരപ്രകൃതിയെ എന്നോട് പറഞ്ഞത് ഞാൻ ഓർത്തിട്ടുണ്ട്. പല തവണകളിലായി. എല്ലാരും കണ്ണുകളെ പറ്റിയും ശരീര ഭംഗിയെ പറ്റിയും ചുണ്ടുകളെയും ചന്തികളെയും പറ്റി പറയുന്നത് കേട്ട് മടുത്ത ഒരു സമയം. ഞാൻ ഓടാൻ തുടങ്ങിയിട്ട് ഏകദേശം ഒരു നാലഞ്ചു കൊല്ലങ്ങളായി. കാണും.

“നിന്റെ രണ്ടു ചെവിടുകൾക്കിടയിലുള്ളതും രണ്ടു തുടകൾക്കിടയിലുള്ളതും ഒരേ പോലെയാ?”

എറണാകുളത്ത് ഒരു ഹോട്ടലിൽ ഇൻഷൂറൻസ് എടുക്കാം എന്ന് പറഞ്ഞു. ഞാൻ കൂടെ പോയ ബോസ് എന്ന ഒരാൾ, പഞ്ചനക്ഷത്രങ്ങളുള്ള ഒരു സ്വീറ്റ് റൂമിൽ. പോരാൻ നേരത്തു പറഞ്ഞതാണിത്.

“അതെങ്ങനെയാ, മാഷേ?”

“ഒരിടത്ത് ബുദ്ധിയുടെ മാംസളമായ പേശികൾ. മറ്റെയിടത്തും ഒഴുകുന്ന നദി പോലെ.”

തളർച്ചയില്ലാതെ, ഒരുക്കങ്ങൾ വേണ്ടാതെ, ഇഷ്ടാനിഷ്ടങ്ങൾ നേടാൻ റെഡി.

ഇൻഷൂറൻസ് സൈൻ ചെയ്ത പേപ്പർ തിരിച്ചു തരുമ്പോൾ എന്നോട് പറയുകയാ. “യൂ ആർ എ സ്വീറ്റ് ഗേൾ.”

ആ സ്വീറ്റ് റൂമിൽ പകരം ഒന്നും തരാതെ എന്നെ “സ്വീറ്റി” എന്ന് പേരുമിട്ട് അയാൾ റ്റാറ്റാ പറഞ്ഞപ്പോൾ അത് മറ്റൊരു പഠനമായി മാറി. മനുഷ്യവർഗ്ഗങ്ങൾ.

മരിക്കാൻ തോന്നിയില്ല, അപ്പോൾ – മനസ്സിലാക്കാൻ ശ്രമിച്ചു. ഖലീൽ ജിബ്രാൻ എഴുതി: മരണം. കടൽ പോലെയും, ജീവിതം നദി പോലെയും.

ഒഴുക്കാണ് ആവശ്യം സ്തംഭനങ്ങളല്ല.

ബോസ് പറഞ്ഞതും ഖലീൽ എഴുതിയതും ഒന്നായിരുന്നോ?

അന്ന് അന്തു മെഷീൻ നന്നാക്കാൻ വീട്ടിൽ വന്നു പോയ ദിവസം എടുത്ത ആ തീരുമാനം – "നിർത്തി" അത് നിലനിർത്താൻ നല്ലോരവസരമായിരുന്നു. മുത്തച്ഛൻ കൂടെ നിന്നപ്പോൾ.

വാട്സ് ആപ്പ്, എഫ്.ബി എന്നിങ്ങനെയുള്ള ഡിജിറ്റൽ സോഷ്യൽ മീഡിയകൾ തരുന്ന പ്രലോഭനങ്ങൾ; ചിലരതിൽ വീണു പോകും. ഞാനും അതിലൊന്നിൽ.

പ്രണയം അവർണനീയമാണ്. കാരണം അതിൽ ഒന്നുമില്ല.

കാതലില്ലാത്ത കുറെ വാക്കുകളും മറുവാക്കുകളും

എം.ടി.യുടെ ഇരുട്ടിന്റെ ആത്മാവ് – പ്രണയം സൃഷ്ടിക്കുന്നത് വേറൊന്നുമല്ല. അതാണ്. സൃഷ്ടിയുടെ സംഹാരം നടത്തുന്നത് എന്റെ ശരീരത്തിലൂടെ. ചേട്ടൻ എനിക്ക് മക്കളെ തന്നു. അതെ വഴിയിലൂടെ എന്റെ മനസ്സിന്റെ സംഹാരവും നടത്തുന്നു.

"കുറെ, കിടന്നു, ഇനി വയ്യ"– അന്തു വന്നു പോയ ആ ദിവസം കാവിനടുത്ത അമ്പലത്തിന്റെ തിണ്ണയിലിരുന്നു ദേവിയോട് ഞാൻ തീർത്തു പറഞ്ഞു. "ഇല്ല ഇനിയില്ല."

അതെ വാക്കുകൾ ഞാൻ മുത്തച്ഛനും ടെക്സ്റ്റ് ചെയ്തു.

മൗനത്തിലൂടെ ഉത്തരം.

"അപ്പോൾ ഞാനും ഇല്ല എന്നല്ലേ?"

"അല്ല, എനിക്ക് പിന്നെ ആരാ?"

നേരിട്ട് കാണുമ്പോൾ ആണ് പറഞ്ഞത്, "ഹൃദയത്തിന്റെ വേദന നിങ്ങൾക്കറിയാം. അതെ പോലെ എന്റെ ശരീരത്തിന്റെ ദാഹം തീർത്ത് തരാൻ പിന്നേ എനിക്കാരാ?"

അത് അയാളെ നടുക്കി. എന്റെ വേദന അറിയുന്ന ആ മനുഷ്യൻ എല്ലാത്തിനും തയ്യാറായി. ഒന്നിൽ ഒതുങ്ങുന്ന കച്ചവടം. അന്നതാ ഉറപ്പിച്ചത്.

ഗംഗാജലം പവിത്രമാണ് എന്നാ പറയുക. കൽക്കത്തയിലെത്തുമ്പോൾ മൃതദേഹങ്ങൾ ആ മഹാനദിയുടെ മേൽപ്പരപ്പിൽ പൊങ്ങി നിൽക്കുമത്രേ.

പവിത്രത എന്ന സത്യം കൂടെ മങ്ങിയ കള്ളത്തരങ്ങളുടെ ഛായയിൽ

എല്ലാം ചാരനിറമുള്ള നിറത്തിലൂടെ ഓടുന്ന വണ്ടികൾ. ജീവിത ചക്രം തിരിയുന്നതും അവസാനിക്കുന്നതും ആ നിരത്തിൽ.

# അധ്യായം-4

## ഓർമ്മകളുടെ പത്തായം

## രണ്ടു് മന്ത്രവാദികളും, ഒരു മന്ത്രവും

ഞാൻ പല കാര്യങ്ങളും ആരോടും പറയാതെ മനസ്സിന്റെ പത്തായത്തിൽ ഒതുക്കും. മറ്റൊന്നും അല്ല; മുത്തച്ഛനെ പേടിച്ചാ.

ഇതും അത് പോലെ ഒന്നാ. കഥയിലെ മറ്റൊരു കഥ, ഉൾക്കഥ.

എനിക്കിഷ്ടമുള്ള എന്നോട് നല്ല ചേലുള്ള, എന്നെ ഇഷ്ടപ്പെടുന്ന രണ്ടു പേരുടെ കഥ.

അതിലൊരാൾ എന്നെ ആദ്യമേ കണ്ടതാ. എന്റെ കളരിയിൽ. ഇൻഷൂറൻസ് ഏജൻസിയിൽ ഉള്ളപ്പോൾ. എന്നെ സഹായിച്ചു. മറ്റുള്ളവരെ കൊണ്ടും സഹായ ഹസ്തങ്ങൾ നീട്ടി.

അതെല്ലാം ഓർക്കുമ്പാൾ ചില സമയത്തു കിക്കിളി ഉണ്ടാവും. മനസ്സിൽ–ഹൃദയത്തിന്റെ ഭിത്തികളിലും. സ്നേഹം അല്ല, സ്നേഹം മാത്രമല്ല ഈ കഥയിലെ പുരുഷന്. എനിക്കൊരുപാടാളുകളെ അറിയാം. അതിൽ മുൻപട്ടികയിൽ വിശ്വാസത്തിന്റെ ഉറച്ച നിലപാടുകളിൽ ഉള്ളൊരാളാണ് ഈ കഥാപുരുഷൻ.

പേര് പറയുന്നത് ശരിയല്ല. അതിനാൽ തെറ്റായ പേരാ ഞാൻ പറയുക, ഇത് എന്റെ കഥയല്ലേ? എനിക്കിടാവുന്ന പേരെല്ലാം എന്റെ ഇഷ്ടം പോലെ ആകാമല്ലോ?

സച്ചി– ടോട്ടൽ ബ്ലിസ്– എന്നാണർത്ഥം, ആളും അതെ പോലെ. സുന്ദരൻ, ചെറുപ്പക്കാരൻ, കോമളൻ, ആർക്കും ഇഷ്ടപ്പെടുന്ന ചിരി മാത്രം ഉള്ള പ്രകൃതം.

മറ്റേ ഫ്രണ്ട് – സച്ചിയുടെ ഫ്രണ്ട് – ജൈ പൂവാടുംകുന്നിൽ. രണ്ടു പേരും നല്ലവർ. ബുദ്ധിയിൽ കേമന്മാർ, നല്ല പണക്കാർ, കൂടുതലായി പറഞ്ഞാൽ കല്യാണം കഴിച്ചവർ, കുട്ടികൾ ഉള്ളവർ

സച്ചിയേ സച്ചി ഏട്ടൻ എന്നും ജൈ നെ ഞാൻ ജയ് എന്നും വിളിക്കാം.

രണ്ടു പേരും പല തവണകളിലായി എന്നോട് അടുത്തു. എന്നെ സഹായിച്ചു. ഞാൻ തിരിച്ചും.

പക്ഷെ അന്നൊരു ദിവസം നല്ലൊരു മഴക്കാലം. കുതിർന്ന ദിവസങ്ങൾ. തളരാത്ത ഞാടിഞരമ്പുകൾ

"ഹൈ ജിത്തു, നല്ല മഴ അല്ലെ?" – സച്ചി

"അതെ, എന്തെ?"

"അല്ല– ഒന്ന് ചൂടാക്കാൻ എന്താ വേണ്ടതെന്നു ആലോചിക്കുകയാ"

"ആണോ?"

"അതെ എന്റെ കൂടെ ജയ് ഉണ്ട്"

"എന്റെ സലാം പറയൂ"

"പറഞ്ഞു, തിരിച്ചും ജയ് നിനക്കും പറയുന്നു."

"എന്താ പരിപാടി"

"ഒന്നൂല്യ, വീട്ടിലാ"

"പോയാലോ"

"എങ്ങോട്ട്"–

"എങ്ങോട്ടെങ്കിലും"

"എന്നാലും" –ഞാൻ. ആ മഴ സമയത്തെവിടെ പോകാനാ?

"നീ പറയൂ"

"എനിക്കറിയില്ല" – ഒഴികഴിവായിട്ടല്ല

"ഞങ്ങൾ ആലോചിക്കുകയാ, നല്ലൊരു റിസോർട്ട് ഉണ്ട്, ഷൊറണൂർ അടുത്താ പുഴയോരം."

"എന്നിട്ടോ,?" – എനിക്ക് ആകാംക്ഷ

"പോകാമോ?"

"സച്ചി വിളിച്ചാൽ ഞാൻ ഇന്ന് വരെ പറ്റില്ല എന്ന് പറഞ്ഞിട്ടില്ലല്ലോ"

"ഓക്കേ"

"ഐ ആം റെഡി"

"മറ്റന്നാൾ"

"എനി ടൈം ഫോർ യു, സച്ചി ഏട്ടാ"

"ജെ കൂടെ ഉണ്ടാവും"

"ആയിക്കോട്ടെ. നല്ലത്"

അങ്ങിനെ ഞങ്ങൾ മൂന്നാൾ രാവിലെ അവിടെ എത്തി. കഴിഞ്ഞ മാസത്തിലല്ലേ സച്ചി ഏട്ടൻ എന്നെ കാണാൻ വന്നു, എനിക്കൊരു നല്ല വിലപിടിപ്പുള്ള പെർഫ്യൂം കൊണ്ടുവന്നു തന്നത്. ഞാൻ അതിട്ടാ അന്ന് സച്ചി ഏട്ടന്റെ കാറിൽ കയറിയത്.

"നല്ല സുഗന്ധവും കൊണ്ടാണല്ലോ നീ കാറിന്റെ അകം മിനിക്കിയത്" – ജയ്

വഴിയിൽ വെച്ച് മഴയത്തു ബ്രേക്ക് ഫാസ്റ്റ് തിന്നാൻ വേണ്ടി പുറത്തിറങ്ങിയപ്പോൾ കുട പിടിച്ച് തന്നത് ജയ് ആയിരുന്നു. എന്നിൽ അപ്പോൾ ഒരിക്കിളി തോന്നി. കാരണം എന്തായാലും. സച്ചി പിന്നാലെ, വന്നു.

തിരിച്ചു കാറിൽ കയറുമ്പോൾ സച്ചി ആണ് കുട പിടിച്ചു തരാൻ വന്നത്.

ഒന്നര മണിക്കൂർ, റൂം എടുക്കാൻ ഉള്ള സ്ഥലത്തെത്തി, നല്ലൊരു റിസോർട്ട്. മഴയും.

ഐ ഡി കാണിച്ചു റൂം എടുക്കുമ്പോൾ ആണ് ഒരു റൂം ആണ് എന്ന് തോന്നിയത്.

അതിനെന്താ, മുൻപും ഇങ്ങിനെ നടന്നതല്ലേ. മഴയത്തു നല്ല ശബ്ദം കൊണ്ട് അവർ തമ്മിൽ പറയുന്നതും കേട്ടില്ല.

ഒരു കീ, ഒരു റൂം, മൂന്നു ആളുകൾ, അതിൽ ഞാൻ ഒന്നും.

കഴിഞ്ഞ ഞായറാഴ്ച ആണ് പെട്ടെന്നോർമ്മ വന്നത്. അന്ന് ചെറിയവളുടെ പിറന്നാൾ ആയിരുന്നു. പ്രത്യേകമായി ഒന്നുമില്ല എങ്കിലും മുത്തച്ഛൻ ഒരു കേക്ക് ഓർഡർ ചെയ്തത് വാങ്ങിയിട്ടാണ് ഞാൻ ജോലി ചെയ്യുന്നിടത്തുനിന്നും മടങ്ങിയത്. ബിരിയാണി ഓർഡർ ചെയ്തത്. വീട്ടിൽ ഡെലിവറി ആയി. അന്ന് രാത്രി മുത്തച്ഛനും ഞാനും ആയി തെറ്റി. ഒരിക്കൽ കൂടി എന്നോട് പറഞ്ഞു. നായിന്റെ വാൽ വളഞ്ഞേ ഇരിക്കൂ. അത് നിവർത്താൻ ആവില്ല. ഇതിനു മുൻപൊരിക്കൽ എന്നോട് – നിനക്കറിയില്ല ഇത് ജോസഫ് ചിൽട്ടൻ പറഞ്ഞതാ–. "നിന്നെ ഓർത്തായിരിക്കും എന്നും. "സൃഷ്ടിയുടെ രൂപീകരണം നടത്തുമ്പോൾ ഭയം എന്ന നമ്മുടെ വികാരത്തെ നാം നഷ്ടപ്പെടാൻ അനുവദിക്കേണം."

ഇന്ന് മറ്റൊരു ഞായറാഴ്ച. ഞാൻ ഇവിടെ, എന്റെ എനിക്കറിയാവുന്ന ജോലിയിൽ.

എന്റെ സെൽ ആ ശബ്ദം പുറത്തിട്ടു. മുത്തച്ഛന്റെ കാൾ. ഞാൻ സൈലന്റ് ആക്കി, പിന്നെ സ്വിച്ച് ഓഫ് ചെയ്തു. ഒരു ദീർഘനിശ്വാസം വിട്ടു.

"എന്തെ തണുക്കുന്നുണ്ടോ"– സച്ചി ഏട്ടൻ.

"നല്ല സുഖം, ഈ തണുപ്പിൽ" –ജയ്

"ചൂടാക്കാൻ എന്താ വഴി" – ഇത്തിരി ചൂട് വെള്ളത്തിൽ ഒന്ന് കുളിക്കാം എന്നാ ഞാൻ കരുതിയതും ചോദിച്ചതും

"അത്. ശരി, ഇതാ"

സ്ലിങ്ങ് ബാഗിൽ നിന്നും ജയ് ഒരു ബ്രാണ്ടി ബോട്ടിലെടുത്ത് പുറത്ത് വെച്ചു. സോഡ ഐസ് മൂന്ന് ഗ്ലാസ്. പിന്നെ ഒരു ചിക്കൻ സിക്സ്റ്റി ഫൈവ് ഫോണിലൂടെ ഓർഡർ ചെയ്തു,

ഞാൻ റിഫ്രഷ് ചെയ്യാൻ വേണ്ടി അകത്തേക്കു പോയതും രണ്ടു പേരും പിന്നിൽ. എനിക്കും കുളിക്കണം. എനിക്കും. ഹോട്ട് വാട്ടർ ബാത്ത് ടബ്ബിലേക്ക് തുറന്ന് വിടുമ്പോൾ, ഞാൻ പിന്തിരിഞ്ഞു നടക്കാൻ തുടങ്ങി.

"അതെന്തേ?" – സച്ചി ഏട്ടൻ.

"ദേ, നോക്ക്, ഇന്ന് നമുക്ക് എല്ലാർക്കും ഒരുമിച്ചായിക്കൂടെ" –ജയ്

ടബ്ബിൽ വെള്ളം നിറയുന്ന ഒച്ചയുടെ കൂടെ ഗ്ലാസിൽ സോഡയും ബ്രാണ്ടിയും ഒഴിക്കുന്ന ശബ്ദവും. ഐസ് കഷണങ്ങൾ മീതെ.

"ചീയേർസ്" –ഞാനും ചേർന്നു "ചീയേർസ്"

മെല്ലെ മെല്ലെ ആണ് ഞങ്ങൾ തുടങ്ങിയത്. വർത്തമാനങ്ങൾ പറയുമ്പോൾ പഴയ കഥകളിൽ ചിലതെല്ലാം ഓടി വന്നു. വയനാട്ടിലെ ഹോം സ്റ്റേ, കുട്ടനാട്ടിലെ ഹൗസ് ബോട്ട്. എന്നാലും ഇന്ന് എന്തോ ഒരു പുതുമ എല്ലാത്തിനും.

"എന്റെ ഡ്രസ്സ് അഴിയുമ്പോൾ, ഞാൻ കൂട്ടിനു നിന്നു. അവരുടെയും ഞാൻ അഴിക്കാൻ നോക്കി. ആദ്യം ഒരാൾ പറഞ്ഞ പോലെ, "തുടങ്ങുമ്പോൾ മറ്റുള്ളവരുടെ ഡ്രസ്സ് അഴിക്കാൻ കൂട്ടിനാളുണ്ട്, ഇടുമ്പോൾ തനിയെ." നഗ്നതയുടെ പരിസരങ്ങളിൽ ആണ് സച്ചിയും ജെയും, ഓരോ ഐസ് തുണ്ടങ്ങൾ എടുത്ത് എന്റെ നെഞ്ചത്ത് ഉരുട്ടി. നനുത്ത തണുപ്പിൽ മഴയുടെ കുളിരിൽ, എന്റെ ദേഹം – ആ ഭാഗം തണുപ്പിന്റെ കുപ്പായം അഴിച്ചു മാറ്റി. ഞാൻ നനഞ്ഞു. ബ്രേക്ക് ഫാസ്റ്റ് കഴിച്ചു വരുമ്പോൾ എനിക്ക് കുട

പിടിച്ചു തന്ന രണ്ടാളും ഇപ്പോൾ എന്റെ കൂടെ, എന്നെ നനയിപ്പിക്കുന്നു. നാണിപ്പിക്കുന്നു.

കുളിച്ചതും ഒന്നായിട്ട് തന്നെ. ആ ബാത്ത് ടബ്ബിൽ ഒന്നിച്ച്. സോപ്പിന്റെ നുരകൾ നാണം മറക്കാൻ നോക്കുന്നോ ഇല്ലയോ? തുവർത്തി തന്നതും രണ്ടാളും ചേർന്നാ, ഒരു പുതിയ അനുഭവം.

കിടന്നു കഥകൾ പറയുമ്പോൾ മൂന്നാളും ചിരിയുടെ മാറിടത്തിൽ നെഞ്ചമർത്തി

“ഇനി എപ്പോളാ?”

“അതാണറിയാത്തത്” – ജയ്

ജയ് പുതിയൊരു ജോലിയിൽ വലിയ പൊസിഷൻ ഏറ്റെടുക്കാൻ പോകുകയാ. സച്ചി. പുതിയ ഒരു ബിസിനസ്സ് തുടങ്ങാനും.

“കാണണം, കാണും” – ഞാൻ

എനിക്കന്നു കിട്ടിയ അനുഭവങ്ങൾ രതിയുടെ മറ്റൊരു കഥയായി. ഞാൻ രംഭയും

പതുക്കെ ഹോൺ അടിക്കാതെ ആണ് സച്ചി ഏട്ടൻ കാർ വീടിന്നരികെ നിർത്തിയത്. മഴയുടെ തകൃതിയും പ്രകൃതിയുടെ വികൃതികളും ഇത്തിരി കുറഞ്ഞ പോലെ തോന്നി, അപ്പോൾ. പോകുമ്പോൾ മഴ കൊള്ളാതിരിക്കാൻ സച്ചിയും ജയ് ഉം എനിക്ക് കുട ചൂടി തരാൻ ഉണ്ടായി, വീടിന്നടുത്തിറങ്ങുമ്പോൾ ആരും ഇല്ല. മഴ ഒന്ന് ചാറുന്നു.

ഇരുട്ടിൽ ആ നേരിയ വെളിച്ചത്തിൽ ഞാൻ മുത്തച്ഛന്റെ കാർ കണ്ടു.

തലയിൽ സാരിയുടെ പല്ലു കൊണ്ട് പൊതിഞ്ഞാ ഞാൻ അകത്തേക്കു കയറിയത്.

“എന്തൊരു മഴ, ആകെ നനഞ്ഞു.” – ഒരു പരിഷ്കരിച്ച ഒഴികഴിവിൽ ഞാൻ അകത്തേക്കു നീങ്ങി.

“എല്ലാം നനഞ്ഞു അല്ലേ” – മുത്തച്ഛൻ

“നീ എന്തെ നേരം വൈകീത്?” – ചേട്ടൻ

“ഗുരുവായൂരമ്പലത്തിൽ കല്യാണം കഴിഞ്ഞു തിരിച്ചു വരാൻ ബസ് കിട്ടിയില്ല, നല്ല മഴ” – മുഖഭാവങ്ങളിൽ പൊരുളില്ലാത്ത ഒരു വളഞ്ഞ ചിരിയോടെ ഞാൻ അകത്തേക്കും.

മുത്തച്ഛൻ ഞാൻ ഒരിക്കൽ കൂടി "ഒറ്റക്ക്" കുളിച്ചിട്ട് പുറത്തേക്ക് വന്നപ്പോളേക്കും പോയിരുന്നു.

കിടക്കാൻ നോക്കുമ്പോൾ വാട്സ് ആപ്പിൽ മുത്തച്ഛൻ

"ഇത് ഞാൻ പറയുന്നതല്ല. സാക്ഷാൽ ബുദ്ധൻ പറഞ്ഞതാ. നിങ്ങൾക്ക് കഴിയും എന്ന് തോന്നുന്നത് മാത്രം ചെയ്യാൻ നോക്കൂ. ബാക്കി എല്ലാം നിങ്ങൾ വിട്ടുകൊടുക്കുന്നതാ നല്ലത്."

ഇനിയും എന്നെ നന്നാക്കാൻ നോക്കിയിരുന്ന മുത്തച്ഛൻ എനിക്ക് എന്റെ വഴികളിലൂടെ പോകാൻ അനുവാദം തരുകയാണോ.

# അധ്യായം-5

## ജനറേഷൻ 4 ജി

4G

## തലമുറകൾ കുട്ടിക്കുപ്പായം മാറുമ്പോൾ......

ഇതും അതും എല്ലാം ഓരോ കാരണങ്ങൾ കൊണ്ടാണെന്നും അതെ പോലെ ഓരോ കാരണങ്ങൾ നമ്മുടെ മേൽ സ്വാധീനം ഉണ്ടാക്കുമെന്നും അത് പിന്നീട് നാം അനുഭവിച്ചേ തീരു എന്നും പറയാറുണ്ട് മുത്തച്ഛൻ.

ബുദ്ധിമുട്ടുകളുള്ള വീടുകളിൽ ജനിക്കുന്നവർ, കഷ്ടങ്ങളിൽ അല്ല എങ്കിൽ സുഖമില്ലായ്മ ഉണ്ടാക്കിയ സാഹചര്യങ്ങൾ, റേപ് അല്ലെങ്കിൽ ആ രീതിയലേക്കുള്ള പ്രചോതനങ്ങൾ, സ്വയമേ കോൺസെഷൽ സെക്സിന് തീരുമാനിക്കുന്നവർ, പ്രതികാരം എന്ന വൈകാരികമായ ആലോചനകൾ, കൂടാതെ കുടുംബത്തിൽ നിന്നും നിരാകരിക്കുന്നതോ തള്ളികളയുന്നതോ ആയ സാഹചര്യങ്ങൾ എന്നിവ.

എന്തായാലും കർമഭലം ആരായാലും അനുഭവിച്ചേ പറ്റൂ.

അതാണ് പഠനം, പഠനത്തിലൂടെ ഉള്ള പരിണാമം.

മനുഷ്യർ തെറ്റുകൾ ചെയ്യും, ബുദ്ധിയുടെ കഴിവില്ലായ്മ അല്ല. ചിന്തകളുടെ കൂട്ടുകെട്ടുകളാണ് അതിനുള്ള പ്രേരണ.

അന്ന് ഞാനാലോചിച്ചു. കൂടെ പഠിച്ചിരുന്ന അവൾ അല്ലെ എന്നെ മുൻതാങ്ങി തെറ്റായ കാൽവെപ്പുകൾ മുന്നോട്ടെടുക്കാൻ എന്നെ പ്രേരിപ്പിച്ചത്. കുറ്റപ്പെടുത്തലുകളില്ല, അതിലൊട്ട് കാര്യവുമില്ല

എന്റെ ജീവിതം ഞാൻ എന്ന ആൾ തനിയെ രൂപം കൊടുക്കുന്നു. തീരുമാനങ്ങൾ മുഴുവനും എന്റേതും; മറ്റാരുമല്ല

അനുഭവങ്ങൾ ആണ് പാളിച്ചകളും, പാളിച്ചകൾ ആണ് പഠനങ്ങളും.

മുത്തച്ഛന്റെ പേരക്കുട്ടി എന്റെ രണ്ടാമത്തെ മോളുടെ ക്ലാസിലാ പഠിക്കുന്നത്. അവർ രണ്ടാളും ഫ്രണ്ട്സ് ആണ്. ഇടക്ക് രാജു വീട്ടിൽ വരും. കംബൈൻഡ് സ്റ്റഡി ആണെന്നും പറഞ്ഞ്. മുകളിലെ റൂമിൽ ഇരുന്നാ പഠിത്തം. ഞാൻ ഓഫീസിൽ.

വീട്ടിൽ ആരും ഇല്ലാത്ത ഒരിക്കൽ ഞാൻ പതുക്കെ മേലെ കയറി നോക്കുമ്പോൾ അവർ സെൽ ഫോണിൽ പോൺ കാണുകയാ എന്നെ കണ്ടിട്ട് ഞെട്ടിയൊന്നും ഇല്ല, എന്റെ മോളും.

"ഞങ്ങൾ ചാറ്റിലാ"– മോളാണ്

"ആരോടാ" – ഞാൻ

"അമ്മ ചാറ്റ് ചെയ്യുമ്പോൾ എന്നോട് പറഞ്ഞിട്ടില്ലേ, നീ അതൊന്നും അറിയേണ്ട എന്ന്?"

എനിക്കുത്തരമില്ല. ചോദ്യം തീർന്നു. ഇതാ മുത്തച്ഛൻ പറഞ്ഞ മറ്റൊരു കാര്യം

"ഇന്നത്തെ കുട്ടികൾക്ക് എല്ലാംമറിയാം, ചെയ്തും ചെയ്യാതെയും."

ഇതിന്നിടെ ആണ് വാട്സ് ആപ്പ് ഒരു ഫോർവേഡ് കണ്ടത് – "ഇന്ന് കുട്ടികൾ ജനിക്കുമ്പോൾ 4 ജി സിം കൂടെ കെട്ടിയാ പുറത്തിറങ്ങുന്നതെന്ന്."

"അതെന്താ അങ്ങിനെ തോന്നാൻ?" എന്റെ ചോദ്യത്തിന് മൗനം ആയിരുന്നു ഉത്തരം.

"പറ"

"വേണ്ട നീ കേൾക്കേണ്ട"

"എനിക്കിപ്പോൾ കേൾക്കണം"

"വേണ്ട"

"എന്നെ അറിയാമല്ലോ?" പാതി വെച്ച ചോറുണ്ണാൻ ആർക്കും ഇഷ്ടമല്ല, പൂർത്തീകരിക്കൂ. മറ്റെല്ലാം പോലെ ഇതും"

നിർബന്ധമായും, നിബന്ധന ആയി.

"പറയാം"

"ഒരിക്കൽ രാജു എന്നോട് ചോദിക്യാ? അച്ഛച്ഛൻ ജിത്തു ആന്റിയെ ചെയ്തിട്ടുണ്ടോ എന്ന്." രാജു മുത്തച്ഛന്റെ പേരകുട്ടിയാണ്.

ഞെട്ടലിനേക്കാൾ അത്ഭുതം ആണ് എന്റെ മനസ്സിൽ ഉണ്ടായത്. ഒളിപ്പിക്കാൻ ഒന്നേ ഉള്ളൂ അവർ രണ്ടാളും പോൺ ഫിലിംസ് നോക്കുന്നത് ഞാൻ കണ്ടു പിടിച്ചതാ. രാജുവും എന്റെ മോളും. പിന്നെ പറഞ്ഞു.

"നീയും അവനും നിന്റെ മോൾ വീട്ടിലില്ലാത്ത സമയത്തു കെട്ടിപ്പിടിച്ചു എന്നും നിന്റെ മാറത്ത് അവൻ തല വെച്ച് എന്നുമൊക്കെ" രാജു മുത്തച്ഛനോട് പറഞ്ഞത്രെ.

അതൊരു അട്ടഹാസത്തിൽ കലാശിച്ചു. വിപ്ലവം നടക്കുന്ന പ്രതീതിയിൽ. എന്നെ കുറ്റക്കാരനാക്കി, മുത്തച്ഛൻ

"നിങ്ങൾക്കേ ഇങ്ങിനെ ഒക്കെ കേൾക്കാനും അതെല്ലാം എന്നോടിങ്ങനെ നാണമില്ലാതെ പറയാനും പറ്റൂ"– അതും പറഞ്ഞു ഞാൻ സെൽ കട്ട് ഓഫ് ആക്കി.

കുറെ കഴിഞ്ഞു ഞാൻ വീണ്ടും വിളിച്ചു. കുറ്റബോധമാണോ എന്നറിയില്ല. തെറ്റിദ്ധാരണകളുടെ തിരസ്കാരമോ?

"നിങ്ങൾ ഇനി എന്നെ നന്നാക്കാൻ ശ്രമിക്കേണ്ട, എനിക്ക് നന്നാവേണ്ട. അത്ര മതി നന്നാക്കൽ"

"ശരി" –ശാന്തമായ ശബ്ദം

പെട്ടെന്ന് ദേഷ്യത്തെ പുണരുന്ന എനിക്ക് ശാന്തത ശാന്തി അല്ല തരുക. നേരെ മറിച്ചാണ്. സുനാമി അടിക്കുന്ന മുൻപ് ഉള്ള ശാന്തത പോലെ മനസ്സ് തരംഗങ്ങൾ സൃഷ്ടിക്കും. ശക്തിയുള്ള കഠിനമായ തിരമാലകൾ പോലെ.

കട്ടിലിൽ കിടന്നു മുത്തച്ഛൻ എന്നെ ആവേശങ്ങളുടെ പടവേഷമിടീച്ചിട്ടുണ്ട്. എന്നെ പുളകം കൊള്ളിക്കുമ്പോൾ മറ്റുള്ളതിന്റെ നേരെ എതിരിൽ ഉള്ള ചിത്രം.

"അങ്ങിനെ പെട്ടെന്ന് എനിക്ക് നേരിട്ട് സ്വർഗത്തിലേക്കുള്ള ടിക്കറ്റ് വേണ്ട."

രണ്ടു വഴികളും എത്തിചേരുന്നത് കൊടുമുടികളിൽ ആണെങ്കിലും. ഞാൻ അതിന്നിടയിൽ ഒഴുകുന്ന നേരിയ ഒരരുവി.

വിധിയും പ്രതിവിധിയും ഒന്നുപോലെ ആവണം എന്നില്ല. ഒരു മികസ്ഡ് ഫ്രൂട്ട് സാലഡ്; അല്ല എങ്കിൽ മിക്സ്ഡ് ഫീലിങ്ങ്സ്. മുത്തച്ഛനോടങ്ങിനേയാ.

അപ്പോളാണ് ആലോചിച്ചത്. ലിഫ്റ്റിൽ കയറുമ്പോൾ "<NS>"എന്ന ബട്ടൺ അമർത്താറുണ്ട്.

"ഇതെന്താ?" എന്ന് ചോദിച്ചാൽ പറയും.

"നോൺ സ്റ്റോപ്പ് – നേരെ സ്വർഗത്തിലേക്ക് –നിന്നെ ഞാനിടക്ക് അയക്കാറില്ലേ."

"ലൈഫ് ഈസ് ഷോർട്, വി ഹാവ് നോ ടൈം ബട് ടു എൻജോയ്."

ഇതാരാണ് പറഞ്ഞതെന്നോർമ്മയില്ല. ഞാൻ അതിൽ ഇപ്പോൾ വിശ്വാസിക്കുന്നുണ്ടോ?

ബുദ്ധിമുട്ടുകളുടെയും കഷ്ടങ്ങളുടെയും പ്രതിബന്ധങ്ങളുടെയും ഉരിച്ചിലിൽ ഒരു പാട് തേയ്മാനം വന്ന ഹൃദയം, പതുക്കെയാ ചിലപ്പോൾ എന്റെ ഹൃദയമിടിപ്പുകൾ. പഞ്ചാര കൂടിയ രക്തത്തിന്റെ മറ്റൊരു കുസൃതി ആവാം.

അത് പോലെ ഇനിയും കുറച്ച് കഴിഞ്ഞാൽ എന്റെ വയസ്സ് 40 ന് മേലെ പിന്നെ തേയ്മാനം എല്ലായിടത്തും ആവും.

ഞാൻ ഒരു തരം "ലൂസ് ക്യാരക്ടർ" എന്ന വിശേഷണങ്ങളിൽ തീരുമെല്ലാം.

കവിളിലെ ചുളിവുകളും, കണ്ണിലെ തിളക്കവും നാഭിയിലെ ചുഴിയും, തലയിലെ മുടിയിഴകളിൽ മെഹന്ദി ഇട്ടാലും വെളുപ്പിണ്ടേ നേരിയ ഇഴകളും മിഴിച്ചു നോക്കും.

ഇനി ഒത്തിരി ശ്വാസങ്ങൾ ഇല്ല, ഇത്തിരി ദിവസങ്ങൾ മാത്രം. ജീവിതം.

ദിവസങ്ങളുടെ അന്ത്യമ യാമങ്ങളിൽ സന്ധ്യാ നേരത്താണ് അസ്തമയ സൂര്യന്റെ കിരണങ്ങൾ, നാളത്തെ സൂര്യനുദിക്കാനുള്ള കിഴക്കു ഭാഗത്തു രൂപ രേഖകളുടെ നിറക്കൂട്ടുള്ള മഴവില്ലുദിക്കുന്നത്.

സമയമായില്ല, തീരാൻ.

"കുറെ നടന്നു," "കുറെ ഓടി" ഇനിയിത്തിരി ആഘോഷം. മത്താപ്പ്, കമ്പിത്തിരി, പൂക്കുറ്റി, അതിൽ നിന്ന് വരുന്ന നിറമുള്ള ചിത്രങ്ങൾ. ഒരു അമിട്ടും. പിന്നവസാനം ഓലപ്പടകത്തിന്റെ വലിയൊരു കോമ്പല. രതിമൂർച്ഛ.

എന്നിട്ടേ കൊടി താഴ്ത്തു. അമ്പലത്തിലെ ഉൽസവം തീരും പോലെ.

ഇന്ന് സീരിയലുകൾ കണ്ടു തുടങ്ങുന്ന കഥകളാണ് എല്ലായിടത്തും. "ഹുക് അപ്പ്" എന്ന വാക്ക് ഇന്നത്തെ മിക്കയിടങ്ങളിലെയും തുടക്കം. സെക്സ് എന്ന വിഷയം പ്രതിബാധിക്കുന്നത് മീഡിയയിലൂടെ ആണല്ലോ. ആർക്കും അതിൽ തെറ്റിദ്ധാരണകൾ ഇല്ല.

ഞാൻ സീരിയലുകളും, മറ്റേതും കാണാറുണ്ട്. എക്സ് എക്സ് എക്സ് സിനിമകളും. കൊച്ചുങ്ങൾ, ചെറുതായിരിക്കുമ്പോൾ ജോലിയിൽ നിന്നും വന്നു ബാക്കി ഉള്ള സമയം ബോറടി ആവുമ്പോൾ, വീട്ടിൽ ഒരു അധികപ്പറ്റാണ് എന്ന് തോന്നുമ്പോൾ, ചേട്ടൻ ശ്രദ്ധിക്കാതെ ആവുമ്പോൾ. പിന്നെ ഉള്ള ഒരു റിലാക്സേഷൻ ഇതിലൂടെ ആയിരുന്നു. പിന്നെ ഫോൺ കോളിൽ കൂടെ. യാഹൂ ചാറ്റിലൂടെ ഒരു പാട് നല്ല പയ്യന്മാരേയും ചെറുപ്പക്കാരേയും വയസ്സിൽ മൂത്തവരെയും പരിചയപ്പെട്ടു.

അതിൽ മിക്കവാറും പേർ ഗൾഫ് ജോലിയിൽ ഉള്ളവരായിരുന്നു. ഒറ്റപ്പെട്ട പ്രവാസി ജീവിതം, കല്യാണം കഴിച്ചു എങ്കിലും അകൽച്ചയുടെ ബന്ധമില്ലായ്മ. പല കാരണങ്ങൾ. അതിലൂടെ ചാറ്റ് ചെയ്യുന്ന എല്ലാ പാർട്ടികളും സുഖിക്കുന്നത് ഒരു തരം സമയം പോക്കായിട്ടാണ്, ആദ്യം അടുത്ത് വരുമ്പോൾ. പിന്നെ കാര്യം ഒന്നിലേക്ക് മാറും. ശരീരത്തിന്റെ ആവശ്യങ്ങൾ. വികാരങ്ങൾ കൈയ്യടക്കുന്ന നിമിഷങ്ങൾ.

സ്നേഹം അവിടെ പ്രതിഫലിക്കില്ല. "ഹൂക് അപ് എന്ന നിഘണ്ടുവിലെ" വാക്കുകൾ. ഒന്നു രണ്ടു തവണ കാണാൻ മാത്രം. അതിൽ അങ്ങോട്ടും ഇങ്ങോട്ടും വിൽപ്പന നടക്കുക ശരീരം എന്നതും പണം എന്നതും. പിന്നെ സുഗന്ധമുള്ള പെർഫ്യൂംസ് സെൽ ഫോൺസ് ഒരു ചെറിയ സെഡാൻ കാറിലെ യാത്ര ഇതാ സമയം എല്ലാത്തിനും കൂടി.

എനിക്ക് എന്നെ പോലെ ഒന്നും നഷ്ടപ്പെടാനും ഇല്ല. കിട്ടുന്നതു വീട്ടു കാര്യങ്ങൾക്കു ഉപയോഗമാവും എന്ന തത്വത്തിൽ വിശ്വസിക്കുന്നതിനാലും അതു തെറ്റല്ല, എന്ന തോന്നൽ ശരിയല്ലേ? അതേ. തെറ്റല്ലേ? അല്ല

ഒരാളിൽ നിന്നും മറ്റൊരാൾ – "അവൾ നല്ലവളാട്ടോ" – അങ്ങിനെ കോൺടാക്ട് ലിസ്റ്റും കൂടും. പിന്നെയാ സ്കൈപ്, എഫ്.ബി, വാട്സ് ആപ് തുടങ്ങിയവ വന്നത്.

എളുപ്പത്തിൽ അടുക്കാൻ, പരിചയപ്പെടാൻ, ചിത്രങ്ങൾ അയക്കാൻ, ഒത്തു ചേരാനുള്ള പ്ളാനിടാൻ, ചേരാൻ, കൂടാൻ, കാണാനും കണ്ണടച്ചു ചെയ്യാനും, പിരിയുമ്പോൾ മറ്റൊരു കോൺടാക്ട് കിട്ടാനും. എല്ലാത്തിനും ഡിജിറ്റൽ മീഡിയ ഒരുക്കങ്ങൾ ഉണ്ടാക്കി തന്നു.

പറ്റാത്തതെങ്കിൽ വേണ്ട, എങ്കിൽ ഒരു സ്വയ്പ്പ് അതെല്ലാം ഡിലീറ്റ് ആയി. പിന്നെയും ലൈനിൽ വന്നാൽ മറ്റൊരു സ്വയ്പ്പ്-ബ്ളോക് ആയി.

വേണ്ട നമുക്ക് ആവശ്യമുള്ള നാളേക്ക് ബുദ്ധിമുട്ടുണ്ടാക്കാത്ത പയ്യൻസ് അല്ലെങ്കിൽ മുതിർന്ന വയസ്സുള്ളവർ ആണെങ്കിൽ ഫോർവേഡ് ആവും. എല്ലാം നീങ്ങും മുന്നോട്ട്– അവസാനം കട്ടിലുകളിൽ.

എളിയ പ്രവർത്തനങ്ങളേ ആവശ്യമുള്ളൂ.

ചില വികൃതി കുട്ടികളുണ്ട്. ലൈനിൽ വന്ന് "ചേച്ചി ചേച്ചി" എന്ന് പറഞ്ഞു പിന്നാലെ കൂടും അതും ചിലപ്പോൾ ഒരു ടൈം പാസ് പോലെ എടുത്താൽ ബോറടി മാറികിട്ടും.

സെൽ ഫോൺ കള്ളുകുടി പോലെ അഡിക്ടഡ് ആവും. എന്റെ മക്കളും ഇത് പോലെയാ. വേണ്ട എന്നൊന്നും പറഞ്ഞാൽ പറ്റില്ല.

അമ്മക്കെന്താ ഇത്ര ദേഷ്യം? ഇത്ര ചോദ്യങ്ങൾ? രണ്ടു മക്കളും എന്നോട് ചോദിക്കാൻ തുടങ്ങി. കാലം മാറുന്നു.

"അമ്മ ചെയ്യുമ്പോൾ ഒരു ചോദ്യങ്ങളും പാടില്ല എന്നല്ലേ പറയാറ്?" പടിഞ്ഞാറ് നിന്നുള്ള സംസ്കാരം നാം വാടകക്ക് വാങ്ങി. നമ്മുടേതായ തനിമയുള്ള കൂട്ടുകുടുംബവും അതിലൊതുങ്ങുന്ന അച്ചടക്കങ്ങളും നഷ്ടമായോ?

വാടക മുറികളിൽ വിശപ്പിന്റെ വേദന തീർക്കാൻ ഞാൻ വിൽപ്പന ചരക്കായി. അതുകൊണ്ട് തന്നെ ആണ് കൂട്ടുകുടുംബം എനിക്ക് തളർച്ച തന്നപ്പോൾ ഞാനും കിട്ടിയ സ്ഥലത്തൊരു വീട് വെക്കാൻ ശ്രമിച്ചത്. ഒരു സ്ത്രീയുടെ ഏറ്റവും വലിയ ആഗ്രഹം അത് തന്നെ. രാവിലെ എഴുന്നേറ്റു കുളിച്ചു കളഭമിട്ട് വിളക്ക് കത്തിച്ചു വീടിനു മുൻപിൽ തിരി കാണിക്കുക എന്ന കർത്തവ്യം. എനിക്കത് ഒരു ആവശ്യമായി. ആ ആവശ്യം ആശകൾ ആയി, ഒടുങ്ങാത്ത ആശകൾ. സ്വപ്നങ്ങൾ നെയ്തെടുത്ത ആ ആശകൾ എനിക്ക് ധൈര്യം തന്നു. നേരിടാൻ, മുന്നോട്ട് നീങ്ങാൻ, ശരീരം കൂടുതൽ ഓടാനും തുടങ്ങി.

# അധ്യായം-6

## എ റൂം ഓഫ് വൺസ് ഓൺ

## അടിത്തട്ട് അടിയറ വെച്ച് കെട്ടിയ ചന്തമുള്ള വീട്

ഞാൻ ടീച്ചർ ആയി കിട്ടിയിരുന്ന ജോലി വിട്ടു. ഒരു ഇൻഷൂറൻസ് കമ്പനിയിൽ ചേർന്നു. അവിടത്തെ ചട്ടങ്ങൾ പുതിയത് പഠിച്ചു. കൂടെ പഠിച്ചിരുന്ന എന്റെ പഴയ സുഹൃത്ത് ആണ് പുതിയ വഴിത്താരകളിൽ എന്നെ നിയന്ത്രിച്ചത്. ഞാൻ മാറി. മാറേണ്ടി വരും. വഴുക്കുള്ള വഴികളിൽ.

പുസ്തക വിൽപ്പനയുള്ള കടയിൽ ജോലി ചെയ്യുമ്പോൾ അവിടെ നിന്നും പരിചയപ്പെട്ട ഒരാൾ ഒരുപാട് സഹായിച്ചു. വീടിന്റെ അടിത്തറ കെട്ടാൻ. അതോടെ എന്റെ വിശ്വാസങ്ങളുടെ അടിത്തറയും ഞാൻ പണയം വെക്കേണ്ടി വന്നു. തുടക്കം വാടക മുറികളിൽ, ഇപ്പോൾ വാടക കൊടുക്കേണ്ട എങ്കിലും വീട് ഉണ്ടാക്കുമ്പോൾ വാങ്ങിയ പലിശ കൊടുക്കണം എന്നെ ഉള്ളൂ. അതും നേടിയെടുത്തത് എനിക്ക് എന്റേതായ ഒരു വീടുണ്ട് എന്ന് അഭിമാനം, ഉൾക്കൊള്ളാൻ. ആരെന്തെങ്കിലും പറഞ്ഞോട്ടെ, മുഖം കാണിച്ചോട്ടെ ഞാൻ എന്റേതായ വഴിയിൽ തെറ്റും ശരിയും അപഗ്രഥനം ചെയ്യാൻ സമയം ഇല്ലാതെ, മുന്നോട്ടേക്ക് വെച്ച കാൽപ്പാടുകൾ.

മുറികളിൽ കിടക്കുമ്പോൾ എല്ലാരും പാൽ കുടിക്കും. എനിക്ക് പാൽപ്പൊടി ആണിഷ്ടം. ഒരിക്കൽ നല്ലൊരു മുഖമുള്ള ചെറുപ്പക്കാരൻ ദമാമ്മിൽ ഒരു കൊച്ചു ജോലി, കല്യാണത്തിന് പെണ്ണിനെ തിരയാൻ വീട്ടുകാർ. രണ്ടു വർഷങ്ങളിൽ ഒരിക്കൽ ഒരുമാസത്തെ അവധിക്ക് നാട്ടിൽ വരുന്ന പയ്യൻസ്.

എഫ്.ബി മെസ്സൻജർ – അതിലൂടെ ഓഫീസിൽ ഇരുന്നു "ഹൈ" അടിച്ചു. പിന്നെ അവന്റെ ചോദ്യങ്ങളായി. എന്റെ ഉത്തരങ്ങളും. ചേച്ചി എന്ന് തുടങ്ങിയ സുന്ദർ എന്നെ ചേച്ചിയെക്കാൾ അടുത്തേക്കാക്കി, ഒന്ന് രണ്ടു ആഴ്ചകൾക്കുള്ളിൽ നാട്ടിൽ വരും എന്നും കാണേണം എന്നുമായി. ആ പയ്യൻസ് എന്നെ ശരിക്കും ചേച്ചി ആയും, ചേച്ചിയുടെ ഒന്നാമത്തെ വേറെ ഉള്ള അനുഭവം ആയും ആണ് നോക്കിയിരുന്നത്.

ഓരോ തവണയും പുതിയ കുപ്പായം ഇടാനും അഴിക്കാനും പറ്റില്ല. പക്ഷെ പുതിയതെന്നു നാടകത്തിലെ പോലെ അഭിനയം ചെയ്താൽ, അതാർക്കും കൂടുതലിഷ്ടമാണ്.

"എവിടെ കാണും" എന്നായി സുന്ദർ എന്ന പയ്യൻസ്

അപ്പോളാ മുത്തച്ഛന് പെട്ടെന്ന് പുറത്തെങ്ങോ പോകേണ്ട ആവശ്യം വന്നത്.

"ചാവി തരുമോ?"

"ചെടികൾ ഞാൻ നനച്ചോളം."

"വേറെ വല്ലതും?"

ആ ചോദ്യം എന്നിൽ ശരിക്കുള്ള ഉത്തരം പറയാതെ പറ്റില്ലെന്ന തോന്നലായി.

കാര്യം പറഞ്ഞപ്പോൾ "നീ സൂക്ഷിക്കണം" എന്നെ പറഞ്ഞുള്ളൂ.

എല്ലാം കഴിഞ്ഞു ഒന്നാമത്തെ തവണ ലീവ് കഴിഞ്ഞു പോവും മുൻപ് പയ്യൻസ് വേറൊരിക്കൽ കൂടെ കാണേണം എന്നായി.

മുത്തച്ഛൻ അന്നവിടെ ഉണ്ട്.

"സാരമില്ല നിന്റെ പണത്തിന്റെയും ദാഹം തീർക്കലിന്റെയും ആവശ്യമല്ലേ? ഞാൻ മറ്റേ റൂമിൽ അടച്ചിരുന്നാൽ പോരെ?"

സത്യമായും ആ സ്നേഹം സ്നേഹമാണോ അതോ മറ്റെന്തെങ്കിലുമാണോ എന്ന് എപ്പോളും ഇപ്പോഴും എനിക്ക് തോന്നീട്ടുണ്ട്.

ഒന്നും കാണാതെ മുത്തച്ഛന്റെ ചിന്തകളിൽ ഒരു മെന്റൽ എസ്കാറ്റസി എന്നെല്ലാം തോന്നി. എങ്ങിനെയാ അതനുവദിച്ചതെന്നു ചിന്തിക്കുമ്പോൾ.

നടക്കേണ്ടത് നടന്നു.

സുന്ദർ പോയപ്പോൾ വാതിൽ തുറന്ന മുത്തച്ഛൻ എന്നോട് ചോദിച്ചു – "പയ്യൻ നിന്റെ ഇഷ്ടങ്ങൾ ആണോ തന്നത?".

പാൽപ്പൊടിയുടെ രണ്ടു വലിയ ബാഗുകൾ. പാൽ കുടിക്കുമ്പോൾ കിട്ടിയ സുഖത്തേക്കാൾ അവൻ സമ്മാനിച്ച പാൽപ്പൊടി ഇനി കുറെ ദിവസങ്ങളിൽ രാത്രി സ്പൂണിട്ടു വായിലിടുമ്പോൾ ഒരു രസം, ഓർക്കാൻ പയ്യൻസിനെ.

വാടക മുറിയെ പറ്റി വെർജീനിയ വോൾഫ് എഴുതിയ "എ റൂം ഓഫ് വൺസ് ഓൺ" ഇവിടെ പ്രസക്തമാണ്. മേൽക്കൂര ഉണ്ടാക്കാൻ ഉള്ള ബദ്ധപ്പാട്. സ്വയം ബലി കഴിച്ചുണ്ടാക്കാൻ ഉള്ള പ്രയത്നം. എന്റേതായ ഒരു വീട്.

സാമ്പത്തിക വിഷമങ്ങൾ ഉണ്ടാകുമ്പോൾ സ്ത്രീ നെടുവീർപ്പുകളുടെ മാത്രം ഉടമയാകും. സ്വയം ഒരു ജോലി. അതിൽ നിന്നും ഉള്ള വരുമാനങ്ങൾ ഇടവും വലവും തിരിക്കാനുള്ളതിനു പോരെങ്കിൽ ആണ് വേറെ ജോലികൾ നോക്കാൻ ബദ്ധപ്പെടുക.

പണ്ടെങ്ങും സ്ത്രീകൾ ജോലിക്ക് പോയിരുന്നില്ല. അദ്ധ്യാപിക അതിൽ പുറമേ ബാക്കിയെല്ലാം നാട്ടുകാർ വിരിഞ്ഞ അതിർത്തികൾക്ക് പുറമെ.

“ഇത്തിരി എങ്കിലും അന്തസ്സായി ജീവിക്കാനുള്ള ബദ്ധപ്പാടിൽ ഇത്തരം ഒരു ജോലി ചെയ്യേണ്ടി വന്നാൽ?” ഞാൻ ആലോചിക്കാറുണ്ട്.

അടികാണാക്കടലിൽ മുത്ത് തിരയുന്ന പോലെ ആണ് മനസ്സിലെ ചോദ്യങ്ങൾ, മുറുമുറുക്കാതെ, ഒന്നും കാണിക്കാതെ, ചിരിയുടെ പൊതിയിൽ, പരാതികൾ ഇല്ലാതെ – ഇന്നിൽ നിന്നും മറ്റൊരു നാളെ. യാത്ര, ജീവിത യാത്ര. ഉദ്ദേശം ഒന്നും – മക്കളുടെ കാര്യം ഒരു അമ്മക്ക് വേറെ എന്താ വേണ്ടത്.

ആശകൾക്ക് അതിരിടാതെ ഭാവിയിലേക്ക് നോക്കാൻ പറഞ്ഞു തന്നത് മുത്തച്ഛൻ. നിർത്തി എന്ന തീരുമാനം കേട്ടപ്പോൾ മുതൽ അങ്ങിനെയാ. ഒരിക്കൽ എന്നോട് പറഞ്ഞത് ഒരു കഥാകൃത്തിന്റെ കഥയുടെ ഉള്ളടക്കം ഉദ്ധരിച്ചായിരുന്നു.

“നിനക്ക് ഞാൻ തന്നതൊന്നും ഞാൻ തന്നതല്ല. അതെല്ലാം ഞാനെന്ന പൈപ്പിലൂടെ ദൈവം നിനക്കായി വെച്ചതാ.” മുത്തച്ഛന്റെ മനസ്സിന്റെ വലുപ്പം എനിക്കറിയാതെ ആയിട്ടുണ്ട്. ചിലപ്പോൾ.

അൽ കൊറാൻ എന്ന ആളെഴുതിയ “ബ്രിങ്ങ് ഔട്ട് ദി മാജിക് ഇൻ യുവർ മൈൻഡ്” എന്ന പുസ്തകത്തിലെ വരികൾ. “നിങ്ങൾ നിങ്ങളുടെ പണം ഉപയോഗിക്കുമ്പോൾ പണത്തെ അനുഗ്രഹിക്കുക. ആ പണം വേണ്ടവർക്കെല്ലാം ബുദ്ധിമുട്ടുള്ളവർക്കെല്ലാം ഉപയോഗപ്പെടട്ടെ എന്നും. അത് തിരിച്ചും നിങ്ങളുടെ അടുത്തേക്ക് പതിന്മടങ്ങായി എത്താനും.”

നല്ല കാര്യം.

പക്ഷെ ഞാൻ ചീത്ത പറഞ്ഞതോർമ.

“നിങ്ങൾ ഇനി എന്നെ ആശകൾക്ക് അറ്റം കാണാൻ വേണ്ടി ഒന്നും പറയേണ്ട. മതി.”

“എന്താ അങ്ങിനെ?”

“ഒന്നൂല്യ – എനിക്ക് മതിയായി, നന്നാവാൻ പറ്റില്ല, ഇത്ര മതി”

തിരിച്ചടി എന്ന പോലെ തോന്നിയിരിക്കും. അൽ കോറാൻ പറഞ്ഞത് കേട്ടു ഞാൻ മിണ്ടാതിരിന്നപ്പോൾ.

പലപ്പോഴും കരുതാറുണ്ട്. തിരിച്ചു വരവിന്. ആ നല്ലൊരച്ഛന്റെയും അമ്മയുടെയും നല്ല മോളായി തിരിച്ചു വരാൻ, ജീവിതത്തിലേക്കും. കളങ്കങ്ങളില്ലാത്ത കന്യകയായി.

അപ്പോൾ ഞാനൊരാമ പോലെ അമ്മയുടെ വേഷം മാറും.

എന്റെ ആലോചനകൾ എന്നെ ഉൾക്കൊള്ളും. അഭിനിവേശങ്ങൾ അയവിറക്കാൻ നോക്കും. ഞാൻ ഉള്ളോട്ടു വലിയും. കഴുത്തു ഞെക്കി തനിയെ ആത്മഹത്യാ ശ്രമം പോലെ. അവയവങ്ങൾ ഹൃദയ ഭിത്തിക്കുള്ളിൽ ഒളിപ്പിക്കാൻ നോക്കും.

പക്ഷെ വികാരം ശക്തിയുള്ളതാണ്. ആമത്തോടിനെ വെല്ലുവിളിച്ചു വികാരങ്ങൾ സടകുടഞ്ഞെഴുന്നേൽക്കും.

ദാഹത്തിന്റെ പേശികൾ ശരീരത്തിന്റെ അടിത്തട്ടിലെ പേശികളോട് പറയും.

"എന്റെ ദാഹം തീർത്തുതരൂ."

കഥയുടെ പുതിയൊരു അദ്ധ്യായം വീണ്ടും, വായനക്കാരൻ മറ്റൊരു പ്രവാസിയും.

സാലിം തന്ന ഗാലക്സി ഫോൺ ശബ്ദിച്ചു. കോളർ ജിജു.

"എന്താ ജിജു ഏട്ടാ"

"നീ എവിടെയാ?"

"പറ, എന്താ എന്ന്"

"അല്ല, ഈ സൺഡേ ഫ്രീ ആണോ?"

"അല്ല, ഒരു കല്യാണ അടിയന്തിരമുണ്ട്. പോയെ തീരു."

എത്ര ആളുകളുടെ മരണവും അടിയന്തരങ്ങളും ഓടുന്നത് എന്റെ മേൽനോട്ടത്തിലാണെന്നു എനിക്കെ അറിയാവൂ.

കള്ളങ്ങൾ പറഞ്ഞാലേ ഇന്നെല്ലാം കാര്യം നടക്കൂ.

"എന്താ പറ, ജിജു ഏട്ടാ"

"പറ്റുമോ എന്ന് പറ, ഒരു ചെറിയ ചെക്കനുണ്ട്. അവനു നിന്നെ തന്നെ വേണമത്രെ. ഷാൻ പറഞ്ഞു കൊടുത്തതാണത്രെ."

"എത്ര വയസ്സായി?"

“അല്ല നീ വയസ്സും നക്ഷത്രവും നോക്കാൻ തുടങ്ങിയോ?”

“പറ, ജിജു ഏട്ടാ”

“ശരി, സൺഡേ ഓക്കേ”

“വയനാടൻ ചുരം ഒരിക്കൽ കൂടി കയറേണം. നീ അങ്ങോട്ട് ബസ്സിൽ വന്നാൽ മതി. അന്ന് നിന്ന സ്ഥലത്തു ഞാനും ചെക്കനും കാറിൽ വെയിറ്റ് ചെയ്യും.”

ചേട്ടനോട് പറഞ്ഞു. സൺഡേ ഓഫീസിൽ എല്ലാരും ചേർന്ന് വയനാട് പിക്നിക് ആണെന്ന്. ബസ് സ്റ്റോപ്പിൽ ചേട്ടൻ എന്നെ ഇറക്കി.

ചേട്ടൻ ചോദിച്ചൊന്നുമില്ല. “നിന്റെ ഓഫീസ് പിക്നിക് എല്ലാരും ചേർന്ന് ഒരു പ്രൈവറ്റ് ബസ്സിലല്ലേ പോകുന്നത?” എന്നൊന്നും. ഞാനിറങ്ങി കൽപ്പറ്റ ബസിൽ കയറി. സെല്ലിൽ വിളിച്ചു പറഞ്ഞു ജിജു ഏട്ടനോട്. “ബസ് വിട്ടു ട്ടോ.”

ആ വഴികൾ എനിക്ക് പരിചയമാണ്. ഹോം സ്റ്റേകളും.

എർണാകുളവും, തൃശ്ശൂരും, പാലക്കാടും ട്രെയിനിലാ നല്ലത്. ക്ഷീണം കാണില്ല, പണി തുടങ്ങും മുൻപ്. ജോലി കഴിഞ്ഞു രാത്രി എട്ടുമണി ആയാലും ചേട്ടൻ സ്റ്റേഷനിൽ വന്നു കൂട്ടും. വീട്ടിലും ചുറ്റുവട്ടത്തും ഇൻഷുറൻസ് ജോലിക്ക് പോയി കഷ്ടപ്പെട്ട് മടങ്ങുന്ന ഭാര്യയെ കൂട്ടികൊണ്ടുവരുന്ന നല്ല ഭർത്താവും.

ഒരിക്കൽ എറണാകുളം പോയി തിരിക്കുമ്പോളാണ് ജിജു ഏട്ടനെ പരിചയപ്പെടുന്നത്. കുറെ ആളുകളെ അറിയാം. ഇത്തിരി നല്ല കോൺടാക്സ് ഉണ്ട് എന്നും മനസ്സിലായി. സംസാരം ഫോൺ നമ്പർ എക്സ്ചേഞ്ചിൽ അവസാനിച്ചു. ആദ്യം കണ്ട ദിവസം തന്നെ.

പിന്നെ ജിജു ഏട്ടൻ ആ കോൺടാക്സ് ഷെയർ ചെയ്യും എന്നും, പകരം ഒരു കമ്മീഷൻ കൊടുക്കേണം എന്നും പറഞ്ഞത്. പക്ഷേ സേഫ് ആണ്, കൂടെ വരും കഴിയുന്ന വരെ പുറത്തിരിക്കും. കയ്യിൽ ഗ്ലാസ് ഉണ്ടാവും അത്ര മാത്രം.

ഞാൻ ആദ്യം എന്നെ വിറ്റ ഇസ്സു എന്ന ആളും അലിയെ പോലെ തന്നെ. സുന്ദരനും സുമുഖനും നല്ല ശീലമുള്ളവനും, എന്നോട് സ്നേഹം അല്ല, ഒരു തരം വല്ലാത്ത അടുപ്പം ആണ് രണ്ടാൾക്കും

അന്ന് കൽപ്പറ്റ ഇറങ്ങുമ്പോൾ കാർ ഉണ്ടായിരുന്നു. നല്ല ഇഷ്ടമുള്ള ഫാൻസി നമ്പർ ഉള്ള വെള്ളകാറും.

തെറ്റില്ല മനസ്സിൽ കരുതി.

പിന്നിലെ ഡോർ തുറന്നകത്തു കയറുമ്പോൾ പുറത്ത് വന്നത് അത്തറിന്റെ അല്ല. മസ്ക് പെർഫ്യൂം ആണ്യ. ഞാനകത്തു കയറിയതും എന്റെ തലമുടിയിൽ വെച്ചിരുന്ന പുതിയ വാടാത്ത ചേട്ടൻ വാങ്ങി തന്ന മുല്ലമാലയുടെ സുഗന്ധവും മസ്കും ചേർന്നുള്ള ലയനം.

ആ മുല്ലപ്പൂക്കൾക്കൊരു വ്യത്യാസമുണ്ട്. തലേന്ന് സന്ധ്യക്ക് വാങ്ങിയ ആ പൂക്കൾ സൂര്യോദയത്തിൽ വിരിഞ്ഞു ഞാൻ തലമുടിയിൽ ചൂടുമ്പോഴും എന്നെ ബസ് സ്റ്റാൻഡിൽ വിടുമ്പോഴും അന്ന് പകലിൽ വാടക മുറിയിൽ ഇരുട്ടാവുമ്പോൾ ഞെരുങ്ങുന്ന ആ പൂക്കൾ നോവും.

എല്ലാമറിയാവുന്ന ചേട്ടൻ ഒന്നുമറിയില്ല എന്ന ഭാവത്തിൽ "എപ്പോഴാ പിക്ക് ചെയ്യാൻ വരേണ്ടത്" എന്ന് ചോദിക്കും.

"ഞാൻ വിളിക്കാം"

അതേ ചാര നിറം അഡ്ജസ്റ്റ്മെന്റ് . അറിവിലും അറിയാതെ എന്ന കൽപ്പനകൾ. ജീവിത യാത്രകളിലെ ഇടവഴികൾ. വളഞ്ഞ ഇടുക്ക് വഴികൾ. ജീവിത നാടകശാലയിലെ ഗ്രീൻ റൂമിൽ ഇടേണ്ടി വരുന്ന കപടതയുടെ മുഖം മൂടികൾ.

അവന്റെ മുഖപ്രസാദവും, എന്റെ ഇഷ്ടങ്ങളുടെ മറ്റൊരു ചിന്തയും ഒന്നാവാൻ അപ്പോളെ തുടങ്ങി. മുല്ലപൂക്കളുടെയും മസ്ക് പെർഫ്യൂമിന്റെയും സുഗന്ധങ്ങൾ പുണരാൻ തുടങ്ങിയ പോലെ. ആ ഇരുവത്തൊന്നുകാരന്റെ ആർത്തിയുള്ള കണ്ണുകൾ ആദ്യം വീണത് എന്റെ മാറിടത്തിലാണോ? മുറിക്കകത്തു കയറുമ്പോൾ ജിജു ഏട്ടൻ ചോദിച്ചു.

"ചിക്കൻ ബിരിയാണിയോ, അതോ ഫ്രൈയ്യോ പൊറോട്ട എന്തായാലും വാങ്ങാം. ഞാൻ അര കുപ്പി കുടിക്കാനും മേശമേൽ വെച്ചിട്ടുണ്ട്."

"ചേച്ചിക്കെന്താ ഇഷ്ടം?" – ചെക്കൻ

"നിന്റെ പേരെന്താ?"

"അലി"

അതെനിക്ക് ഇഷ്ടമായി. അവനാണെങ്കിൽ ഒന്നിൽ തീരും. കുടുംബം, തറവാട്, കാസ്റ്റ് ഇതൊന്നും ചോദിക്കില്ല. പോരെ ഗൾഫ് ആയതിനാൽ ഒരു കൊല്ലം കഴിഞ്ഞേ തിരിക്കുള്ളൂ.

അതിലും കൂടുതൽ എനിക്ക് വേറൊരു ഇഷ്ടം തോന്നാൻ തുടങ്ങി. ആദ്യം പുറത്തിറങ്ങിയ ആ ആളും അത്പോലൊന്നിന്റെ ഉടമ ആയിരുന്നു.

ഫ്രൂട്ട് സലാഡിലെ തോലില്ലാത്ത പഴം, ഏറ്റവും ഇഷ്ടം ഉള്ള പഴം പോലെ.

"നീ എന്താ ചോദിച്ചത്?"

"ചേച്ചിക്ക് എന്താ ഇഷ്ടം.?"

"എനിക്ക് ഇന്നിഷ്ടം നിന്നെ തിന്നാനാ"

ചെക്കനാകെ വിഷണ്ണനായ ഒരു പയ്യനെ പോലെ. ഞാനത് കണ്ടപ്പോൾ ആലോചിച്ചു പോയി എന്റെ മോളെക്കാൾ അധികം പ്രായമായിട്ടില്ല അവനെന്നു.

വികാരം മനുഷ്യസഹജമാണ്. എല്ലാവർക്കും ഉള്ളതും അവിടെ വയസ്സും പ്രായവും അതിരുകളല്ല. അണിയറയിൽ വേഷം അഴിഞ്ഞാൽ എല്ലാം ഒന്നും.

"എനിക്ക് ദാഹിക്കുന്നു" – അലി

"കുപ്പി ഇതാ, നീ കുടിച്ചോളൂ"– ഗ്ലാസ് ഞാൻ നീട്ടി.

"ചേച്ചിയ്യോ?"

"വേണ്ട"

"അതെന്താ, തൊടാറില്ലേ?"

"ഉം"

"പിന്നെ?"

"ഇന്നിപ്പോൾ വേണ്ട"

"സമയവും രാഹു കാലവും നോക്കീട്ടാണോ, ഇതെല്ലാം"

"അല്ല"

"പിന്നെന്താ"

"ജിജു ഏട്ടൻ പറഞ്ഞു ഇത് നിന്റെ ഒന്നാമത്തേതാണ് എന്ന്"

"ആണ്, ശരി. അതിനാലെന്താ?"

"വേണ്ട"

അലി രണ്ടാമത്തെ ഗ്ലാസെടുത്തു എന്റെ നേരെ നീട്ടി.

"ഇന്ന് ഞാൻ നിന്റെ ടീച്ചർ ആണ്."

"അതെങ്ങിനെ?"

"ട്യൂഷൻ ടീച്ചർ."

"അയ്യോ ചേച്ചി – അങ്ങിനെ ഒന്നും ഇല്ല"

"നിനക്കു ഇന്ന് ഞാൻ എല്ലാം പഠിപ്പിക്കും."

മരുന്ന് പണിയോടെ പതുക്കെ തുടങ്ങിയ പഠന പരിപാടി അവസാനിക്കുമ്പോളേക്കും ജിജു ഏട്ടൻ ചിക്കൻ ഫ്രൈ, ബിരിയാണി, പൊറോട്ട ഇതെല്ലാം വാങ്ങി വന്നു. ഞങ്ങൾ രണ്ടാളും ഭക്ഷിച്ചു കൊണ്ട് വർത്തമാനം പറയുമ്പോൾ ജിജു ഏട്ടൻ കുപ്പിയുടെ അടിഭാഗം കണ്ടെത്തി.

ഇരുപത്തൊന്നുകാരൻ അതിനു മുൻപേ എന്റെയും.

അനുകരണങ്ങൾ ചിലപ്പോൾ വായനയിൽ നിന്നും പഠിച്ച തത്വങ്ങളാവാം.

ശരീരം പ്രയത്നങ്ങൾ ചെയ്യുമ്പോൾ മനസ്സിനെ വിശ്രമിക്കാൻ വിടേണം. നിശ്ചലതയുടെ നിമിഷങ്ങൾ. അപ്പോൾ വഴുക്കിൽ വീഴുന്ന നിമിഷങ്ങൾ എണ്ണയിട്ട എഞ്ചിൻ ഓടുന്ന പോലെ ഓടും

മനപ്രയാസമില്ലാതെ, ഒന്നുമറിയാതെ ചില സമയങ്ങളിൽ നിർവികാരതയുടെ കൂട്ടുകെട്ടിൽ.

ആരോടും ഒന്നും മിണ്ടാതെ, പറയാതെ. സ്വയം എന്ന ഞാൻ മാത്രം അറിഞ്ഞുകൊണ്ട്.

അതിനാ ജോലിക്കു പോവുമ്പോൾ ചിലപ്പോൾ ഞാൻ സെൽ സൈലന്റ് മോഡിൽ വെക്കുന്നതും. അല്ല എങ്കിൽ സ്വീച്ച് ഓഫ് ചെയ്യും. അപ്പോളെല്ലാം മുത്തച്ഛൻ ചേട്ടനെ വിളിക്കും. "എവിടെ" എന്നൊന്നും ചോദിക്കില്ല. പക്ഷെ അറിയാൻ വേണ്ടി. "ഇല്ലേ" എന്ന് മെല്ലെ ഒരു ചോദ്യം.

"ഇല്ല; അവൾ അമ്മേടെ വീട്ടിലാ"

അത് കേട്ടാൽ മതി, പിന്നെ സംശയങ്ങളുടെ ലിസ്റ്റുകൾ പുറത്തു വരുന്നത് എന്നോട് സംസാരിക്കുമ്പോഴാണ്.

ദേഷ്യമല്ലാതെ പിന്നെ എന്താ വരിക.

പണ്ട് അഞ്ചണ ടിക്കറ്റ് എടുത്ത് സിനിമ കാണാൻ പോയ ഒരാൾ പറഞ്ഞത്രേ. മൂട്ട കടിക്കുന്നെന്ന്. അടുത്തിരുന്നു മറ്റേ ആൾ ചോദിച്ചതാ – "പിന്നെ ഈ സീറ്റിൽ ആര് ആണോ കടിക്കാൻ വരിക?"

ദേഷ്യമില്ലാതെ പിന്നെ സ്നേഹം കിളിർക്കുമോ? – അങ്ങിനത്തെ ചോദ്യങ്ങൾ ചോദിച്ചാൽ?

ദൗപതിയുടെ കഥ എന്റെയും കഥയായി ഞാൻ ഒരിക്കൽ വകയിരുത്തി. അർജ്ജുനൻ ദ്രൗപതിയെ കൂടുതൽ സ്നേഹിച്ചു. പക്ഷെ

യുധീഷ്ഠിരൻ മിടുക്കൻ, വേറെ ആരും ദ്രൗപതിയെ തൊടരുതെന്ന ഇഷ്ടവുമായി ഒരു കൊല്ലം അവരിൽ ഒരാൾക്കു കൂടെ നിൽക്കാൻ ഒരു നിയമം കൊണ്ടു വന്നു. അർജ്ജുനൻ ആ നിയമത്തിൽ തെറ്റ് വരുത്തി അതിനാൽ 12 വർഷത്തെ ദേശാടനം ചെയ്യേണ്ടി വന്നു.

ഞാൻ എന്ന ജിത്തു ആരുടെയും കൂടെ പോകരുത് എന്ന് ഇഷ്ടവുമായി യുധിഷ്ഠിരൻ അഥവാ എന്റെ മുത്തച്ഛൻ. എന്നിട്ട് പറയും "അതായിരുന്നു നിന്റെ തീരുമാനം – അന്നു വീട്ടിൽ വന്നു പോയ ദിവസം മുതൽ."

"ഞാൻ എടുത്ത തീരുമാനമല്ല. നിന്റേതാ" പക്ഷെ അന്ന് മുതൽ മുത്തച്ഛൻ എന്ന് വിളിക്കുന്ന ആൾ എനിക്ക് എല്ലാം ആയി. എല്ലാം എല്ലാം തന്നു. ചിലവ് നടത്താൻ, ആവശ്യങ്ങളേക്കാൾ കൂടുതൽ ആയി. സ്കൂട്ടർ കൂടാതെ കാർ ഡ്രൈവിംഗ് ലൈസൻസ് വരെ.

പക്ഷെ സ്വാതന്ത്ര്യം അതല്ലെ ഒരു പെണ്ണിന് വേണ്ടത്? ആ സ്വാതന്ത്ര്യം അനുവദിക്കുന്ന ആളല്ലേ യാഥാർത്ഥ്യത്തിൽ സുഹൃത്തോ, മുത്തച്ഛനോ ആവാൻ പാടുള്ളൂ?

ഈ ചോദ്യം എന്നും ഇന്നും എന്റെ മനസ്സിൽ – യുധിഷ്ഠിരൻ എന്ന മുത്തച്ഛൻ.

വഴുക്കിൽ വീണു പോയ നിമിഷങ്ങൾ ഒഴുകിപ്പോയ വഴികളിൽ ഞാൻ നിരന്തര സഞ്ചാരം ചെയ്യാനിഷ്ടപ്പെടാറില്ല.

പ്രണയം – മുത്തച്ഛൻ ഒരിക്കൽ പറഞ്ഞതിങ്ങനെയാ. നിന്റെ ജോലിയിൽ പ്രണയം ഒരഭിനയമാണ്. അത് പണ്ടത്തെ പോലെ ഒരുപാട് നീട്ടികൊണ്ടുപോകാൻ പറ്റില്ല.

ഞാൻ "എനിക്കറിയാം. സ്നേഹം എന്റെ ജോലി കഴിഞ്ഞശേഷം ഞാൻ കുളിക്കുമ്പോൾ സോപ്പിന്റെ പതയിൽ അലിഞ്ഞൊലിച്ചു പോകും. മന:പ്രയാസങ്ങളില്ലാതെ."

അങ്ങിനെ രണ്ടു കുളികളുടെ നടുവിൽ പ്രേമം ഉറങ്ങികിടക്കും. അപ്പോൾ ആ ഗ്യാപ്പിൽ മറ്റൊരു പ്രേമത്തിന്റെ വിത്ത് ജനിക്കും. ഫേസ് ബുക്കിലോ, വാട്സ് ആപ്പിലോ ഉള്ള ഒരു "ഹൈ" ആണതിന്റെ വിത്തുകൾ.

അപ്പോൾ പുതിയ പ്രണയം പഴയ പ്രണയത്തിനു തേയ്മാനം സൃഷ്ടിക്കുന്നു.

ഉടമ്സ്ഥാവകാശം ആണിതിന് ഒരു കാരണം.

ഫ്രീഡം എന്നത് വിലപിടിച്ച ഒരു മൂല്യമാണിന്നു. എന്തും ചെയ്യാൻ അഹങ്കരിക്കുന്ന ചങ്കൂറ്റമുള്ള മനസ്സുകൾ അവളോട് – "നീ എന്റെ മാത്രം" എന്ന് ചോദ്യം ചെയ്യുമ്പോൾ, പണത്തിനെയും കൊടുത്ത കാര്യങ്ങളെയും അവൾ മറക്കുന്നു.

അതോടെ ആ റിലേഷൻഷിപ്പ് അവസാനം കാണുന്നു.

ഇന്ന് നടക്കുന്ന ഡിവോഴ്സ് കേസുകൾ മൊത്തം അങ്ങിനെയാണ് സംഭവിക്കുന്നതും. അതെ കാരണം ആണ് സ്ത്രീയും പുരുഷനും വേശ്യയും കസ്റ്റമറും തെറ്റിപ്പിരിയാൻ കാരണവും.

ഓർമ്മകൾ ഒളിച്ചുകളിക്കുമ്പോൾ ആലോചിക്കാൻ ഒരു മിനക്കേടാണ്. വേണ്ട എന്നും തോന്നും. പശുക്കൾ അയവിറക്കാനിഷ്ടപ്പെടും, എന്റെ ഓർമ്മകൾ അലിഞ്ഞുപോകാനാണിഷ്ടം, എന്നിൽ, എന്റെ മനസ്സിൽ, ശരീരം ഉറക്കി കിടത്തിയ ഊഞ്ഞാലിൽ. പക്ഷെ ഞാനും ഒരു മനുഷ്യരൂപിയല്ലേ? അപ്പോഴാ മറ്റൊരു കഥ ഓർമയിൽ ഓടിക്കിതച്ചെത്തിയത്.

"ഇത് ഞാനാ. വാണിമേൽ ഷംസു തന്നതാ നിന്റെ നമ്പർ"

"ഉം"

"സുഖം ആണോ?"

"കാര്യം പറ"

"കാണാൻ പറ്റുമോ?"

"എവിടെ?" "എപ്പോൾ?"

"മറ്റന്നാൾ"

"നാളേയോ?"

"എന്റെ അമ്മാമന്റെ മോന്റെ മോളുടെ പാല് കുടിയാണ്" – ചുമ്മാ, ഒരു ടെസ്റ്റിന് വേണ്ടി.

"എവിടെ?"

"ആദ്യം കാണേണം"

"നീ പറയുന്നിടത്തു"

"എൻ പി മാൾ"

"സമയം"

"ആഫ്റ്റർ ഫൈവ്"

"ഓകെ"

ഇത്രയും വാട്സ് ആപ്പ് ചാറ്റിൽ

അടുത്ത ദിവസം തടിച്ചു മെലിഞ്ഞ സുരേഷ് കണ്ടു.

"ഞങ്ങൾ രണ്ടാളുണ്ടാവും"

"ഞങ്ങളും" ബബിയെ ആണോർത്തത്.

"വേണ്ട, ചേച്ചി മാത്രം മതി."

ശവോക്ക് മരത്തിന്റെ മണമുള്ള കടൽകാറ്റടിക്കുന്നത് മുടിയിഴകളിൽ തലോടുന്നത് ഓർത്തു. ഒരു പഴയ വീടിനുള്ളിലേക്കു കാർ കയറി. അകത്തേക്ക് നടക്കുമ്പോൾ മാറാല നീക്കി കൈകൾ കൊണ്ട്. ആരും ഇല്ല എന്ന് തോന്നി.

നിഗൂഢതയുടെ മറവിൽ, കഴിഞ്ഞു പോയ സംഭവങ്ങളുടെ കൂടെയുള്ള മാറാപ്പിൽ മറ്റൊരു ശവകുടീരം പോലെ തോന്നി ആ വീടും പരിസരവും.

മാറാല എന്നത് ഇംഗ്ലീഷിൽ കോബ് വെബ് ആണല്ലോ? ഞാൻ "ഡെലീറ്റ്" എന്ന ഹിതം ഉപയോഗിച്ച് ആരുടേയും പേരോ ഓർമ്മകളോ നിർബന്ധമായി വെട്ടി കളയാറില്ല.

അതും ഒരു സമ്പാദ്യത്തിന്റെ പട്ടിക ആണ്. കളയുന്നത് അന്നപ്പോൾ ഉപയോഗശൂന്യമാകുന്നത് മാത്രം. ട്രെയിൻ അല്ല ബസ് ടിക്കറ്റുകൾ, ഗുളികകൾ കുടിച്ചു നീട്ടിവെച്ച ദിവസങ്ങൾക്ക് അവസാനം കുടിച്ച പിൽസിന്റെ കവർ, ഫ്രഞ്ച് ഉറകൾ, വേണ്ടാത്ത ഓർമ്മകൾ. തിരിക്കുമ്പോൾ അതെല്ലാം ആ സ്ഥലത്തെ ഡസ്റ്റ് ബിന്നിൽ ഓർമ വെച്ച് കളയും. ഒരു കാര്യം നടന്നു, അത്ര മാത്രം.

ഹാൻഡ് ബാഗിൽ നോട്ടുകൾ തിരുകി വെക്കേണ്ട. ചിലർ അതെന്റെ ബ്രായുടെ ഉള്ളിൽ വെക്കാൻ നോക്കും. എന്റെ അനുവദനീയമായ നോട്ടത്തിൽ അവർ കൂടുതലും വെക്കും. മറ്റു ചിലർ കിടക്കയിൽ നിന്നും എഴുനേൽക്കും മുൻപ് അവിടെ വെക്കും – മാറ്റുകൂട്ടാനാവോ? രണ്ടാളുകൾ ആവുമ്പോൾ അവരുടെ തീരുമാനങ്ങൾ പൂർണ്ണമായും ഞാൻ സ്വീകരിക്കും. ഹൈലി ഡെമോക്രാറ്റിക്ക്. പ്ലീസ് എന്ന വാക്കിനർത്ഥം പ്ലീസ്ഡ് ആവുമ്പോൾ ആണ്. ചിരി ചേർത്ത ഓമന നോട്ടവും. ഇനിയും വേണ്ടേ? കസ്റ്റമർ സർവീസ് ആണ് ആദ്യ രീതിയിൽ നിന്നും ഇന്ന് വരെ.

മാറാല തട്ടിമാറ്റി കിടക്കയിൽ ഇരുന്നപ്പോൾ ആലോചനകൾ പ്രാധാന്യമില്ലാതായി. പിൻതിരിയുന്നതും പിന്നോക്കം പോവുന്നതും

ഓർമ്മകൾ. ആ നിമിഷം എന്നെ എറ്റെടുക്കും. ഞാൻ വേറൊരാളും. സൽവാർ അഴിയുമ്പോൾ മൂകമായ നിശ്ചലമായ നിമിഷങ്ങൾ എന്നെ പുണരും. മെലിഞ്ഞു തടിച്ച സുരേഷ് എന്നെ പുണരാൻ നോക്കി, അതൊരു വലിയ മനുഷ്യൻ. ക്ഷണമില്ല, വേഗം തന്നെ എല്ലാം.

നമുക്കു പലരും പലതും വേണം, ആർക്കും ആരേയും വിടാൻ പറ്റില്ല.

എന്റെ ശരീരം ഉണർന്നു. ആരക്കെട്ടിലൊതുങ്ങി കിടന്ന വികാരം എന്നെ ബന്ധനങ്ങളിൽ ആനയിച്ചു. ദുപ്പട്ട അയാളാണ് അഴിച്ചത്. ഇതിൽ ഒരു സത്യമുണ്ട്യ. വസ്ത്രാക്ഷേപണം അന്ന്യോന്ന്യം ആയിരിക്കും മിക്കവാറും. വസ്ത്രധാരണം തനിയേയും. പങ്കെടുപ്പ് കാര്യസാദ്ധ്യത്തിനുതകും വരെ.

എന്റെ നഗ്നത കണ്ടപ്പോൾ സുരേഷ്, വാണിമേൽ ദോസ്തിനെ ആലോചിച്ചു പറഞ്ഞു –

"നീയോരു സുന്ദരിയാ, അവൻ പറഞ്ഞു." ഉത്തേജന ഗുളികൾ. സുരേഷിന്റെ കൈവിരലുകൾ എന്റെ മുലക്കണ്ണുകളെ ദൃഢതയിലാക്കി, ശരീരം മൊത്തം ഒരു വികാരാധീനതയിൽ. ചുണ്ടുകൾ നനഞ്ഞു. എല്ലാം എല്ലാം നടന്നു.

വീണ്ടും കളഭമിട്ടു കുപ്പായമിട്ടു രണ്ടാമത്തെ കസ്റ്റമറെ കാത്തിരിക്കുമ്പോൾ, വികാരം താണുപോയതും ഓർമകൾക്ക് നങ്കൂരമിട്ടതും ഒന്ന പോലെ.

"വൺ ബൈ വൺ; സ്ലോ ആൻഡ് സ്റ്റെഡി വിൻസ് ദ റേസ്." രണ്ടാമത്തേത് ഇത്തിരി ഫാസ്റ്റായി, കഴിഞ്ഞു. ഡ്രസ്സ് ഇടുമ്പോൾ കണ്ണാടിയിലെ മാറാല നീക്കി തന്നെ ഒന്നു നോക്കി. എന്റെ ശരീരം ഒന്ന് കൂടെ മാംസളമായിരിക്കുന്നു. ഇത്തിരി ചുരുളുകളുള്ള കുറച്ചു മുടിയിൽ പിൻ ചേർത്ത് കെട്ടി. അഴിച്ചു വെക്കാത്തതിനാൽ മുടിഇഴകളിൽ ചതഞ്ഞ മുല്ല പൂക്കൾ. വാസന എല്ലായിടത്തുമുണ്ട്, വാടിപ്പോയി എങ്കിലും.

വഴുക്കിൽ വീണ മറ്റു കുറച്ചു നിമിഷങ്ങൾ അരച്ച് കളഞ്ഞ പൂവിതളുകൾ. കണങ്കാലിൽ മുത്തച്ഛൻ വാങ്ങി തന്ന സിൽവർ കൊണ്ടുണ്ടാക്കിയ നൂൽ ചരട്. എല്ലാം സാക്ഷികൾ ആയി. മുത്തച്ഛൻ അറിയില്ല, ചിലതൊന്നും. ചിലങ്കകൾ ചിലന്തിവലകളെ പോലെ, എന്തിനോ കാത്തിരിക്കും. അറിയാതെ, അഭിനയിക്കാതെ, ഒന്നും പറയാതെ, മൗനത്തിന്റെ വേഷമിട്ട്. അതിനും ഘനമുണ്ട്, ഹൃദയത്തിന്റെ അടിതട്ടിൽ. സാരമില്ല. തിരിച്ചു പോവുമ്പോൾ – പോട്ടെ എന്ന് പറയും.

സുരേഷ് പറഞ്ഞു: "നമ്മൾ പോവുമ്പോൾ വരട്ടെ എന്നാ പറയേണ്ടത്"

“എന്തിനാ അങ്ങിനെ?”

“ഇനി മറ്റൊരിക്കൽ”

ശവോക്ക് മരത്തിന്റെ കാറ്റു കൊണ്ട ദിവസം ഓർമയിൽ ആയി. വേദനകളെ പൊതിഞ്ഞു നുറുക്കിയ ആഹ്ലാദത്തിന്റെ ചിരികൾ മടങ്ങി പോകുമ്പോൾ കാറിൽ ഉയരുന്നത് ഞാൻ ശ്രദ്ധിച്ചു. പഴകി തുറക്കാതിരുന്ന ആ വീട്ടിൽ നിന്നു തിരിച്ചപ്പോൾ ആലോചന – എത്രയെത്ര മുറികൾ, പലതരത്തിലുള്ള കട്ടിലുകൾ, കസേരകൾ – അനുഭവങ്ങൾ അതെല്ലാം കടന്നു പോയി. മനസ്സില്ലാത്ത ചരാചരങ്ങൾ മൂകസാക്ഷികളായി.

ഞാൻ ജിത്തു എന്ന നല്ലൊരച്ഛന്റേയും അമ്മയുടേയും മകളായി ജനിച്ചു. കർമം എന്ന വ്യാഗ്യാനത്തിന്റെ അടിമയായി. ചേട്ടന്റെ ഭാര്യയായി. രണ്ടു പെൺമക്കളുടെ അമ്മയായി.

ഞാൻ ഒരു മനുഷ്യ ജന്തു – ജിത്തു അല്ല!

# അധ്യായം-7

# അസ്ഥിമഞ്ജരങ്ങളലിയുന്ന ഹൃദയഭിത്തികൾ

## കുമിളകൾക്കുള്ളൊരു കരിങ്കല്ലത്താണി.

ഞാൻ റിയർ വ്യൂ മിറർ നോക്കാറുണ്ട്. ഫാൻസി നമ്പറുള്ള കാറുകളിൽ ഇരുന്നു എന്റെ മുഖവും സൗന്ദര്യവും. അല്ലാതെ പഴയ നടന്നുപോയ കാര്യങ്ങൾ ചിന്തിക്കാറേ ഇല്ല.

കാറിന്റെ വിൻഡ് ഷീൽഡ് ഭാവിയുടെ നോട്ടങ്ങൾക്കുള്ളതു. പുറത്തേക്കുള്ള ആ നോട്ടങ്ങളും. ഞാൻ വിവേകപൂർവ്വം ശ്രദ്ധിക്കാതെ ആണെപ്പോഴും. വിചാരിച്ചതൊന്നും നടന്നില്ല. നടക്കുകയുമില്ല. പിന്നെന്തിനാ.?

നിമിഷങ്ങൾ ഇന്നത്തെ; ഇപ്പോഴുള്ള ആ നിമിഷങ്ങൾ. അതിലൂടെ സഞ്ചാരം. വ്യതിയാനങ്ങൾ വേണമെന്ന് തോന്നുമ്പോൾ ഡയറക്ഷൻ ഇൻഡിക്കേറ്റർസ് ഇടും. കള്ളം പറയുമ്പോൾ ഇടത്തേക്കാണ് പോകേണ്ടതെങ്കിൽ വലതു ഇൻഡിക്കേറ്റർ ആണിടുക. ആരും ശ്രദ്ധിക്കേണ്ട എന്റെ വിചാരങ്ങളുടെ വളവുകൾ, ഞാൻ എങ്ങനെയാണ് സ്റ്റീയർ ചെയ്ത് കൊണ്ട് പോകുന്നതെന്നും.

ആർക്കുമൊട്ട് താൽപ്പര്യമില്ലാതാനും. എല്ലാവർക്കും അവനവന്റെ മാത്രമുള്ള കാര്യങ്ങൾ പിന്നെ സമയമെവിടെ?

നല്ലൊരു ദിവസം ഞാനും മുത്തച്ഛനും കൂടി ഗുരുവായൂരിൽ പോയി മടങ്ങുമ്പോൾ എന്നോട് പറഞ്ഞു.

"ദി വേൾഡ് ഈസ് എ ബുക്ക്, ആൻഡ് ദോസ് ഹു ഡു നോട്ട് ട്രാവൽ റീഡ് ഒൺലി വൺ പേജ്"

സെയിന്റ് അഗസ്റ്റിന്റെ ചിന്ത.

ഞാനെന്റെ ജീവിത യാത്രയിൽ പലതും കണ്ടു. പഠിക്കാനും ശ്രമിച്ചു. വൈവിധ്യങ്ങൾ എന്ന മനുഷ്യരൂപങ്ങളെ, പ്രത്യേകിച്ചും. അതിൽ ആണുങ്ങളും സ്ത്രീകളും ഉൾപ്പെടും.

ചിത്രപ്പണികൾ, നിറമുള്ള പലതരം നൂലുകൾ കൊണ്ട് തുന്നിചേർത്ത ഒരു തരം പ്രകൃതിയുടെ വികൃതികൾ. അതൊരു കാൻവാസ് ആണ്. ദൂരെ നിന്ന് നോക്കിയാൽ ഒരു ചന്തം കാണും. അടുത്ത് നിന്നാണ് വീക്ഷണം എങ്കിൽ ചായക്കൂട്ടിന്റെ ഇടകളിൽ പെയിൻഡ് ഇടാൻ വേണ്ടി ഉപയോഗിച്ച കത്തിപോലുള്ള അടയാളങ്ങൾ കാണാം.

ആ കാൻവാസിൽ എന്റെ കഥ ഉരുത്തിരിയുമ്പോൾ അതൊരു ഉരുക്കുമൂശയുടെ ചുറുചുറുക്ക് കാണിച്ചേക്കാം.

എന്റെ കഥയിൽ അദ്ധ്യായങ്ങളില്ല. ഒരു മാതിരി മിക്സ് ആൻഡ് മേച്ചുപോലെ.

അവിടങ്ങളിൽ ചിലപ്പോൾ ഉരുകുന്നത് ഹൃദയത്തിന്റെ ഭിത്തികളിലെ രസായനങ്ങൾ ആവാം. ചിലപ്പോൾ കൂട്ടിചേർക്കുന്നത് അവ്യക്തമായ ചില നിഴൽ അല്ല എങ്കിൽ തണുപ്പും ചൂടും ചേർന്ന് ഐസ് ക്രീം വിത്ത് മെൽറ്റിംഗ് ചോക്ളേറ്റ്.

എല്ലാം ഒരു തനിമ ചേർന്ന പോലെ.

ചോദ്യങ്ങൾ ഇല്ലാത്ത കഥ ആയതു കൊണ്ടാവാം, ആർക്കാ അറിയുക സത്യം എന്ന ഉത്തരം.

ഉള്ളത് സ്വീകരിക്കുന്നതാ സംതൃപ്തി. ഞാൻ ആശയ്ക്ക് പിന്നെ പോകും എങ്കിലും, കയ്യിലുള്ളത് എന്നേക്കാൾ കുറഞ്ഞവർക്ക് കൊടുക്കാനും തയ്യാറാവും. ബാലൻസ്.

ഇങ്ങിനെ എല്ലാം, “കൂടുന്നതിൽ” നിന്നും പഠിച്ചതാ. പരിസ്തിതികളോട് പൂർണ്ണമായ ഒത്തുചേരൽ. ഓണത്തിനും വിഷുവിനും സദ്യക്ക് വിളമ്പുന്ന അവിയിൽ പോലെ, ആണോ എന്റെ കഥ?

അറീല.

ഇത്തിരി പുളി, പക്ഷെ പുളിയിഞ്ചിയല്ല. ഇത്തിരി എരിവു, പക്ഷെ കാരമുളകിന്റെ അത്രയില്ല. ഇത്തിരി എന്തൊക്കെയോ ഉള്ള പോലെ. ഓരോ കഷ്ണങ്ങൾക്കും ഓരോ രുചി. എനിക്ക് കിട്ടാറുള്ള പലതരം അനുഭവങ്ങളുടെ ഒരു ശൃംഖല പോലെ.

സംഗീർണതയുടെ സങ്കലനം. മിശ്രം.

ഒരു പിറന്നാൾ, അതിന്നും ഞാനോർക്കും. കടൽപുറത്ത് പോയി, പിന്നെ ഡിന്നർ. എന്റേത് തന്നെ ആയിരുന്നോ എന്ന് അന്ന് രാത്രി കിടക്കാനായപ്പോൾ ഞാൻ ഓർത്തു.

അന്ന് കടലോരത്ത് കൂടെ നടക്കുമ്പോൾ തല താഴ്ത്തി കടലലകൾ അടിച്ചു കൊണ്ടുവന്ന ഇത്തിളുനോക്കിയതോർമയിൽ.

ശങ്കുകൾ പോലെ ചിലതും, മറ്റു ചിലവ ഇത്തിൾ കണ്ണികൾ പോലെയും, പല നിറങ്ങളിൽ, പല രൂപങ്ങളിൽ, പല വലുപ്പങ്ങളിൽ.

എല്ലാം ചേർന്ന് നോക്കിയാൽ അതെല്ലാം കാൽസിയം എന്ന രസായനം എന്റെ പേശികളെ ഉറപ്പിക്കുന്ന അസ്ഥികളുടെ ഉൾക്കൊള്ളുകൾ.

വൈവിധ്യങ്ങളിൽ ഏകത്വം.

മനസ്സും ഹൃദയവും ഒന്നായിട്ടാണോ ആത്മാവെന്ന ആർക്കും അറിയാത്ത ആ പരിണാമത്തിന്റെ അണു, കോശം?

കടലോരം, എന്നും എപ്പോളും തിരഞ്ഞു വരുന്ന തിരമാലകൾ. തിരിച്ചു വരാൻ കൊതിക്കുന്ന പുതിയ ജന്മദിനങ്ങൾ. അന്നത്തെ ജന്മദിനം എനിക്ക് അച്ഛൻ പോയതിൽ പിന്നെ തിരിച്ചു കിട്ടിയ ഒന്നായി.

മുത്തച്ഛൻ കൂടെ ഉണ്ടായി എന്നതിൽ കൂടുതൽ എനിക്കന്ന് മനസ്സിലാക്കാൻ പറ്റിയ സങ്കൽപവും ധാരണയും മറ്റൊരു ചിന്തയിൽ എത്തിച്ചതാ സന്തോഷം.

എനിക്ക് സ്വപ്നങ്ങൾ നെയ്യാൻ പഠിപ്പിച്ച അതെ മുത്തച്ഛൻ ഒരു കഥ പറഞ്ഞു. കടലോരത്തിൽ ഉറങ്ങാൻ പോവുന്ന മണൽത്തരികളിലൂടെ ഒരുമിച്ച് നടക്കുമ്പോൾ.

എല്ലാരും കൂടെ ഉണ്ടായി എങ്കിലും എന്റെ കാതുകൾ കേന്ദ്രീകരിച്ചത് ആ കഥയിൽ.

"ഒരു ആൾക്ക് ഒരു സ്വപ്നം ഉണ്ടായി. ഡ്രീം. അയാൾ കടലോരത്തിലൂടെ നടക്കുക ആയിരുന്നു, കൂടെ ദേവിയും. ജിത്തുവിന്റെ ഇഷ്ടപ്രിയമായ ദേവി. ഓർമകളിൽ അയാൾ കഴിഞ്ഞ ജീവിതത്തിന്റെ താളുകൾ കണ്ടു. അപ്പോൾ അവിടെ കടലോരത്ത് രണ്ടു ജോഡി കാലടികളും. അന്ന് ആ ദിവസം എത്തിയപ്പോൾ അയാൾ കടലോരത്തിലെ കാലടികൾ വീണ്ടും നോക്കി. പല സമയങ്ങളിലും അയാൾക്ക് ഒരു ജോഡി കാൽപാദങ്ങൾ മാത്രം കണ്ണിൽപെട്ടു."

അയാൾ ആലോചിച്ചു നോക്കി, ആ ദിവസങ്ങളിൽ ഒരേ ഒരു ജോഡി കാൽപാദം കണ്ട ദിവസങ്ങളിൽ അയാൾക്കു ആ ദിവസങ്ങൾ ബുദ്ധിമുട്ടുകൾ നിറഞ്ഞ ദിവസങ്ങളായിരുന്നു.

അയാൾക്കത് മനസ്സിലാക്കാൻ പറ്റിയില്ല. ഒരു ജോഡി കാൽപാദം മാത്രം കാണാനുള്ള കാരണം.

അയാൾ ദേവിയോട് ചോദിച്ചു. "എന്നും എപ്പോഴും എന്റെ കൂടെ നടക്കും എന്ന് പറഞ്ഞിട്ട് ചില ദിവസങ്ങളിൽ ദേവി ഉണ്ടായിരുന്നില്ലല്ലോ?"

"അതും എനിക്ക് ഏറ്റവും കഷ്ടങ്ങളുള്ള ദിവസങ്ങളിൽ?"

ഉത്തരം അയാൾ കേട്ടു. "നീ കഷ്ടങ്ങളും ബുദ്ധിമുട്ടുകളും ഉള്ള ദിവസങ്ങളിലൂടെ നിങ്ങുമ്പോൾ ഒരു ജോഡി കാൽപാദം മാത്രമേ നിനക്കു കാണാനാവുള്ളൂ."

"കാരണം ആ സമയം ഞാൻ നിന്നെ എടുത്ത് നടക്കുകയായിരുന്നു."

അന്ന് കേട്ട കഥയുടെ ധാരണ എനിക്ക് എന്നും നല്ല ഓർമ്മയിൽ

ഞാൻ മുത്തച്ഛനോട് പറഞ്ഞു. "എന്നെ സംബന്ധിച്ച് നോക്കിയാൽ ആ ദിവസങ്ങളിൽ എന്നെ എടുത്ത് നടന്നത് നിങ്ങൾ അല്ലേ.?"

"അല്ല, ഞാൻ ഒരു അത്താണി എന്ന് വേണമെങ്കിൽ കരുതിക്കോളൂ."

"കരിങ്കലിന്റെ മനസ്സാണ് എന്ന് പറയുന്നത് കൊണ്ടാണോ?"

"അല്ല നിന്റെ നീണ്ട ബുദ്ധിമുട്ടുകളുടെ ലിസ്റ്റിൽ ഭാരമുള്ള ചിലതെല്ലാം നിനക്കൊറ്റക്ക്... പോകാനാവില്ല എന്ന് തോന്നുമ്പോൾ ഞാൻ നിനക്ക് എന്റെ അത്താണി കാണിച്ചു തന്നു, അത്രെയുള്ളൂ."

സ്നേഹം എന്ന വിഷയം ആലോചിച്ചിട്ടില്ലായിരുന്നു, ഞാൻ. അതിന്നു പ്രസക്തിയും ഇല്ല എന്നെ സംബന്ധിച്ചുള്ള കാര്യങ്ങളിലൊന്നും.

നേരിയ വിമ്മിഷ്ടങ്ങളൊഴിച്ചു. കാരണങ്ങൾ ഒന്നുമില്ല. സ്നേഹം എനിക്കെന്ത് എന്ന് മനസ്സിലാക്കാൻ പറ്റിയ മുത്തച്ഛനെ ആലോചിച്ചാൽ.

ഓർമകളുടെ ഭാണ്ഡത്തിൽ ഒരുപാട് കഥകളുണ്ട്. ഓർമകളെ ഇക്കിളിപ്പെടുത്തുന്നതും നിരാശകളെ വേർപെടുത്തുന്നതും ദേഷ്യങ്ങളുടെ മാത്രം കുപ്പായമിട്ടതും. ശാഠ്യമുള്ള പലതരം ഓർമ്മകൾ.

അതെ ഓർമകളെ തരിപ്പയിൽ ഇട്ടു ബാക്കി നോക്കിയാൽ ഒന്ന് മാത്രം.

സന്തോഷത്തിന്റെയും സുഖത്തിന്റെയും ദൂരക്കാഴ്ച്ചയിൽ കിരണങ്ങൾ ഒളിക്കും, മേഘങ്ങൾ മുന്നിൽ വരുമ്പോൾ.

ജീവിതം എന്ന കുമിളകൾ, നിമിഷങ്ങൾ, വഴിതെറ്റിപ്പോയ നിമിഷങ്ങൾ.

പൊടുന്നനെ തീരും കുമിളകളുടെ ജീവൻ.

"എന്റേതോ?"

ജീവിക്കാനുള്ള ആശകൾ - ആ ആശകൾ ആണ് നാളേക്ക് വളമിടുന്നത്.

എനിക്കും എന്റെ മുത്തച്ഛനും വയസ്സിണ്ടേ അന്തര്യങ്ങളിൽ അതുമിതും ചേർന്ന് പറഞ്ഞാൽ ആശ എന്ന വാക്കിന്റെ നിർവ്വചനവും നിഘണ്ടുവിലെ അർത്ഥവും ഒന്നാണ്.

"അടുത്ത ജന്മം എന്നൊന്നുണ്ടെങ്കിൽ നീ എന്റെ ഭർത്താവും ഞാൻ നിന്റെ ഭാര്യയും"

"വേണ്ട, അത്താണി വെക്കാൻ വേണ്ടി നിങ്ങൾ ഒരാൺ തന്നെ ആവണം" –ഞാൻ

ഒരിക്കലും കുറയാതെ ഇപ്പോഴും കൂടുതൽ സ്നേഹത്തിന്റെ ചങ്ങലക്കു ശക്തി ഉണ്ടാവാൻ പ്രാർത്ഥിക്കും.

ചെറുപ്പത്തിൽ ചാണകം വെള്ളത്തിൽ കൂട്ടി ഒരു തൊട്ടിയിലിട്ട് ആകാശത്ത് നേരെ നോക്കാൻ പാടില്ലെന്ന് പറയുന്ന സൂര്യഗ്രഹണ സമയത്ത് നിഴൽ പോലെ ആ വെള്ളത്തിൽ നോക്കുന്നതോർമയിൽ.

ആ സൂര്യൻ ഒരിക്കലും പാതി ആവാതിരിക്കട്ടെ, മുത്തച്ഛന്റെ പ്രഭ കുറയാതിരിക്കട്ടെ. ഒരു പോറലും ഇല്ലാതിരിക്കട്ടെ.

പിറ്റേന്ന്, പാവാടയുടുത്ത് നിഷ്കളങ്കമായ ഒരു ശരീരത്തിന്റെയും മനസ്സിന്റെയും ഉടമയായ ഞാൻ കാവിന്നടുത്തുള്ള അമ്പലത്തിൽ പോയി പ്രാർത്ഥിച്ചു.

എന്റെ നിഷ്കളങ്കത പണയം വെച്ചത് എനിക്ക് നന്നേ ചെറുപ്പത്തിലും. പത്തിരുപത്തഞ്ചോ, ഇരുപത്താറോ? അത്രയേ ഉള്ളൂ.

അന്ന് ഞാൻ എന്നെ ഇസ്സുവിന് അടിയറ വെച്ച ദിവസം. അന്ന് വീട്ടിലേക്ക് കയറിവന്ന നിമിഷങ്ങളിലെ മന:പ്രയാസം. അതാണെന്റെ ആദ്യത്തെ വഴുക്കിയ നിമിഷങ്ങളും. കണ്ണീരിൽ. ഇൻഷൂറൻസ് എടുപ്പിക്കാൻ ആർക്കും ഒരിക്കലും അങ്ങിനെയൊരു അനുഭവം ഉണ്ടാകാതിരിക്കാൻ അന്ന് അന്തു വീട്ടിൽ വന്ന് പോയ ദിവസം എടുത്ത "നിർത്തി" എന്ന തീരുമാനത്തിൽ വീണ്ടും എന്റെ മനസ്സിൽ ഒരു സ്വര ച്ചേർച്ച.

കടൽ കാറ്റു കൊള്ളാൻ ഒരിക്കൽ ഞങ്ങൾ എല്ലാം പോയി. പിറന്നാളിന്റെ അന്ന്. അന്നവിടെ കണ്ട തുരുമ്പ് പിടിച്ച പഴയ പിയർ എന്തെല്ലാമോ ഓർമിപ്പിച്ചു. കൊല്ലങ്ങൾ മുൻപ് സായിപ്പൻമാർ കെട്ടിയ ആ പാലം. പത്തേമാരികൾ ഉൾകടലിൽ നിന്നും ചരക്കു ഇങ്ങോട്ടും അങ്ങോട്ടും അയക്കും.

കച്ചവടം നടന്ന ആ സമയം. അറബിപൊന്നും ആ പിയറിന്റെ ഓരങ്ങളിലൂടെ കച്ചവടങ്ങൾ നടത്തി. കഥകൾ അലിയുന്ന ആ പാലം. ഇന്നത് തീരുന്നു, എങ്കിലും ചെറുപ്പക്കാർ തങ്ങളുടെ പുതിയ കഥകൾ പറയാൻ അതിൻമേൽ ഇരിക്കും.

അപ്പോൾ നമ്മൾ കൂടെ മാറിയില്ല എങ്കിൽ നാമും തുരുമ്പ് പോലെ, പുഴു അരിച്ചു പോകും. അത് വേദനിക്കാതെ ആണ് നടക്കുക. പുഴു അരിക്കുന്നതും തുരുമ്പ് പിടിക്കുന്നതും പതിയെ, മെല്ലെ മെല്ലെ.

ഓർമകളുടെ കഥകൾ അലിയിച്ചു ഇല്ലാതാക്കിയ ആ പാലം. ഇരുമ്പു തുരുമ്പായ അതെ പാലം. സമയനഷ്ടം വരുത്തിയ വിപ്ലവം. കച്ചവടം മാറി, അറബി പൊന്നും അവിടെ ഇല്ലാതായി. അനുകൂല സാഹചര്യങ്ങൾ മാറുമ്പോൾ, എല്ലാം മാറും, മാറണം. ഇല്ലെങ്കിൽ കാലം അതും മാറ്റും.

അപ്പോൾ പരിഭവിച്ചില്ല എങ്കിൽ നമ്മൾ ഇല്ലാതാവും, അറിയാതെ.

കടലിലെ ഉപ്പിന്റെ രസം. ഉപ്പിനു ടേസ്റ്റ് ഉണ്ടത്രേ, പലതിനും പൊലെ. ചിലർ എന്നോട് പറയാറുണ്ട്. കിടക്കയിൽ കഥകൾ പറയുമ്പോൾ.

"ഉപ്പിന്റെ രുചി" – "നല്ല ചേലുണ്ട് നിന്റെ എല്ലാം" – അപ്പോൾ എന്റെ കുസൃതിയുടെ കണ്ണുകൾ അനുസരണയോടെ കേൾക്കും. ആ ഉപ്പു തന്നെ ഇരുമ്പും ഇല്ലാതാക്കും. അത് കാണാൻ വയ്യ. എന്റെ ശരീരവും അതെ പോലെ ആവില്ലേ? സമയം കഥയെഴുതുമ്പോൾ?

അലിയുന്ന ഘടികാരം, സമയം ഇല്ലാതാവുന്ന സമയം, അതാ മുത്തച്ഛൻ പറയാറുള്ള സാൽവഡോർ ഡാലിയുടെ ആശയങ്ങളും.

മറവി എല്ലാ ഓർമ്മകളേയും അലിയിക്കും.

ഓർമ്മകൾ ഇല്ലാതാവുമ്പോൾ, പ്രതികരിക്കാനില്ല. പ്രതിഫലനം സ്വയം മാത്രം.

അതെ പോലെ പ്രതീക്ഷകൾ, ആശയുടെ പുതപ്പിനുള്ളിൽ നിന്നും വിടരുമ്പോൾ, പുതിയ സൂര്യകിരണങ്ങൾ ആകാശത്തും. കിളികൾ കിളിനാദം ഉയർത്തും.

പുതിയ ചിന്തകൾ പുത്തരി ചോറുണ്ടാക്കാൻ ശ്രമിക്കും. ശ്രമങ്ങൾ എന്നും ഇപ്പോഴും. അതാണ് സംരംഭം, പ്രകൃതിയുടെ വികൃതി.

ഓർമകളും പ്രതീക്ഷകളും തമ്മിൽ ഒരു വിടവുണ്ട്, പിളർപ്പും.

അതിലൂടെ ജീവിത യാത്രകൾ തുടരുന്നു, ഒന്നും അറിയാത്ത, അജ്ഞാതമായ അശരീരികളുടെ ശബ്ദങ്ങൾ മാത്രം. ഇടുങ്ങിയ ഇടവഴികൾ, മൂകമായ ആ സാഹചര്യങ്ങളിൽ നെടുവീർപ്പുകൾ. രാത്രിയിൽ ഒച്ചയെടുക്കുന്ന ചീവീടുകളെ പോലെ.

ആ ഇടവഴികളിൽ ആണ് നോവിന്റെ ശക്തി കാണുക. വേദന എന്തെന്ന് മനസ്സിലാവുക.

ഒന്ന് നോക്കിയാൽ ഒരു നിമിഷം ശരീരം പ്രേച്ഛയില്ലാത്ത മനസ്സിനെ നിയന്ത്രിച്ചു ധ്യാനം പോലെ സ്വയം സാക്ഷി ആയി ഇരുന്നാൽ, ആ നിമിഷം ആണ് നമ്മൾ ജീവിക്കേണ്ടത്. അറ്റങ്ങളില്ലാത്ത, പരിധികൾ ഇല്ലാത്ത അനുകരണങ്ങൾ ഇല്ലാത്ത ആ നിമിഷം.

ഒരു തരം ഓർഗാസ്മിക് ഒക്കേഷൻ. നിയന്ത്രണം അബോധമനസ്സു ഏറ്റെടുക്കുന്ന ആ നിമിഷം. നമ്മുടെ മനസ്സിനു പൂർണ്ണ വിശ്രമം. വിട്ടുകൊടുക്കലിന്റെ അങ്ങേ അറ്റം. പേശികൾ അടക്കം, ഒരു ഓർഗാസ്മിക് സിംപ്റ്റം പോലെ. അതാണ് ഇന്നലെകളേയും നാളേകളേയും നാം സാക്ഷിയായി കാണാൻ പറ്റേണ്ടത്.

മുഹൂർത്തം അതാണ്. എല്ലാം അതിലടങ്ങും.

മുത്തച്ഛൻ കഥകളിലൂടെ എത്ര എളുപ്പത്തിലാണ് ഇതെല്ലാം എന്നെ ഉപദേശിക്കാറുള്ളത്.

പാവം, എന്നെ സ്നേഹത്തിന്റെ അരഞ്ഞാൺ ഇടീപ്പിച്ചതും ദേഷ്യത്തിന്റെ വേഷാഘോഷങ്ങൾ അഴിച്ചിടാൻ നിർബന്ധിച്ചതും ആയ എന്റെ മുത്തച്ഛൻ.

എനിക്ക് ഇത്തിരി ഇത്തിരി മാത്രം അറിയാവുന്നതിൽ നിന്നും ഒത്തിരി ഒത്തിരി മനസ്സിലാക്കാൻ ശ്രമം അല്ല പരിശ്രമം കൂടി ആയിരുന്നു, മുത്തച്ഛന്റെ അടുപ്പം. ഒരിക്കൽ ഞാൻ പറഞ്ഞു എന്നെ ഒന്ന് കൂടി സഹായിക്കാൻ.

"എന്തെ?"

"മുത്തച്ഛന്റെ വീടിന്റെ ചാവി വേണം"

"എന്തിനാ?"

കൂടുതൽ ആലോചിച്ചില്ല: "വേണ്ട. ഞാൻ ഒരിടത്ത് അടച്ചിരുന്നോളാം. നീ ചെയ്തോളു."

അന്നത്തെ ആഗ്രഹം അഭ്രത്തിൽ ചായങ്ങൾ വരക്കുന്ന പ്രഗ്യാതനായ ഒരു പ്രഗത്ഭന്റെ പണ്ട് നഷ്ടപ്പെട്ടുപോയ ഒരാശ വീണ്ടെടുക്കാനായിരുന്നു. ഒരു "വീര" പുരുഷന്റെ എന്നോടുള്ള ഇഷ്ടം നിറവേറ്റാൻ.

"രാവിലെ ഒരൊമ്പത് മണിക്ക് വരാൻ പറ്റുമോ?" ഞാൻ ആ വലിയ മനുഷ്യനോട് ആരാഞ്ഞു.

"എന്ത് നഷ്ടപ്പെട്ടാലും ആ അവസരം നഷ്ടപ്പെടുത്താനാവില്ല." സിനിമയുടെ എല്ലാമായ അയാൾക്കു എന്നെ, എന്റെ ശരീരം വേണം എന്ന് എപ്പോഴും ഫോണിൽ പറയാറുള്ള ആ നല്ല മനുഷ്യൻ.

അടച്ചിട്ടിരുന്ന മറ്റൊരു മുറിയിൽ മുത്തച്ഛൻ ഓർത്തുകൊണ്ടിരുന്നിരിക്കും, എന്നെ ആ വീരപുരുഷൻ അനുഭവിക്കുന്നത്.

അൽപ സമയങ്ങൾക്കുള്ളിൽ ധന്യമായ ആ മുഹൂർത്തം. എന്നെ പരമകോടി മൂർദ്ധന്യത്തിൽ എത്തിച്ച നിമിഷങ്ങൾ. ഇന്നും ഓർക്കാൻ.

ആ മനുഷ്യൻ ലോകത്തെല്ലാം സെലിബ്രിറ്റി സ്റ്റാറ്റസ് നേടുമ്പോൾ, ഞാൻ ഓർക്കുക എന്റെ നാൽപ്പതിനോടടുത്ത ശരീര ഭംഗിയോ ചന്ദത്തിന്റെ വളവുകളോ അല്ലായിരുന്നു. സ്വർഗ്ഗസ്ഥമായ ഒരു സായൂജ്യം.

കാരണമുണ്ട്താനും. മുൻപൊരിക്കൽ ഞാൻ കുറേ കൂടെ ചെറുപ്പമായപ്പോൾ ഞങ്ങളൊരിടത്ത് ചേരാൻ തീരുമാനിച്ചു; കണ്ടു അടുത്തു. കൂടുതൽ അടുക്കാൻ തുടങ്ങുമ്പോൾ ഒരു ബെൽ അടിച്ചു. മുൻപിലെ ഡോർ ബെൽ.

പേടിയുടെ – എന്നെ കുറിച്ചല്ല, ഇന്നും ആ ആലോചന. ആ നല്ല മനുഷ്യന്റെ അന്തസ്സിന്റെ പ്രതിച്ഛായ ഞാൻ എന്ന ജിത്തുവിലൂടെ നഷ്ടപ്പെടുമല്ലോ എന്നോർത്തു.

പിന്നിലൂടെ തുറന്ന വാതിൽ എനിക്ക് ഒഴിവുണ്ടാക്കി തന്നു ആദ്യം. ഒന്നും ആരും അറിഞ്ഞില്ല. പക്ഷെ നഷ്ടങ്ങളുടെ പട്ടിക. ആ നല്ല മനുഷ്യൻ.

മുത്തച്ഛനെ കൂട്ടിലിട്ട്, എന്നെ കെട്ടിപിടിച്ചുമ്മ വെച്ച് രതിനിർവേദ്യം നടത്തുമ്പോൾ അതൊരു വീരകഥയായി മാറി.

സാഹസികമായ അനുഭവങ്ങൾ. അതാണ് പഠനം. അറിവിന്റെ ഒന്നുമില്ലായ്മയിൽ നിന്നും വീജ്ഞാനത്തിന്റെ അടിവാരങ്ങൾ ഉയർത്തി കൊടി നാട്ടുന്ന ഓമന നിമി ഷങ്ങൾ. വഴുക്കി പോയ ചില നിമിഷങ്ങളിൽ മൂർധന്യം കിട്ടിയ നല്ല ചിലത്. അന്ന് ഓർഗാസ്മിക് ഉച്ചസ്ഥാനമല്ല; വികാരത്തിന്റെ അഗ്രമായ അഭിനിവേശവും അല്ല നേടിയത്.

എന്നെ തിരഞ്ഞു വന്ന, എന്നെ അനുഭവിക്കാൻ കൊതിച്ച ആ വലിയ മനുഷ്യനുമായുണ്ടായ ശാരീരിക ബന്ധം. കോടനുകോടി കോശങ്ങൾ കാന്തം പോലെ ആകർഷിക്കപ്പെട്ട് ഒന്നായ ആ അഭ്രപാളികളിലെ ഭ്രമം. അതിലാണ് അനുഭൂതി. സ്വരങ്ങൾ താളങ്ങൾ മേളങ്ങൾ നാട്യം ഇവയെ ഒന്നാക്കി എടുക്കുന്ന മഹാനുഭാവൻ എന്റെ മടിത്തട്ടിൽ.

ഓർമ്മകളുടെ പുളകങ്ങൾ ഇന്നും എന്നും എന്നെ കോരിത്തരിപ്പിക്കുന്ന ആ നല്ല നിമിഷങ്ങൾ ഞാൻ എന്നും എന്റെ മുത്തച്ഛന് സമർപ്പണം ചെയ്യും – ആ സഹായത്തിനും, അടച്ചു പൂട്ടിയ ആ ഭിത്തികൾക്കുള്ളിൽ എനിക്ക് വേണ്ടി വാതിൽ തുറന്നു തന്ന നല്ല മനസ്സിനും. കളിക്കോപ്പുകൾ കൊണ്ട് എന്നെ കളിപ്പിക്കും പോലെ ആയിരുന്നു, അന്ന് മുത്തച്ഛൻ.

മറ്റൊരു സമയം, ഒറ്റക്കിരുന്നു വർത്തമാനം പറയുമ്പോൾ മുത്തച്ഛൻ എന്നോട് ഒരു നല്ല ഐഡിയ പറഞ്ഞതോർമ്മയിൽ. ആദ്യം മുത്തച്ഛൻ

ചെറുപ്പത്തിൽ കണ്ണട വെക്കാറില്ലായിരുന്നത്രേ. കാഴ്ച കുറഞ്ഞോ? കണ്ണ് ഡോക്ടറെ കാണിച്ചപ്പോൾ ആ ഡോക്ടർ ഒരു കണ്ണടയിടാൻ പറഞ്ഞു.

അപ്പോൾ ഞാൻ ആരാഞ്ഞു: "എനിക്ക് ഷുഗർ കൂടിയപ്പോൾ കണ്ണ് കാണിച്ച അതെ ഡോക്ടർ തന്നെ ആയിരുന്നോ"

"നീ നടു സോഡി ഓടല്ലേ, ഇതൊരു കളിയല്ല" – ആജ്ഞ!

"കുറേ കൊല്ലം കഴിഞ്ഞു കാർ ഡ്രൈവ് ചെയ്യാൻ ചിലപ്പോൾ പ്രശ്നം ഇണ്ടായി. അന്ന് ഡോക്ടർ ഒരു ബൈ–ഫോക്കസ് കണ്ണട തന്നു."

"പിന്നൊരിക്കൽ ഒരു ഒബ്സർവേറ്ററിയിൽ വെച്ച് ദൂരക്കാഴ്ച കാണാൻ ബൈനോകുലർ വെച്ച് നോക്കി."

"കോളേജിൽ ഡിസ്സെക്ഷൻ ചെയ്തു നോക്കുന്നത് മൈക്രോസ്കോപ്പ് എന്ന കണ്ണടയിലൂടെ."

"മോളെ, പക്ഷെ മുത്തച്ഛന് ഇഷ്ടം കാലിഡോസ്കോപ്പ് എന്നെ കളിപ്പാട്ടം ആണ്"

"ഉം, എന്തിനാ അങ്ങിനെ?"

"ഓരോ പ്രാവിശ്യം തിരിച്ചാലും മറ്റൊരു നല്ല ചിത്രം വരും, പിന്നേയും തിരിച്ചോ, വീണ്ടും മറ്റൊന്നും."

"ജീവിതം ഇത് പോലെയാ. അന്ന് നീ എന്നെ തടങ്കലിൽ ഇട്ട് ഒരു വീരപുരുഷനെ പ്രാപ്തിച്ചില്ലേ?

"അന്ന് എനിക്ക് തോന്നിയതാ, കളിപ്പാട്ടങ്ങൾ നമ്മെ പലതും പഠിപ്പിക്കുന്നു, എന്ന്".

വിദ്യയുടെ വ്യാപ്തി – അതാണെനിക്ക് മുത്തച്ഛനോട് ഇത്ര ഇഷ്ടവും.

കളിപാട്ടങ്ങൾ എനിക്ക് മനസ്സിലാക്കി തന്ന അന്ന് ഞാൻ മുത്തച്ഛനൊരു മുത്തം കൊടുത്തു.

"ദേ, മുത്തി മുത്തി നീ എന്നെ കൊച്ചാക്കും അല്ലേ?"

ചുമ്പനങ്ങളുടെ ശരവർഷം കൊണ്ട് ഇക്കിളി പെടുന്ന നിമിഷങ്ങൾ മുത്തച്ഛൻ ഓർത്തില്ല എന്ന് അറിയിക്കാൻ വേണ്ടി, അങ്ങിനെ പറഞ്ഞു ഫലിപ്പിച്ചതാവാം. അതാണ് ഞാനും മുത്തച്ഛനും തമ്മിലുള്ള ബന്ധം.

# അധ്യായം-8

## പരോപകാരാർത്ഥമിതം ശരീരം

## ഉപയോഗിച്ചില്ലെങ്കിൽ നഷ്ടപ്പെടും, ഇരുമ്പ് പോലെ

“സ്നേഹം ഏറെക്കുറെ ഒരു ശാരീരികാവശ്യമാണ് പുരുഷന്. പക്ഷെ ഒരു സ്ത്രീക്ക് അങ്ങനെ അല്ല. അവൾക്ക് പ്രണയം സംതൃപ്തി നൽകുന്നു. സ്ത്രീ പുരുഷന്റെ ശരീരമല്ല കാംക്ഷിക്കുന്നത്, അവനിൽ ഉൾക്കൊള്ളുന്ന ആന്തരികമായ ഗുണങ്ങളെ ആണ്. എന്നെ പുരുഷനോ, സ്ത്രീയോ ആയി ശ്രവിക്കരുത്. അവ ബോധമാണ്. അറിഞ്ഞുകൊണ്ട് കേൾക്കുക” – ഓഷോ.

പേശികളുടെ ബലം അല്ല സ്നേഹത്തിന്റെ കാതൽ. തരളിതമായ ഫീലിങ്ങ്സ് സ്ത്രീക്കെ ഉള്ളൂ. അതാണ് പുരുഷനും സ്ത്രീയും തമ്മിലുള്ള ചെറിയൊരു വ്യത്യാസം. എത്ര സ്ത്രീകളായാലും പുരുഷന് മതിയാകുമോ? അതു പോലെ ഒരു സ്ത്രീക്കും – കാരണം സ്നേഹം അനന്തമാണ്. സ്നേഹത്തിന്റെ ചല്ലടയിൽ ഊറിവരുന്നത് വികാരങ്ങളും. ആ വികാരങ്ങൾക്ക് തീപ്പൊരി കൊടുക്കുന്നത് സ്പർശനമാണ്. പുരുഷൻ കാഴ്ചപ്പാടിലൂടെ നിർവൃതി നേടുമ്പോൾ, സ്ത്രീ സ്പർശനം എന്ന ഒരേ ഒരു കാരണത്തിലൂടെ വികാരങ്ങൾക്ക് അടിമയാകും.

അപ്പോൾ സ്നേഹം അതിൽ അലിയും. ഒന്നാകും. രാസപ്രക്രിയകൾ തലച്ചോറിലെ മസ്തിഷ്കത്തിൽ സുനാമി ഉണ്ടാക്കും. അപ്പോൾ അവൾ അതിശയോക്തിയോടെ അഭിനയമില്ലാതെ തളരും. മുട്ടുകൾ ബലഹീനമാകും, കീഴടങ്ങും, പരിത്യാഗം ഉടലെടുക്കും.

വേദനകളുടെ അവസാനം കണ്ടെത്തുക സ്നേഹം ആണ്. കൂട്ടുകൂടാനും കൂടെ നിൽക്കുവാനും ഉള്ള സ്ത്രീയുടെ അന്വേഷണം അവസാനിക്കുന്നത് മറ്റൊരു ശരീരത്തിലാണ്. സഹായഹസ്തം നീട്ടുന്ന പുരുഷത്വത്തിൽ. അവിടെ ഉറവിടങ്ങൾ തുറക്കപ്പെടുന്നു. അവൾ സംഗമിക്കാനൊരുങ്ങുന്നു.

ആ സംഗമം മംഗളമായ ഒരു അനുഭൂതിയാകുന്നു. അപ്പോൾ അവൾ പരിപൂർണ്ണത നേടാനുള്ള ആഗ്രഹങ്ങൾക്ക് അടിമയാകുന്നു.

അവളുടെ ശരീരം ഹൃദയഭിത്തികൾ ചാലിച്ചു അവൾ ആ പുരുഷന് നൽകാൻ തയ്യാറെടുക്കപ്പെടുക്കുന്നു. അവളെ വേശ്യ എന്ന് വിളിക്കാനാവുമോ?

മുത്തച്ഛൻ ഒരിക്കൽ ഉപദേശിച്ചു: ഒരു സ്ത്രീയോട് ചെയ്യുന്ന ഏറ്റവും വലിയ അനീതി അവളെ ഒരാളെ കൊണ്ട് വിവാഹം കഴിപ്പിക്കുക എന്നതാണ്.

"അതെന്താ?" ഞാൻ

"ഒരാണും ഒരു പെണ്ണും ഒരിണയാൽ ഒതുങ്ങില്ല. അതാണ് സത്യം."

"ആണോ?

"അതേ അവർ ബഹുഭാര്യത്വവും ഭർത്വത്വവും കാംക്ഷിക്കുന്നു."

"അതെന്താണങ്ങിനെ?"

"വികാരങ്ങൾക്കടിമയാകുമ്പോൾ ഒന്നല്ല; ഒന്നിൽ കൂടുതൽ ആണ് നമ്മെ ഒതുക്കുന്നത്. ആവശ്യങ്ങൾ അവതരിപ്പിക്കുമ്പോൾ ചേരുന്നതും ചേർക്കുന്നതും അബോധമനസാണ്."

"ഞാൻ ചെയ്തതെല്ലാം ശരി ആണെന്നാണോ?"

"എന്നല്ല. പ്രകൃതിയുടെ വികൃതികൾ പ്രേരണ നൽകുമ്പോൾ മനസ്സിന്റെ കുടുക്കുകൾ കഴിയുന്നു."

"അപ്പോൾ?"

"അതെ, നൈസർഗികമായതിനു എതിർത്തു പ്രവർത്തിക്കുന്ന സ്ത്രീ അപമാനങ്ങൾക്ക് വഴങ്ങേണ്ടി വരുന്നു. എന്നാൽ, പുരുഷൻ ഒളിച്ചുകളിയുടെ തണലിൽ ഇല്ലാതാവാൻ ശ്രമിക്കുന്നു."

"ഞാൻ എന്റെ വിവാഹം കൊണ്ട് അടിമ ആയത് പോലെ?"

"അതെ, പുരുഷൻ ആണ് ബഹുസ്ത്രീ കേളികൾക്ക് വേണ്ടി വേശ്യകളെയും സൃഷ്ടിച്ചത്."

"ഞാൻ ഇങ്ങിനെ ആവേണ്ടി വന്നതിന്റെ കാരണം എന്റെ ഭർത്താവാണ്. തുടക്കം അവിടെ തന്നെ. പിന്നെ രതി മൂർച്ഛയിൽ മയങ്ങുമ്പോൾ ഞാൻ ഞാൻ അല്ലാതായി, മറ്റൊരു പുരുഷനിൽ അലിയും'.

"സുഖം അനുഭവിക്കാൻ ആണ്, പ്രക്രിയ എന്ന സംഭോഗം സുന്ദരമായ ഒരനുഭവം ആക്കിയത്."

"തെറ്റല്ല, ശരി ആണോ, ഞാൻ ചെയ്യുന്നത്?"

“അന്ന് പറഞ്ഞില്ലേ? രണ്ടു കൊടുമുടികളുടെ നടുവിലെ ഓരങ്ങളിൽ തെറ്റുകൾ ശരിയാകുന്നു.”

“എനിക്ക് മനസ്സിലാകുന്നില്ല”

“പണവും അധികാരങ്ങളും കയ്യേറ്റം നടത്തുന്ന പുരുഷൻ സ്ത്രീയെ വേശ്യയാക്കുന്നു.”

അന്ന് ഞാൻ ഉറങ്ങിയില്ല. മുത്തച്ഛൻ എന്നെ മറ്റൊരു കോൺസെപ്റ്റ് പറഞ്ഞു മനസ്സിലാക്കാൻ നോക്കി.

ഞാൻ ഞാനല്ല. ഞാൻ ആരുമല്ല. ഞാൻ എല്ലാവർക്കും ഉള്ളതാ. നഷ്ടങ്ങൾ ഒന്നുമില്ലാതെ കഷ്ടങ്ങളെ നേരിടാൻ ഞാൻ ചെയ്യുന്നതൊന്നും തെറ്റല്ല.

എന്റെ ഹൃദയം തണുത്തുവോ? ആഹ്ലാദത്തിൽ അലങ്കാരം കിട്ടിയോ? അഹങ്കാരം കൂടിയോ?

ചോദ്യങ്ങൾക്കും പ്രസക്തി കൂടിയ ഉത്തരങ്ങൾ തരുന്നു. സ്വയം അന്വേഷണം

“അപ്പോൾ പ്രണയം എന്ന സുന്ദര സ്വപ്നങ്ങളോ?”

പ്രണയം – മുത്തച്ഛൻ ഒരിക്കൽ പറഞ്ഞതിങ്ങനെയാ. “നിന്റെ ജോലിയിൽ പ്രണയം ഒരഭിനയമാണ്. അത് പണ്ടത്തെ പോലെ ഒരുപാട് നീട്ടിക്കൊണ്ടുപോകാൻ പറ്റില്ല.”

ഞാൻ – “എനിക്കറിയാം. സ്നേഹം, എന്റെ ജോലി കഴിഞ്ഞ ശേഷം ഞാൻ കുളിക്കുമ്പോൾ സോപ്പിന്റെ പതയിൽ അലിഞ്ഞൊലിച്ചു പോകും. മന:പ്രയാസങ്ങളില്ലാതെ.”

“അങ്ങിനെ രണ്ടു കുളികളുടെ നടുവിൽ പ്രേമം ഉറങ്ങികിടക്കും. അപ്പോൾ ആ ഗ്യാപ്പിൽ മറ്റൊരു പ്രേമത്തിന്റെ വിത്ത് ജനിക്കും.” ഫേസ്ബുക്കിലോ വാട്സ് ആപ്പിലോ ഉള്ള ഒരു “ഹൈ” ആണതിന്റെ വിത്തുകൾ.

ഉടമസ്ഥാവകാശം ആണിതിന് ഒരു കാരണം.

ഫ്രീഡം എന്നത് വിലപിടച്ച ഒരു മൂല്യമാണിന്നു. എന്തും ചെയ്യാൻ അഹങ്കരിക്കുന്ന ചങ്കൂറ്റമുള്ള മനസ്സുകൾ.

ഒറ്റക്കങ്ങിനെ ആലോചിച്ചിരിക്കുമ്പോളാ ബബി വീട്ടിൽ വന്നത്.

“ഇന്നെന്താ ഒരു മൂഡ് പോയ പോലെ?”

“ആടി – നിനക്കെങ്ങിനെ മനസ്സിലായി?”

"മുഖം അല്ലെ ഉള്ളിലെ കാര്യങ്ങളുടെ കണ്ണാടി?"

"ഉം"

"പറയൂ, എന്താ പറ്റിയത്?"

"ഒന്നൂല്യ"

"വേണ്ടെങ്കി വേണ്ട; പക്ഷെ നീ എന്നോടല്ലാതെ ആരോടാ ഇതൊക്കെ പറയുക?"

ശരിയാ. ബബിയും ഞാനും പല തവണകളിലും ഒന്നിച്ച് പോയിട്ടുണ്ട്. ഒരുമിച്ച് ചെയ്തിട്ടുമുണ്ട്. അവസാനം നിസുവും നിസ്സുന്റെ ഫ്രണ്ട് സത്താറും കൂടി ചേർന്നു പോയ ദിവസം.

ബബി എന്നോട് പറയും. "നീ ഇനിയിത് മതിയാക്കു, മക്കൾ വലുതാവുന്നു"– എന്നെല്ലാം.

"ചിലവിന്നോ?"

"വേറെ വഴികളിൽ ഞാൻ നോക്കി"

"അതെന്താ?"

"എന്റെ ഗർഭപാത്രം വാടകക്ക് കൊടുത്താലോ, എന്നാലോചിച്ച്"

"അതിനു, ബാക്കി എല്ലാം വിട്ടുകൊടുക്കണ്ടേ?"

"എന്ന് വെച്ചാൽ?"

"പത്തു മാസം ചുമടെടുക്കേണ്ടേ?"

"ഉം"

"പിന്നെ സുഖത്തിനു പകരം പ്രസവ വേദന?"

"ഉം"

"എന്നിട്ട്"

"ആലോചനയിലാ"

"പോടി"

"എന്തെ?"

"അതിനു നിയമങ്ങൾ ഒന്നുമില്ലല്ലോ?"

"നമ്മൾ ചെയ്യുന്നതിന് നിയമമുണ്ടോ?"

"കൺസെൻഷൽ സെക്സ് അനുവദിച്ചിരിക്കുന്നില്ലേ?"

"ഇതിനും നിയമങ്ങൾ ഉണ്ടാക്കുന്നു. അമ്മ ആരാവും, ഗർഭപാത്രം വിൽപ്പന ചെയ്യുന്ന സ്ത്രീക്ക് അതിനുള്ള പാരിതോഷികം എന്നെല്ലാം."

“എനിക്കിത് നല്ലതെന്നു തോന്നുന്നു”

“കാരണം?”

“അത്ര ഒന്നും ആലോചിക്കാനില്ല, നൈമിഷികമായ സമയം, ഈ ജീവിത യാത്രയിൽ കാലത്തെ പറ്റി ഒരു കണക്കും നോക്കേണ്ട. ടൈം എന്നത് അലിയുന്ന പോലെ. സമയം അദൃശ്യമാവുന്നത് ആരും അറിയില്ല.

ചെറിയ ഒരു സമയമല്ലേ രതിമൂർച്ഛയിൽ, ആ മുഹൂർത്തം നമ്മുടെ ഓർമ്മയിൽ എത്ര കാലം കഴിഞ്ഞാലും മരിക്കില്ല. ഓർമ്മകൾ സമയത്തെ അലിയിച്ചില്ലാതാക്കുന്നു.

“നിന്റെ ഐഡിയ തെറ്റല്ല. പക്ഷെ ആ മുഹൂർത്തമില്ലേ? നാം; അമ്മ; ആവുന്ന ആ നിമിഷം, കുഞ്ഞിന്റെ കരച്ചിൽ കേൾക്കുന്ന ആ മൂർധന്യ സമയം, അത് വേറൊരു അമ്മയ്ക്കും അച്ഛനും വേണ്ടി അല്ലെ.”

“വായ്പ്പക്ക് കൊടുത്ത ഗർഭപാത്രം ഒഴിയുമ്പോൾ നാമൊന്നുമല്ലാതാവില്ലേ?

“ശരിയാണോ? ആയിരിക്കാം. പക്ഷെ ബന്ധനങ്ങളില്ലാത്തതല്ലേ ഇപ്പോൾ നമ്മൾ ചെയ്യുന്ന രീതിയും?”

“പരീക്ഷണങ്ങൾ ആണെല്ലാം. നീയും ഞാനും ഇതിൽ വരുന്ന മുൻപ് കരുതിയിരുന്നോ അത് നമ്മുടെ വയറ്റു പിഴപ്പിന്റെ ആശ്രയം ആവും എന്നും, മക്കൾവലുതായാലും മുന്നോട്ട് നീങ്ങേണ്ടി വരും എന്നും?”

“സറോഗസി നിയമം ആയി പൂർണമായി ഒരു വ്യക്തമായ രൂപം ഉണ്ടായാൽ നോക്കാം. എനിക്ക് അതിനു കാത്തിരിക്കാൻ വയ്യ ബബി” –ഞാൻ.

“അതുപോട്ടെ, നീ ഇന്നെന്താ മൂഡ് ഇല്ലാതെ?”

“ഞാൻ നിർത്തി”

“എന്ത് പറ്റി ഭ്രാന്തായോ? അതോ? അന്ന് രണ്ടു തവണ അടുപ്പിൽ കത്തിക്കാൻ വെച്ചിരുന്ന മണ്ണെണ്ണ മേലൊഴിച്ചു സ്വയം ഇല്ലാതാവാൻ നോക്കിയ പോലെ ആണോ?”

“അതെല്ലാം സത്യങ്ങൾ അല്ലെ? ഇതും”

“അന്തു വീട്ടിൽ വന്നു എന്ന് ഞാൻ പറഞ്ഞിരുന്നില്ലേ?”

“ഉം”

“അവൻ വന്നു”

“എന്നിട്ട്, ഒപ്പിച്ചില്ലേ?”

"ഉം"

"പിന്നെന്താ, കാശ് തന്നില്ലേ?"

"എല്ലാരും എപ്പോഴും കാശ് തരാറില്ല, ഞാൻ ചോദിക്കാറും."

"അതെനിക്കറിയാം. കയ്യിൽ കിട്ടിയ കാശ്, തിരിച്ചു വരുന്ന വഴി നീ വിശപ്പുള്ളവർക്ക് കൊടുക്കുന്നത് ഞാൻ നോക്കി ശ്രദ്ധിച്ചിട്ടുണ്ട്."

മഹാഭാഗവതത്തിൽ അമ്പലത്തിലെ ഉൽസവ സമയത്തു ബ്രാഹ്മണന്മാർ വേശ്യകളോട് ദാനം വാങ്ങുമ്പോൾ ഒരാൾ ചോദിച്ചത്രെ:

"ദാനം വേശ്യകളോട് വാങ്ങാമോ?"

"ആർക്കും ദാനം കൊടുക്കാം, വാങ്ങാം അവരെല്ലാം അനുഗ്രഹീതരാണ്."

ഞാൻ അതൊന്നും ആലോചിക്കാറില്ല. വേദന വളർന്ന മനസ്സിൽ വേദന കാണാൻ പറ്റില്ല. ശരീരം, ഉപയോഗിച്ചും തലച്ചോറുപയോഗിച്ചും മനുഷ്യർ ജീവിതം കൊണ്ട് നടത്തുന്നു. ചെലവിനായി.

"അതെ, നാളെ ഞാൻ കാറിൽ ഒരു സോഷ്യൽ ലേഡി ആയി പോവുന്ന സമയം ഡോറിനു മുൻപിൽ ആരെങ്കിലും കാശ് ചോദിച്ചാൽ ഞാൻ എയർഹോൺ ഉള്ള ആ കാറിന്റെ വിൻഡ് ഷീൽഡ് തുറന്നു ആ ആൾക്ക് എന്റെ പേഴ്സ് തുറന്നു കാണിക്കും. ജീവിക്കാനുള്ള തിടുക്കത്തിൽ വിശപ്പും കൂടപ്പിറപ്പായതായിരുന്ന എന്റെ ജീവിതം എന്നെ പഠിപ്പിക്കുന്ന ചില പഠനങ്ങളിൽ ഒന്നാണത്."

"ശരീരം വിൽക്കുന്ന പോലെ തന്നെ അല്ലേ, വൃക്കകൾ വിറ്റും ജീവിതം നയിക്കുന്ന സംഭവങ്ങളും?"

"അല്ല, അതിൽ നഷ്ടമുണ്ട്, ഇതിൽ ലാഭവും."

"ഗർഭാശയം വാടകക്ക് കൊടുക്കുന്നതോ?"

"സമയത്തിന്റെ കാത്തിരിപ്പ്"

"അതെന്താ, ജിത്തു?"

"ഇരുപത്തഞ്ചു കൊല്ലമിരുന്നു ഈ വേഷമിടാൻ. ഇനി അഴിക്കാൻ തോന്നുന്നു. പത്തു പതിനാലു കൊല്ലങ്ങൾക്ക് ശേഷം."

"അന്തു എന്തുചെയ്തു."

"എല്ലാ തുടക്കവും ഒരു അവസാനത്തിൽ എത്തും. അതാ പ്രകൃതിയുടെയും നിയമം."

"നിനക്ക് ഭ്രാന്താണ് അല്ലെ?"

"എന്ത് നേടി എന്നതിലല്ല; എത്ര എന്നും. എന്തൊക്കെ സഹിക്കേണ്ടി വന്നു എന്നതിലെ, ഒരു വ്യത്യാസമുള്ളൂ."

"അന്ന് അന്തുപോയ ശേഷം ചേട്ടൻ വന്നു. ആരാ വന്നതെന്നായി ചോദ്യം."

"കമ്പ്യൂട്ടർ നന്നാക്കാൻ"

"എന്നിട്ടോ? അയ്യോ ഇനി എനിക്കും ഇങ്ങോട്ട് കയറാൻ പറ്റാതെ ആയോ?"– ബബി പേടിച്ചു.

"ചേട്ടൻ അറിയാതെ എന്തോ നടന്നു, ചേട്ടനോട് പറഞ്ഞില്ല എന്നൊക്കെ തോന്നിയിരിക്കും."

"സാരമില്ല" – ബബി

"നീ ഗർഭാശയവും ആയി മുന്നോട്ട് നീങ്ങു" – ഞാൻ

ബബി – പറഞ്ഞ ഗർഭപാത്രം വാടകക്ക് കൊടുക്കുന്ന കാര്യം ഞാൻ മുത്തച്ഛനോട് ചോദിച്ചു.

"നിനക്ക് അതിനെല്ലാം പ്രായം കഴിഞ്ഞു. ഇപ്പോഴുള്ള രണ്ടു പെൺ മക്കളെ വളർത്താൻ ഇത്രയൊക്കെ പാടെടുക്കുമ്പോൾ, അതിന്നിടെ ഇനി വേറൊന്നോ?" വേണ്ട"

"എനിക്കല്ല. ബേബി ചോദിക്കുകയായിരുന്നു."

വേണ്ട എന്നുള്ളതിന് കാരണങ്ങൾ ആരാഞ്ഞപ്പോൾ ഒരു പാട് കാര്യങ്ങൾ മനസ്സിലാക്കി തന്നു.

ഞാൻ ബേബിയോടും അത് പറഞ്ഞുകൊടുത്തു.

"പറയൂ, കേൾക്കട്ടെ"– ബബി

"കുട്ടികളില്ലാത്ത അച്ഛനമ്മമാർ അഞ്ചു കൊല്ലം ജീവിച്ചിട്ടും കുട്ടികൾ ആയില്ല എങ്കിൽ അവർക്കു മറ്റൊരു സ്ത്രീയുടെ ഗർഭപാത്രം വാടകക്ക് എടുത്ത് ബീജങ്ങളെ അതിൽ നിക്ഷേപിച്ചു പത്തുമാസം ചുമന്നു കുഞ്ഞു പിറന്നാൽ കുഞ്ഞിനെ കൈമാറണം. 'അമ്മ' എന്ന ആ വാക്കിന്റെ വില നിശ്ചയിക്കുന്നത് കയ്യിൽ കിട്ടുന്ന കാശ് കൊണ്ടാണ്. മിക്കതും പുറം രാജ്യങ്ങളിലെ അച്ഛനമ്മമാർ ആണ് ഇത് ചെയ്യുന്നത്. എത്രയോ കോടി ഈ വാടക കച്ചവടത്തിൽ വരുന്നു. ഏകദേശം ഇരുപത്തഞ്ചായിരം കുഞ്ഞുങ്ങൾ ഇങ്ങിനെ ജനിക്കുന്നു. ഇതിലൊന്ന് ആവണോ നിന്റെ വായ്പാകച്ചവടത്തിൽ?

"വേണ്ട" ബബിയും തീരുമാനം മാറ്റിയോ?

"ഞാൻ എങ്ങിനെ എങ്കിലും ജീവിക്കാൻ നോക്കും എനിക്കറിയാവുന്ന ഒരേ ഒന്ന് ശരീരത്തിന്റെ വിൽപനയല്ലേ" – ഞാൻ

അതിനു മുത്തച്ഛൻ പറഞ്ഞതിതാ; ആൻഡ്രെഡ്രയ ഡോർക്കിൻ എന്ന ഒരു സ്ത്രീയുടെ വാക്കുകൾ ഉദ്ധരിച്ചാണ്.

"ഏറ്റകുറച്ചിലുകൾ നിറയെ നടനമാടുന്ന ഈ ലോകത്ത് ഗർഭപാത്രം ഒരു കച്ചവട ചരക്കാക്കരുത്. അത് ഒരു സ്ത്രീയെ ചൂഷണം ചെയ്യുക ആണ്. വേശ്യാവൃത്തിയും ഗർഭപാത്ര വ്യാപാരവും ഏകദേശം ഒരേ പോലെ ആണ്."

മുത്തച്ഛൻ എന്നെ കർശനമായി ശാസിച്ചാ പറഞ്ഞത്, "നീ ഇനി അതൊന്നും ആലോചിക്കേണ്ട!"

അന്നാണ് ഞാൻ ബീജം ഏറ്റുവാങ്ങുന്ന ഗർഭ പാത്രങ്ങളുടെ സത്യം മനസ്സിലാക്കാൻ ശ്രമിച്ചത്. വയലുകളിൽ വിത്തിട്ട് ഒരുപാട് വിളയുന്നതല്ല ഈ സംഭവം എന്ന് ഞാൻ മനസ്സിലാക്കി.

അന്ന് ഉച്ച സമയം അമ്പലത്തിന്റെ അടുത്തു ഞാനും ബബിയും ആ മരത്തിന്റെ ചുവടെ നിഴലുകൾ ചുരുങ്ങി ചെറുതാവുന്നത് നോക്കി നിന്നു. ഞാനും എന്നിലേക്ക് ചുരുങ്ങി.

സ്കൂട്ടർ സ്റ്റാർട്ട് ആയതും ബബി പോയതും ഞാൻ അറിഞ്ഞില്ല; ബബി, ബബിയുടെ യാത്ര തുടരും, പക്ഷെ ഗർഭപാത്രം വാടകക്ക് കൊടുക്കില്ല.

ജീവിതം പന്താടുന്നത് ഓർമ്മകളുടെയും പ്രതീക്ഷകളുടെയും നടുക്കുള്ള സെന്റർ ലൈനിൽ ഉള്ള ചെറിയ ബിന്ദുവിലാണ്. പിന്നോട്ടും മുന്നോട്ടും നോക്കാതിരുന്നാൽ മനസ്സ് തുലാസ്സിന്റെ മധ്യത്തിലുള്ള മുനയിൽ നിൽക്കും. എനിക്ക് പറ്റില്ല അതിനൊന്നും, കാരണം മനസ്സിന്റെ കുരങ്ങുകളി ഇനി കൂടുതൽ താങ്ങാനാവില്ല.

എങ്കിലും? എന്റെ ഓർമകൾ എന്നെ തെറ്റുകാരി എന്നും ചിലപ്പോൾ സാരമില്ല എന്നും മനസ്സിലാക്കാൻ നോക്കും. എന്റെ തെറ്റുകൾക്ക് ഉത്തരവാദി ഞാൻ തന്നെ. പഴയ ഓർമ്മകൾ എന്നെ അധീനിക്കും അത് തീർച്ച. അന്നെല്ലാം എന്നെ സഹായിച്ചവരെ ആരെയും ഞാൻ മറക്കാൻ പാടില്ല. അതൊരു വഞ്ചനയാണ്. മനസ്സിൽ അടിത്തട്ടിൽ അതൊരു ഭാരമല്ല. മറിഞ്ഞു കഴിഞ്ഞു പോയ ചില താളുകൾ, ചില പേജുകൾ, വായിച്ചു തീർത്ത കഥകൾ. രണ്ടാം പ്രാവശ്യം സിനിമ കാണുന്ന പലരും ഉണ്ട്.

ഞാനും പലരുമായും ഒന്നിൽ കൂടുതൽ അടുത്തിട്ടും അതെ പുസ്തകത്തിൽ പുതിയ പാഠങ്ങൾ പഠിക്കാൻ ശ്രമിച്ചിട്ടും ഉണ്ട്.

പഠനം അതാ ഈ ജീവിതം.

ഇന്നലെകൾ കഴിഞ്ഞു പോയി. ഞാൻ നാളെകൾ നെയ്യുന്നത്, ഇന്ന്, ഇപ്പോൾ ഇന്നലെകൾ എന്നെ പഠിപ്പിക്കാൻ ശ്രമിച്ച പാഠങ്ങളിലൂടെ ആണ്.

കഴിഞ്ഞു പോയ മറ്റൊരിന്നലെ എനിക്കോർമ്മയിൽ.

ഇതിനിടെ കഴിഞ്ഞതാ. അതാണോർമ്മയിൽ. തീയ്യതി? ഏപ്രിൽ എതോ ദിവസം... "പോകാമോ, കാണാമോ? കൂടാമോ?"

കുറേ മാസങ്ങൾ കഴിഞ്ഞാണിങ്ങനെ ചോദിച്ചതും, ഞാൻ ശരി എന്ന് പറഞ്ഞതും. ബസ്സിലാ പോയതും വന്നതും. കുറച്ചു നേരം കൂടി എയർ കണ്ടീഷൻ റൂമിൽ. അന്നും ഒച്ചയുണ്ടാക്കാൻ വഴിയില്ലാതായി. ആരെംഗിലും കേട്ടാലോ? എങ്കിലും സുന്ദരമായ മറ്റൊരു രതിമൂർഛ്ച എനിക്ക് മുത്തച്ഛൻ അനുഭവത്തിൽ ചാർത്തി. എന്റെ മസ്തിഷ്കത്തിലെ രസായനങ്ങൾ ദേഹത്തിൽ അലിയുന്നതറിഞ്ഞു ഞാൻ. ആകെ ഒരു വികാരം എന്നെ പുണർന്നു.

സ്വർണ്ണം കൊണ്ടുള്ള മാലയും, മോതിരവും. കാതിലെ ഇളകുന്ന ലോലാക്കും. ആകെ കൂടി ഉണ്ടായിരുന്ന അരക്കെട്ടിലെ കറുത്ത അരഞ്ഞാണത്തിനു പുറമേ തന്നത് മുത്തച്ഛൻ. സിൽവർ കൊണ്ടുണ്ടാക്കിയ പാദസ്വരം ഇട്ടു തന്നു, മുൻപ്.

അന്ന് ചെവിടിൽ എന്നോട് ചോദിച്ചു: "നിനക്കെന്താ വേണ്ടേ?"

"എല്ലാം എല്ലാം" തന്നത് നിങ്ങളല്ലെ. ഇതിനിടെ ചീത്തയായ ആ ഫ്രിഡ്ജ് വാങ്ങാനും നിങ്ങൾ സഹായിച്ചില്ലേ?"

അന്നെനിക്കു ഒന്നുകൂടി തന്നു. സ്വർണ്ണവള.

# അധ്യായം-9

## വഴിത്താരകൾ, വളഞ്ഞ വഴികൾ

## ഒടിവും വളവുമുള്ള ശരീരങ്ങളിൽ ചതിയും ചന്തവുമുണ്ടാവാം.

"സാർ ഇനി എന്നെ നന്നാക്കണ്ട!"

ദേഷ്യം വന്നാൽ മുത്തച്ഛൻ വീണ്ടും പഴയ സാർ ആകും.

"അതെന്താ?" - കൂസലില്ലാത്ത മറു ചോദ്യം

"ഞാൻ നന്നാവുകയില്ല, അത്ര നന്നായാൽ മതി."

"കാരണം?"

"എന്നെ നന്നാക്കിട്ടു സാറിനി സ്വർഗ്ഗത്തിൽ പോകാൻ നോക്കണ്ട, സ്വയം നന്നായിട്ടു പോകാൻ നോക്കിക്കോളൂ. തന്നതൊക്കെ മതി, അതിന്റെ കണക്കുകൾ വീണ്ടും കേൾക്കണ്ട."

"ഞാനൊരു കാര്യം പറയട്ടെ?" മുത്തച്ഛൻ

"ഞാൻ കേൾക്കുന്നുണ്ടെന്നു കൂട്ടിക്കോളൂ"

"ഇതൊരു കഥയാണ്, പുരാണങ്ങളിലെ"

"നിങ്ങൾക്ക് വയസ്സായി എന്ന് വെച്ച്, എന്നെയും കിളവിയായി കണക്കാക്കരുത്, കഥ പറയുമ്പോൾ"

"ഇല്ല, കിടക്കയിൽ ഞാൻ കിളവനല്ല എന്നല്ലേ നിന്റെ കഥകളിൽ?"

"സമയം പോക്കല്ലേ; എനിക്കൊരിടത്ത് പോകാനുണ്ട്, അയാൾ കാത്ത് നിൽക്കും"

"പൊയ്ക്കോളൂ"

"നിന്റെ വഴികളിൽ ഞാൻ അകമ്പടി സേവനത്തിന് ഇനിയില്ല. ആ കാലം കഴിഞ്ഞു."

"വേണ്ടാട്ടോ, വേണ്ടാത്തതൊന്നും --എന്നെ കൊണ്ട് പറയിക്കേണ്ട."

“നടന്ന കഥകൾ നിനക്ക് കേൾക്കാനിഷ്ടമില്ല, പണ്ടും. അതിൽ നിന്നും വരുമാനം കിട്ടിക്കഴിഞ്ഞാൽ പിന്നെ നീ ആ കഥ പഴയ കടലാസുകൾ തൂക്കി വിൽക്കുന്നതിന്റെ കൂടെയും ചേർക്കാറില്ല.”

“വെന്തു കരിഞ്ഞുപോയ പരിപ്പിട്ടിട്ട് ആരാ സാമ്പാറുണ്ടാക്കുക? ഞാനങ്ങിനെയാ; വേണ്ടാത്തത് വെക്കാൻ എന്റെ മനസ്സിലും വേറെയും സ്ഥലങ്ങളില്ല.”

മുത്തച്ഛൻ മൂകമായി.

“വേണമെങ്കിൽ ആ കഥ പറഞ്ഞു തരാം” മുത്തച്ഛൻ.

അയാൾ വിളിച്ചപ്പോൾ ഒരു മണിക്കൂർ കഴിഞ്ഞു ഞാൻ അവിടെ എത്തിയാൽ മതിയെന്ന്.

മുത്തച്ഛൻ കഥ പറയാൻ തുടങ്ങി.

“മറക്കാൻ പറ്റില്ലായിരുന്നെങ്കിൽ ഞാൻ ഒരു ഭ്രാന്തു പിടിച്ച സ്ത്രീ ആയി പോയിരുന്നേനെ.”

“അതന്തൊ?”

“മണ്ണെണ്ണ ഒഴിച്ച് മരിക്കാൻ പോയ എന്റെ കഥ മറന്നോ?”

“ക്രൈം ബ്രാഞ്ചിൽ നിന്നും ഫോൺ വന്നപ്പോൾ പേടിച്ചത് മറന്നോ, പാലത്തിനടുത്ത ഫ്ളാറ്റിൽ പോയത് അന്വേഷിക്കാൻ.”

“ഇല്ല,” ഒന്നും മറക്കാൻ പറ്റില്ല – നിന്നെയും”

“ഉം, കഥ പറ.”

ഒരിക്കൽ അർജുനൻ കൃഷ്ണനോട് ചോദിച്ചു.

“ഭഗവാനെ എന്തുകൊണ്ടാണ് യുധീഷ്ഠരനെക്കാൾ വലിയ ദാനശീലനായി കർണ്ണനെ കാണുന്നത്? രണ്ടു പേരും നല്ല ദാനശീലന്മാരായിരുന്നല്ലോ?”

“പിന്നെന്താ കർണൻ ആണ് കൂടുതൽ നല്ലതെന്നു പറയുന്നത്?”

മുത്തച്ഛൻ താൻ എന്തിനാ ജിത്തൂനെ സഹായിച്ചതെന്ന വ്യാഘ്യാനം കൊണ്ട് വരികയായിരുന്നു.

“മനസ്സിലായി വരുന്നു” – ഞാൻ

കൃഷ്ണ ഭാഗവാൻ പറഞ്ഞു; ഞാൻ നേരിട്ട് കാണിച്ചു തരാം, ആ വ്യത്യാസം.

അവർ രണ്ടു പേരും ബ്രാഹ്മണർ ആയി വേഷം മാറി. യുധീഷ്ഠരന്റെ സഭയിലെത്തി. തങ്ങൾക്ക് യജ്ഞം ചെയ്യാൻ ചന്ദന മുട്ടികൾ ദാനമായി വേണം എന്ന് ആവശ്യപ്പെട്ടു.

യുധീഷ്ഠരൻ ഭടന്മാരെ ചന്ദന മരത്തിന്നായി അയച്ചു.

പക്ഷെ മഴയായിരുന്നതിനാൽ ഉണങ്ങിയ ചന്ദനമുട്ടികൾ കിട്ടിയില്ല. അത് കാരണം നനഞ്ഞ ചന്ദനമുട്ടികൾ കൊണ്ട് തൃപ്തി പെടേണ്ടി വന്നു.

ബ്രാഹ്മണ വേഷം ധരിച്ച കൃഷ്ണനും അർജ്ജുനനും കർണന്റെ സഭയിലേക്ക് പോയി. അതെ ആവശ്യം കർണനോടും അവതരിപ്പിച്ചു.

അൽപനേരം ആലോചിച്ച ശേഷം പറഞ്ഞു, "മഴയായതിനാൽ യാഗത്തിന് ഉണങ്ങിയ ചന്ദന കട്ടികൾ കിട്ടാൻ പ്രയാസമായിരിക്കും. ഒരു വഴിയുണ്ട്, അൽപ സമയം കാത്തിരിക്കൂ."

കർണ്ണൻ മഴു എടുത്ത് ചന്ദനത്തടി കൊണ്ടുണ്ടാക്കിയ തന്റെ കൊട്ടാരത്തിലെ ജനലുകളും വാതിലുകളും വെട്ടിക്കീറി ബ്രാഹ്മണർക്കു ദാനമായി കൊടുത്തു.

വഴിമധ്യേ കൃഷ്ണൻ അർജ്ജുനനോട്; "ഇപ്പോൾ മനസ്സിലായില്ലേ, വ്യത്യാസം?"

"നമ്മൾ യുധീഷ്ഠരനോട് ചന്ദനത്തടിയിൽ നിർമ്മിച്ച ജനലുകളും വാതിലുകളും തരാൻ ആവശ്യപ്പെട്ടിരുന്നെങ്കിൽ ഒരു മടിയും കൂടാതെ യുധീഷ്ഠരൻ സന്തോഷത്തോടെ തന്നേനെ. പക്ഷെ ആ ചിന്ത യുധീഷ്ഠരനിൽ സ്വയം ഉണ്ടായില്ല."

"യുധീഷ്ഠരൻ ദാനം ചെയ്യുന്നത് ധർമം ആയതിനാലാണ്. നേരെ മറിച്ച് കർണ്ണൻ ദാനം ചെയ്യുന്നത് അദ്ദേഹത്തിന് അതിഷ്ടമായത് കൊണ്ടും, രണ്ടിലും വ്യത്യാസമുണ്ട്."

"അതായത് നിങ്ങൾ എനിക്ക് തന്നതെല്ലാം എന്നോടുള്ള ഇഷ്ടം കൊണ്ടായിരുന്നു, എന്നാണോ?" – ഞാൻ.

"അല്ല, സ്നേഹം കൂടുതൽ ഉള്ളത് കൊണ്ടും, നിന്റെ കഷ്ടങ്ങൾ ഞാൻ എന്റേതായി കണ്ടതുകൊണ്ടും."

"അതായത്, നിങ്ങൾക്ക് ഉള്ളത് കൂടുതൽ ഉള്ളത് കൊണ്ടല്ല; നിങ്ങൾ എനിക്ക് തന്നത് എന്നും, ഉള്ളതിൽ നിന്നും ആണ് നിങ്ങളെനിക്ക് തന്നതെന്നും, അല്ലേ?"

"അങ്ങിനെ എങ്കിൽ അങ്ങിനെ."

"പല രീതിയിലും നമുക്കു പ്രവർത്തികൾ ചെയ്യാം. മറ്റുള്ളവർക്ക് വേണ്ടി, ശരീരം കൊടുക്കാം അതിൽ നിന്നും ജീവിക്കാം. അതൊരു വഴി."

"പിന്നെ?"

"ഒരു കടമയായി ചെയ്യാം"

"പിന്നെ?"

"ധർമ്മവും കർമ്മവും ആയി ചെയ്യാം."

"പിന്നെ?"

"പിന്നെ - കർണ്ണനെ പോലെ ഇഷ്ടവും സ്നേഹവും ചേർന്നുള്ള കണ്ണികളിൽ നിന്നും ഉൽഭവിക്കുന്ന ആശയങ്ങളിൽ കേന്ദ്രീകരിച്ചു ചെയ്യാം."

"എന്തോ ഇന്ന് എനിക്ക് നിങ്ങളെ മനസ്സിലാക്കാൻ ഒരിത്തിരി കൂടി പറ്റി എന്ന തോന്നൽ."

"നിന്നെ എനിക്ക് മനസ്സിലായി, മൊത്തം. പക്ഷെ നിനക്കെന്നെ ഒരിക്കലും ഈ ജീവിതത്തിൽ മനസ്സിലാക്കാൻ പറ്റില്ല."

"അടുത്ത ജീവിതം ആർക്കറിയാം?" - ഞാൻ

"അതാ സത്യം, അതാർക്കും അറിയില്ല, അറിഞ്ഞെങ്കിൽ കർമങ്ങൾ നല്ലതാക്കി ഇതേ ജന്മത്തിൽ പരിണാമത്തിന്റെ ചെറിയൊരംശം നമ്മുക്കെല്ലാം അനുഭവിക്കാമായിരുന്നു."

"നിങ്ങളും നിങ്ങളുടെ വിശ്വാസങ്ങളും. ദേ, അയാൾ വിളിച്ചു, ഞാൻ പോകുന്നു."

"എങ്ങിനെയാ പോകുക?"

"കാറിപ്പോൾ വരും KL- 010 BF 101- നല്ല ഫാൻസി നമ്പറാ അല്ലെ?

അവൾ പോകുന്നത് നോക്കി മുത്തച്ഛനിരുന്നു.

വഴിത്താരകൾ, വളഞ്ഞ വഴികൾ. നനഞ്ഞ കണ്ണുകൾ, അത് പോലെ നനഞ്ഞ ഉടയാടകൾ.

ഞാൻ ഡ്രൈവർ ഓടിക്കുന്ന ആ കാറിലിരുന്നാലോചിച്ചു. എന്റെ ശീലങ്ങളെപറ്റിയും ശൈലികളെപറ്റിയും.

അതൊരു ശൈലിയാണ്, എന്റെ. പലരോടും പറഞ്ഞു തഴഞ്ഞതാ. നിങ്ങൾ ഫോൺ "വെക്കല്ലെ" എന്നതിനു പകരം "വെക്കല്ലിന്ന്.

ജീവനുള്ള ശവകുടീരങ്ങളിൽ കുറെ കുറെ ഓർമ്മകൾ. മറ്റൊരു കലവറ

കാറിലിരുന്ന് ഞാൻ മുത്തച്ഛനെ വിളിച്ചു, മണ്ടി തിന്ന വയറിളക്കം മാറിയെന്നു പറയാൻ.

"എന്റെ മനസ്സിൽ ഇളക്കങ്ങൾ ജാസ്തിയായി, നിന്റെ തീർന്നല്ലോ?"

"അതെന്താ അങ്ങിനെ?"

"ഒന്നൂല്ല്യ, നീ എന്നോട് ചിലപ്പോൾ കാണിക്കുന്ന അഭ്യാസങ്ങൾ എനിക്ക് മനസ്സിൽ എടുക്കാൻ പറ്റുന്നില്ല, അതൊരു ഭാരം പോലെ."

"എന്നെ മറന്നേക്കൂ."

"അതാണിപ്പോൾ നിനക്കും നല്ലതെന്നു നിനക്ക് തന്നെ തോന്നാൻ തുടങ്ങി അല്ലെ?"

"നിങ്ങൾ ഭ്രാന്തനായി"

"അതെ"

സെൽ താഴെ വെച്ചു. കട്ട് ചെയ്തില്ല.

"പൊന്നെ, സോറി" – ഞാൻ പറയുന്നത് മുത്തച്ഛൻ കേൾക്കുന്നു. ഒന്നും മിണ്ടിയില്ല.

സമയത്തിന്റെ കൽതുറങ്കിൽ ഓർമകളെ ചങ്ങലയിട്ട് കെട്ടി ഇട്ടാൽ ആർക്കും ഭ്രാന്താവും

ഒരിക്കൽ മുത്തച്ഛൻ തറവാട്ട്സ്ഥലത്തിൽ തിറ കാണാൻ വരാൻ പറഞ്ഞു. ഉറയുന്ന കോമരങ്ങൾ അവരുടെ കയ്യിൽ വാളുകൾ, ചുമന്ന കുപ്പായമിട്ട് തലയിൽ കെട്ട് കെട്ടി, ആ കോമരങ്ങൾ തുള്ളും. ഭ്രാന്തുപോലെ. അവർക്കല്ല എനിക്കാണ് ഭ്രാന്തെന്നും പറഞ്ഞു പെട്ടെന്ന് ഭക്ഷണം വിളമ്പി വെച്ചതും കൂടി നോക്കാതെ മുത്തച്ഛൻ തിരിച്ചു പോയി, മുത്തച്ഛൻ പറഞ്ഞു.

"എന്റെ മനസ്സിൽ ഇപ്പോൾ യുദ്ധം നടക്കുകയാണ്."

"ഇന്നലെ തിറയും വാളും എല്ലാം കണ്ടതുകൊണ്ട് തോന്നുകയാവാം."

"അല്ല. ഇത് പഞ്ചപാണ്ഡവന്മാരും കൗരവന്മാരും തമ്മിലുള്ള യുദ്ധം പോലെ ആണ്. നല്ലതും ചീത്തയും തമ്മിൽ."

"നിങ്ങൾ ഇനി കുറച്ചുദിവസം കുതിരപ്പുറത്തുപോണം."

"ഉം, അതെവിടെയാ?"

"കുതിരവട്ടത്ത്"

"അതെ, അതിനുള്ള വഴികളൊരുക്കിയത് നീയാണ്."

അതിന് എനിക്കുത്തരം ഇല്ലായിരുന്നു. കാരണം എനിക്കറിയാം. മുത്തച്ഛന് എല്ലാം അറിയാം, എല്ലാം മനസ്സിലാകും എന്നും എനിക്കറിയാം

മൗനം ഓർമ്മകളെ ചങ്ങലകളിൽ ഇടുന്നു. അപ്പോൾ ഭ്രാന്താവും എല്ലാവർക്കും.

“മുത്തച്ഛൻ, എന്റെ ഉപദേശകനല്ലേ, അർജ്ജുനന് കൃഷ്ണനെ പോലെ?”

“അല്ല അന്ന് ഗുരുവായൂർ പോയി വരുമ്പോൾ മണ്ടി തിന്നു നീ പ്രഷർ പോക്കുമ്പോൾ ഞാൻ കാറിലിരുന്ന് കൃഷ്ണന്റെ ഉപദേശം തേടുകയായിരുന്നു”.

“എന്നിട്ട്?”

“തെറ്റുകളെ നിർമ്മാർജ്ജനം ചെയ്യാൻ കുറുക്ക് വഴികൾ പോരാ. അതിന് മാനസാന്തരം വേണം. വെറും കുമ്പസാരം പറയുമ്പോൾ നിർത്തി, ഇനിയില്ല എന്ന് പറഞ്ഞാൽ മാത്രം പോര.”

“ഞാൻ എന്ത് തെറ്റ് ചെയ്തെന്നാ?”

“ഭ്രാന്തായ എനിക്ക് ഉപദേശങ്ങൾ കൊടുക്കാൻ ഇനി പറ്റില്ല.”

മുത്തച്ഛൻ കാണാതെ ഒരിക്കൽ ഞാൻ ഒരിടം വരെ പോയി. അതറിഞ്ഞുകാണും.

അങ്ങനെ ആ ജോലിക്ക് പോകുമ്പോൾ ദിവ്യ-വേഷം ഇടാൻ നെറ്റിയിൽ കളഭവും. അതിൽ വയറ്റുപിഴപ്പിന്റെ സാദ്ധ്യതകൾ വർദ്ധിപ്പിക്കാൻ നേരിയ ഒരു മൂടൽ മഞ്ഞുണ്ട്.

കൊതിപ്പിക്കുന്ന സുഗന്ധദ്രവ്യങ്ങൾ ഇട്ട് ജോലിക്ക് പോയി, തിരിച്ചുവരുമ്പോൾ ചില ദിവസങ്ങളിൽ വിദേശ മദ്യവും, മുല്ലപ്പൂക്കളും കലർന്ന മണമായിരിക്കും. കുളിച്ച് ഭക്ഷണമുണ്ടാക്കി കുട്ടികൾക്ക് കൊടുത്ത് ഹസ്സിനെയും ഊട്ടി, അടുത്ത നാളുകളുടെ രൂപരേഖകൾ പ്ലാൻ ചെയ്യുമ്പോൾ ആണ് അടുത്ത അയൽവക്കക്കാർ മുറുമുറുത്തെന്ന് ഹസ്സ് വന്ന് പറയുന്നത്.

“എന്താ അവരെല്ലാം പറഞ്ഞത്?”

“നീ മിടുമിടുക്കി ആണെന്ന്.”

“ആണല്ലോ?”

ഹസ്സ് ചോദിച്ചതും ഞാൻ ഉത്തരം പറഞ്ഞതും മക്കളും കേട്ടു കാണും.

“നീ എന്താ ഇത്ര നേരം വൈകി വരുന്നതിപ്പോൾ.”

“ജോലി, കമ്പനി ജോലി ഉണ്ടാവുമ്പോൾ അവർ പറയുന്നത് കേൾക്കണം.”

“ചുറ്റുവട്ടം പറയുന്നു.”

"അതാ മേൽത്തട്ടിൽ കല്ല് വിരിക്കാനും തേപ്പിനും വാർപ്പിനും പെട്ടെന്ന് പെട്ടെന്ന് ചെങ്കല്ലും, കരിങ്കല്ലും, പൂഴിയും, സിമന്റും എല്ലാം വന്നെത്തുന്നതെന്ന്."

"അതെന്റെ കഴിവാ"

ഒന്നിനും കൂടുതൽ വയ്യാത്ത ഹസ്സിന്റെ കഴിവുകേടല്ല എന്ന് പറഞ്ഞില്ല.

"അതാ ഇതിനെല്ലാം പറ്റുന്നത്, ആ മുത്തച്ഛൻ ഇല്ലായിരുന്നെങ്കിൽ"

ഹസ്സിന് ഒന്നും മിണ്ടാതായി, മൗനം.

ഞാൻ അപ്പോൾ: "കുട്ടികളെ ഉണ്ടാക്കുമ്പോൾ നിങ്ങൾ ഇതെല്ലാം ആലോചിച്ചോ?"

"നീ? നിന്നെ ഞാൻ കൊല്ലും."

ഓരോ നിമിഷവും മരണത്തിന്റെ പൊക്കിൾക്കൊടി കണ്ടാ ഞാനിരിക്കുന്നത്. റിസ്ക് എടുത്തു പോയി വരുമ്പോൾ. ഇനി കഴുത്തു ഞെരിച്ചു കൊന്നാലെന്താ.

"എന്റെ അരക്കെട്ടിൽ കെട്ടിട്ട് വലിച്ചിഴച്ച് കൊന്നോളൂ. ആ ബലവും ശക്തിയും കൊണ്ടാ വീട്ടിൽ തീ എരിയുന്നതെന്ന ഓർമ്മ വേണം ട്ടോ?"

വെടിയുണ്ട കൊണ്ടപോലെ ആ ശകാരം പറയുകയും കേൾക്കുകയും ചെയ്യുമ്പോൾ അന്തരീക്ഷം ശാന്തം.

മക്കൾ ഉറങ്ങിയില്ല. എങ്കിലും അത്പോലെ മിണ്ടാതെ കണ്ണ് തുറന്നു കിടക്കുന്നവർക്കും എല്ലാം മനസ്സിലാവാനും ആയോ?

അതല്ലേ അന്ന് ഹസ്സും ഒരു ടുവിലർ വാങ്ങിച്ചപ്പോൾ, മൂത്ത മോൾ ചോദിച്ചത്

"ഇതെല്ലാം വാങ്ങാൻ എവിടുന്നാ കാശ്?"

ഓഫീസിൽ നിന്നു കിട്ടുന്നതും ഹസ്സ് എപ്പോഴെങ്കിലും കൊണ്ടുവരുന്ന തുച്ഛമായ സംഖ്യയും കൊണ്ട് അരിയും പരിപ്പും മീനും വാങ്ങാൻ ബുദ്ധിമുട്ടുമ്പോൾ.

"എങ്ങിനെയാ ഈ വാട്ടർ ടാങ്ക് വാങ്ങാൻ പറ്റിയത്?" മൂത്തവളാ ചോദ്യം

അത് വെള്ളമെടുത്ത് അരക്കെട്ടിനു വേദന എന്നു പറഞ്ഞപ്പോൾ മുത്തച്ഛൻ സഹായിച്ചതാണ് എന്ന് പറയാൻ തോന്നിയില്ല.

അല്ലെങ്കിലും ഇതെല്ലാം അവരെയന്തിനാ അറിയിക്കുന്നത്?

മുറ്റത്തെ പൈപ്പിൽ നിന്നും വെള്ളം മേലോട്ട് കയറാൻ പ്രശ്നം. അതേപറ്റി പറഞ്ഞതേ ഉള്ളൂ. നീയെന്നാലത് വാങ്ങി അതിലൂടെ വെള്ളം അടുക്കളയിലേക്കും ഒരു പൈപ്പ് ഇട്ടോളൂ. അതാ വാട്ടർ ടാങ്ക് വീട്ടിൽ.

എന്റെ അരക്കെട്ടിനു തകരാറായാൽ പലതും നിൽക്കും.

"നീ ശരീരം എപ്പോഴും ശ്രദ്ധിക്കണം." – മുത്തച്ഛൻ

"ഓക്കേ"

"ഷുഗർ കൂടി എന്നെനിക്ക് കേൾക്കേണ്ട. മരുന്നിന്റേയും ഇൻസുലിന്റേയും ഡബ്ബകൾ വീട്ടിൽ കുറയരുത്."

മണ്ണെണ്ണ ഒഴിച്ച് സ്വയം ഒടുക്കുന്നതിൽ ഭീരുത്വം ഉണ്ട്. കൊന്നാൽ അതിന്റെ ഉത്തരവാദിത്വം എനിക്കല്ല.

ജീവിതം എന്തിനെന്ന എന്റെ ചോദ്യത്തിനുത്തരം മരണം എന്നെങ്കിൽ, മരണത്തോട് എനിക്കൊരു ചോദ്യമില്ല. അതവസാനമാണ്...---അന്ത്യം

തയ്യാറെടുക്കേണ്ട, തന്നെ ആയിക്കോളും. മരണത്തിന്റെ കൽപ്പന

ചില ചില ചോദ്യങ്ങൾ മുത്തവൾ ചോദിക്കുമ്പോൾ ആണ് ഉത്തരം കിട്ടാതെ വിങ്ങുക. മൂത്തവൾ മനസ്സിലാക്കുന്നുണ്ടോ?

സംശയാസ്പദമായ ചോദ്യങ്ങൾ. "അമ്മ ആരോടാ ഇങ്ങനെ ചാറ്റ് ചെയ്യുന്നത്? അതാരാ, ഇതാരാ?" എന്നൊക്കെ.

പല തവണയും എന്നോട് പറഞ്ഞിട്ടുണ്ട് "അമ്മ ഫേസ്ബുക്കിൽ ഇനി ഇങ്ങനത്തെ ഫോട്ടോസ് ഇടരുത്. ഇനി മുതൽ വാട്സ്അപ് ആയി സമയം കളയരുത് ഐമ്മോവോ ഒന്നും വേണ്ട. അതെല്ലാം ഞങ്ങൾക്കുള്ളതാ. ചെറുപ്പക്കാർക്ക്."

"ക്രീം ക്രീം----"ഡോക്ടർ മേനോന്റെ കോളർ ട്യൂൺ ആണത്.

ഞെക്കി കാൾ കട്ട് ചെയ്ത് മോളുടെ അടുത്തു നിന്നും മാറി നിന്നുപറഞ്ഞു

"കാൾ ലേറ്റർ"

"നീ എന്താ ഫോണെടുക്കാത്തെ?"

"ഞാനൊരു മരിച്ച വീട്ടിലാ."

ഞാൻ എത്ര പേരെ കൊന്നു കാണും? കാര്യങ്ങളും നടത്തണ്ടേ?

മാറ്റം പലതരത്തിലായിരുന്നു, അറിഞ്ഞും അറിയാതെയും, ആവശ്യങ്ങൾ എന്നെ നയിച്ചു അപ്പോൾ ആ വഴികളിലൂടെ ഞാൻ നീങ്ങി. നോക്കിയില്ല, കാരണം നോക്കിയില്ല.

ഞാൻ എന്ന ജിത്തു എന്ന ഒരു ചെറിയ പെങ്കൊച്ചിന്റെ ഭാവനയിൽ ഉണ്ടായിരുന്ന നിറങ്ങൾ മെല്ലെ മെല്ലെ നിഴൽപാടുകൾ ആയി മാറി. കുലീനതയുടേയും ആഭിജാതിത്യത്തിന്റെയും കുടുംബഭദ്രതയുടേയും മതിൽകെട്ടുകൾ പതുക്കെ ആരും അറിയാതെ നിലം പതിക്കാൻ തുടങ്ങി.

തുമ്പി പോലെ തുള്ളി നടന്നകന്ന ആ കാലം അങ്ങകലെ എവിടേയോ മറഞ്ഞു. പരിവർത്തനം മനസ്സിലും മനസ്സിൽ നിന്നും ശരീരത്തിലേക്കും. മൂകമായി ആരും അറിയാതെ. മൗനത്തിന്റെ കൂട്ടുപിടിച്ച്.

ഞാനും മാറി; കാലം മാറ്റി. ഒരുപാട് പേർ അനുഭവിച്ച എന്നെ, ഞാൻ എങ്ങിനെ അവൻ, മാംസത്തിന്റെ അറവുകാരെന്ന് ചിത്രീകരിക്കും? എന്റെ ജീവിതം അവർ ഒരു ഇര ആയി ഒരിക്കലും കരുതികാണില്ല. നിമിഷങ്ങളുടെ അനുഭൂതിക്കായുള്ള, താൽക്കാല അനുഭൂതിക്കുള്ളൊരു റോബോട്. രണ്ടു തരം വിശപ്പുകളെ ഒരുമിക്കാൻ നോക്കുന്ന ഷോർട്ടൈം കാമുകി. അമർഷവും രോഷവും ചുണ്ടിൽ ഉരുത്തിരിയുന്ന ചിത്രശലഭങ്ങൾ. അവർക്ക് വേണ്ടത് നന്നായറിയുന്ന ഞാനെന്ന മാറാല. ഞാൻ കാത്തിരുന്നു, ഇന്റർനെറ്റിന്റെ വലകെട്ടി, ചിത്രങ്ങൾ ഇട്ട്. മനുഷ്യ വികാരങ്ങൾ വഴുക്കി വീഴാൻ, വലയിട്ട് വലിയതും ചെറുതുമായ ഇരകളെ നോട്ടമിട്ട്. ശമിക്കാത്ത തൃഷ്ണകൾ ആ സമയം എന്റെ ഹൃദയഭിത്തികളെ കൊത്തിയടർത്തുമ്പോൾ പ്രഞ്ജയറ്റും മറ്റ് ചിലപ്പോൾ വികാരാതീനയായും ഞാൻ പല രൂപങ്ങൾ കൈക്കൊള്ളും, വിശപ്പിന്റെ വിളിമാറ്റൊലി മറ്റൊരിക്കൽ അനുഭൂതികളാകും വരേ.

ആത്മാർത്ഥമായി ഞാൻ എന്റെ ചോദ്യങ്ങൾ കൊണ്ടെന്നെ ചിന്തിപ്പിച്ച മുത്തച്ഛൻ കൂട്ടിനും നിന്ന്; കിട്ടാത്ത ഉത്തരങ്ങൾ ചോദിച്ചുമനസിലാക്കാൻ. ജീവിതത്തിന്റെ അർത്ഥം അറിയാൻ.

മനസ്സ് എന്ന കരകളില്ലാത്ത കടൽ, അതിൽ ഊഴിയിടാൻ. ഒന്നും മനസ്സിലാവില്ല. ശ്രമിച്ചിട്ട് കാര്യവും ഇല്ല. മുങ്ങിയാൽ കുളിരില്ല ആരോ പറഞ്ഞു.ശരിയാ അത്. ആ ആഴിയിൽ അഴകുണ്ട്, സുഖമുണ്ട്, അപകടങ്ങളും. മുത്തുകൾ തിളങ്ങുന്നതും അവിടെ അല്ലെ? ആ മുത്ത് ചിപ്പികളെ തേടി മുങ്ങി. നേടാൻ അല്ല; നടത്താൻ കുടുംബം നോക്കാൻ. വെളിച്ചം കാണിച്ചു തന്ന വഴിയിൽ ഭയത്തോടെ നടന്നു. ഇസുവിന്റെ പുറകിലുള്ള വാതിലിലൂടെ ആ യാത്ര തുടങ്ങി. ഒരു ദുർബല നിമിഷത്തിൽ തൊലിക്കട്ടി ഇല്ലാതായി, നഗ്നമായ ഒരു സത്യം ആയി ജിത്തു. ചെയ്യാൻ പാടില്ലാത്തത് എന്ന് കരുതിയ പലതും ചെയ്യേണ്ടിവന്നു. അത്യാവശ്യങ്ങൾ പിന്നെ അവസരങ്ങൾക്ക് വഴിയൊരുക്കി.

ഒരു പെൺകുട്ടി വേണം നിന്നിലൂടെ എന്ന് ഇസു പറഞ്ഞപ്പോൾ അയാളുടെ ബീജം കൊണ്ട് ഗർഭം ധരിക്കണോ എന്ന് കൂടി തോന്നി. തെറ്റുകൾ ശരി അല്ലേ എന്നും തോന്നും.

കുടുംബം പുലർത്താൻ, പണം ഉണ്ടാക്കേണ്ട ജോലിയിൽ യാന്ത്രികമായി മുന്നോട്ട് പോകാൻ, അറിയുന്നതും അറിയാത്തതും ആയ ചില വഴികളിൽ. കാലത്ത് എഴുന്നേറ്റ് വൈകീട്ട് വരും, കുളിക്കും, ഉറങ്ങും. ആ കുളിയിൽ എല്ലാം തീരും, നാളെ മറ്റൊരു ദിവസം.

അയൽക്കാർ ചോദിച്ചില്ല, ഉത്തരം പറഞ്ഞതും ഇല്ല. എല്ലാം ഒരു ചിരിയിൽ ഒപ്പിച്ചു. ആരെന്ത് വിചാരിച്ചാലും എന്താ? ഒരു വൈരാഗ്യം തീർക്കൽ ആയി കണക്കാക്കി, ജീവിക്കണ്ടേ? മക്കളെ വലുതാക്കണ്ടേ? എനിക്കും വലുതാവാനുള്ള ആശകളില്ലേ?

ഒരു പാട് കൊല്ലങ്ങൾ, അപരിചിത മുഖങ്ങൾ, ഓർമ്മയിൽ നിൽക്കാത്ത പരിചയങ്ങൾ, സ്ഥലങ്ങൾ, യാത്രകൾ, തീരാത്ത, മറക്കാനാവാത്ത, സുഗന്ധത്തിന്റെയും വിയർപ്പിന്റെയും കഥനങ്ങൾ, കഥകൾ.

ജീവിതത്തിൽ വെളിച്ചം നോക്കിനടന്നു. വെളിച്ചം കണ്ടില്ല. പിന്നെ ഇരുട്ടും വെളിച്ചവും തമ്മിൽ എന്താ വിത്യാസം? തെറ്റുകളും ശരിയും പോലെ.

രാത്രികളിൽ ഒറ്റക്ക് ഉറങ്ങാൻ കിടക്കുമ്പോൾ ദീർഗശ്വാസങ്ങളുടെ ക്രമകുറവുകൾ കേൾക്കാം, ചിലപ്പോൾ. മയക്കം വരുമ്പോൾ കണ്ണുകൾ താനെ അടയും; മുറികളുടെ വാതിലുകൾ അടയുമ്പോൾ കണ്ണുകൾ തനിയെ അടയും പോലെ.

ജീവിതമെന്ന വ്യർത്ഥത; അതിന്റെ അർത്ഥം എവിടെയുമില്ല. മുത്തച്ഛനോടും ചോദിച്ചു.

“ജീവിതം എന്നാലെന്താ? എന്തിനാ?

പറഞ്ഞത് ചെറിയ ഒരു വാക്കാണ്: നിനക്ക് മനസ്സിലാവില്ല; എനിക്കും – പൂർണ്ണമായി. ഞാൻ ഒരു പുസ്തകം വായിക്കുന്നുണ്ട്. “ഐ ആം ദാറ്റ്”

പറഞ്ഞു തരേണം എന്ന് പറഞ്ഞൊഴിഞ്ഞു ഞാൻ. എനിക്ക് നല്ല ബുദ്ധി ഉണ്ടെന്നും പക്ഷെ അത് ഉപയോഗിക്കുന്ന രീതികൾ ആണ് ശ്രദ്ധിക്കേണ്ടതെന്നും പറയും.

വൃത്തികേടിൽ നിന്നും പ്രയാണം നീങ്ങുന്നത് എങ്ങോട്ടാണ് എന്ന ചോദ്യങ്ങൾ ഇപ്പോഴും അട്ടത്തിൽ കെട്ടിയ തൂക്കിൽ തൂങ്ങി. പാൽ

തൈരാവാൻ കാത്തിരിക്കുന്ന പോലെ. നല്ല പാൽ എന്തിനാ പുളിക്കുന്ന തൈരാക്കുന്നത്? രണ്ടും വേണം എല്ലാവർക്കും, നല്ലതും ചീത്തയും. പ്രക്രിയ മാത്രമല്ല, ആവിശ്യം. വിശപ്പ് പോലെ, വികാരങ്ങൾക്കും വിശപ്പുണ്ട്. അർത്ഥങ്ങൾ വ്യർത്ഥങ്ങൾ ആണോ? എപ്പോഴും അർത്ഥമില്ലാത്ത ചില ചോദ്യങ്ങളുയരും.

"നീ എന്തിനാ അവിടെ പോയത്?"

"വെറുതെ"

"നീ എന്തിനാ അയാൾക്കു എഫ്. ബിയിൽ ചാറ്റ് അയച്ചത്?"

"ചുമ്മാ"

"പിന്നെന്തിനാ അമ്മേടെ അമ്മാവന്റെ അനിയത്തിയുടെ മകളുടെ കല്യാണത്തിന് പോയത്?"

"അവർ വിളിച്ചിട്ട്"

"അപ്പോൾ പേരന്തൂരിൽ നിസുവിന്റെ കൂടെ കാറിൽ ഒറ്റക്ക് പോയത്?"

"അയാൾ വിളിച്ചിട്ട്"

"എന്റെ കൂടെ മാത്രമേ പേടിയില്ലാതെ കാറിൽ ഇരിക്കാൻ പറ്റുള്ളൂ എന്ന് പറഞ്ഞിട്ട്, ആ പേടി നിസുന്റെ കൂടെ പോവുമ്പോൾ എങ്ങിനെ ഇല്ലാതായി?"

"മതി, എനിക്ക് ഇനി ഒന്നും കേൾക്കണ്ട. ചോദിക്കുകയും വേണ്ട. ചോദിച്ചാൽ ഞാൻ ഒന്നും മിണ്ടില്ല"

സംശയങ്ങൾ തീരാത്ത സംശയങ്ങൾ – അതാ മുത്തച്ഛൻ, എല്ലാം സംശയം.

പലപ്പോഴും ഞാൻ കരുതി, എന്തിനാ ഈ സംശയം എന്ന്. എന്നിട്ട് നേരിട്ട് കട്ടി ഭാഷയിൽ ഒന്ന് ഞാനും ചോദിച്ചു: "എന്തിനാ ഈ സംശയങ്ങൾ?"

"സംശയങ്ങളാണ് ചോദ്യങ്ങളെ ഉയർത്തെഴുനേൽപ്പിക്കുന്നത്. ആ ചോദ്യങ്ങളാണ് മനസ്സിൽ ചിന്തകളെ കൊണ്ട് വരുന്നത്. ആ ചിന്തകൾ നമ്മിൽ പുതിയ വഴിത്തിരിവുകളുടെ വിത്തുകൾ നടുന്നു. ആ വിത്തുകൾ നല്ല വളമിട്ട്, ചീത്ത പ്രാണികളെ അടുത്തെത്തിക്കാതെ പരിപാലനം ചെയ്താൽ ആ മനസ്സിന്റെയും ഹൃദയത്തിന്റെയും ഉടമ ഒരു ഫിലോസോഫിക്കൽ ആളാവുന്നു."

"അത് കൊണ്ട് എനിക്കെന്താ പ്രയോജനം?"

ആ ചോദ്യം ഇന്ന് വരെ ഉത്തരം കണ്ടില്ല. സംശയമില്ലാതെ ഞാൻ പറയും – സ്നേഹം എന്നത് എന്താണ് എന്ന്. നിറമുള്ള കടലാസിൽ പൊതിഞ്ഞു വെച്ച ഉപജീവനമാർഗത്തിലുള്ള സ്നേഹം – "പ്രൊഫഷണൽ ലവ്."

അതിൽ സ്നേഹം ഉണ്ട്. പക്ഷെ പ്രണയം ഇല്ല. സ്നേഹം അഭിനയത്തിലൂടെ കാണും, കസ്റ്റമർ സർവീസ്, വൈകാരികമായ ഒന്നും ഇല്ല, ഇന്നിപ്പോൾ. കാര്യസാധ്യം അതിനായി എല്ലാമെല്ലാം.

എന്തിനാ അതെല്ലാം ഇപ്പോൾ ആലോചനയിൽ? ഇന്നൊരു നല്ല വെള്ളിയാഴ്ച്ച.

അന്നും ഒരു വെള്ളിയാഴ്ച, ഞാൻ ഇൻഷുറൻസ് ഓഫിസിൽ മാനേജർ രാജേട്ടന്റെ ഓഫീസിൽ. പാവമാ രാജേട്ടൻ, രാജേട്ടന്റെ ഭാര്യ ഒരു നല്ല മോളേയും ഇട്ടേച്ച് പോയി. കാരണം അറീല എന്നാ രാജേട്ടൻ പറയുക. നല്ലൊരു മാനേജർ, എന്നെ ജോലി എല്ലാം പഠിപ്പിച്ചത് രാജേട്ടൻ.

ഞാൻ ആദ്യം ടീച്ചർ ആയിരിക്കുമ്പോൾ കുട്ടികളെ പഠിപ്പിക്കുന്ന പോലെ, രാജേട്ടൻ എന്നെ ഇൻഷുറൻസ് കാര്യങ്ങൾ പഠിപ്പിക്കും. വേറെ അങ്ങിനത്തെ ഒരു നോട്ടവുമില്ല, രാജേട്ടന്. എന്നെകൊണ്ട് ഇസുവിന്റെ വലിയൊരു പോളിസി എടുപ്പിക്കാൻ വഴികാണിച്ചതും രണ്ട് പേർ ചേർന്നാണ്. എന്നെ വേലി ചാടിക്കാനും, വളഞ്ഞ വളയങ്ങളിലൂടെ അനായാസമായ സർക്കസ് കളിക്കാനും ബാലപാഠങ്ങൾ തന്നതു ജോവും രാജേട്ടനും ആണ്.

"അരൾഡയിറ്റ് എന്നതു ഇസുവിനെ പോലെ ഹൃദയം ഉള്ള ആളുകൾക്ക് മാത്രമേ ഇട്ടൊട്ടിക്കാൻ പാടുള്ളു. ബാക്കി എല്ലാവർക്കും മഞ്ഞ കടലാസിന്റെ സ്റ്റിക്ക് ഇറ്റ് പേപ്പറിലെ പശ പോലെ, ഒട്ടും ഒട്ടില്ല. എപ്പോൾ വേണോ അപ്പോൾ അറിയാം, ഉപയോഗം കഴിഞ്ഞാൽ കളയുക കോൺടം പോലെ"

രാജേട്ടൻ നേരെ മറിച്ചാണ്. അയാളുടെ ഭാര്യ ഒരു ചെറിയ മോളെ രാജേട്ടനു കൊടുത്തു ഡ്രൈവറുടെ കൂടെ പോയി. പിന്നെ അതും വിട്ട് യു എസ്സ്. അതാ യാത്രകളിലെ വ്യത്യാസം.

അന്ന് വെള്ളിയാഴ്ച രാജേട്ടൻ പറഞ്ഞു: "ജിത്തു, നമ്മുടെ ക്ലയന്റ് റിയാസില്ലേ?"

ഞാനേത് റിയാസാണെന്നു ഓർക്കാൻ നോക്കി. ഖത്തർ റിയസ്സോ, സൗദി റിയാസ്സോ, അതോ അബു ദാബിയിൽ നിന്നും നോക്കിയ സെൽ കൊണ്ടുവന്നു തന്ന റിയാസ്സോ?"

“എടാ, നിന്റെ പ്രീയങ്കരനായ റിയാസ്”

മറക്കാൻ പാടില്ലാത്ത റിയാസ്.

“ഉം”

“റിയാസ്സ് പറഞ്ഞതാ ഒരു സാറാമ്മയെ പറ്റി. എടുക്കും, എന്നാ പറഞ്ഞത് ഫോണിൽ. നല്ല സ്ത്രീ ആണത്രെ.”

“റിയാസ് ഒപ്പിച്ചു കാണും” – ഞാൻ ആലോചിച്ചു.

“ഉം, ഫോൺ തരു”

“ഇല്ല ഞാൻ അവരെ വിളിച്ചു പറഞ്ഞിട്ടുണ്ട്. നാളെ ഉച്ചക്ക് നീ വരും എന്ന്”

“ഓക്കേ” – സാറാമ്മയുടെ നമ്പർ വാങ്ങി ഞാൻ വിളിച്ചു, രാജേട്ടന്റെ ഓഫീസിൽ നിന്നും പുറത്തിറങ്ങി.

“ഇത് ഞാനാ, ജിത്തു.”

“എന്താ മോളെ, നീ എപ്പോളാ വരിക?”

“രാജൻ സാർ പറഞ്ഞു നാളെ ഉച്ചക്കെന്നു”

“നീ ഒരു പതിനൊന്ന് മണിക്ക് വാ, ജോലിക്കാരി ഫുഡ് എല്ലാം ഉണ്ടാക്കി പോവും, ചോറ് എന്റെ കൂടെ”

ശനിയാഴ്ച പറഞ്ഞ പോലെ ഞാൻ എത്തി. ഡോർ തുറന്നപ്പോൾ ഒരു മധ്യ വയസ്ക. പണ്ട് നല്ല സുന്ദരി ആയിരുന്നിരിക്കേണം. മുടി ചുരുള പിടിച്ചു മുന്നിലേക്ക് നീക്കി ഇട്ടിരിക്കുന്നു. കണ്ണുകളിൽ നല്ല കൺപോളകൾ ഇടക്കിടെ വെപ്രാളം പോലെ ഇളകുന്നു. നല്ല ഒത്ത ശരീരം, ബാക്കിയുണ്ട്, ഒരു മാദകത്വവും.

“വരൂ, അകത്തേക്കു വരൂ”

വാതിൽ അടഞ്ഞു.

“ജിത്തു അല്ലെ?”

“അതെ”

“നിന്നെ പറ്റി എനിക്ക് ചിലതെല്ലാം അറിയാം”

“ആണോ?”

“നീ ഇങ്ങോട്ടിരുക്കു”

ഞങ്ങൾ സോഫയിൽ അടുത്തിരുന്നു. നല്ല പെർഫ്യൂം വാസന. എനിക്കും അതിഷ്ടമായി.

“നല്ല പെർഫ്യൂം ആണല്ലോ ജിത്തു ഇട്ടിരിക്കുന്നത്”

“ഉം”

“നിന്നെ പറ്റി റിയാസ് പറഞ്ഞറിഞ്ഞതാ”

“കുറ്റങ്ങളായിരിക്കും?”

“എഹ്, അവൻ പറഞ്ഞു “നിനക്ക് പെർഫ്യൂം എന്നാൽ ഒരു വലിയ ഇഷ്ടമാണെന്നു”

“ഇഷ്ടമാ”

“ഇപ്പോളിട്ടതും റിയാസ് ഗിഫ്റ്റ് ചെയ്തതാണോ?”

“ഉം” എന്ന് പറയാൻ തോന്നി. പക്ഷെ ഇന്നിട്ടത് സച്ചി ഗൾഫിൽ പോയി വരുമ്പോൾ തന്നതാ – വില പിടിച്ചതാ.

“നിന്നെ പറ്റി റിയാസ് പറഞ്ഞത് കൊണ്ടാ ഞാൻ പോളിസിയുടെ കാര്യം പറഞ്ഞു രാജേട്ടനെ വിളിച്ചത്”

“എടുക്കില്ലെ?”

“അതെല്ലാം ശരി. നീ റിയാസിനെ കൊണ്ട് എന്തെല്ലാം ചെയ്തു?

“പോളിസി എടുത്തു”

“ആണോ? അത്രേ ഉള്ളോ?”

“ഉം”

“ഞാനും റിയാസും എന്താ ചെയ്തതെന്ന് ഞാൻ നിന്നോട് പറയാം”

“വേണ്ട സാറ ചേച്ചി, എനിക്ക് കേൾക്കണ്ട”

“മോളെ, നീ ഇന്ന് ഇവിടെ ചോറെല്ലാം ഉണ്ണുന്നതിനു മുൻപ് ഞാൻ കുറച്ചു വയിൻ എല്ലാം ഒന്നിച്ചിരുന്നു കുടിച്ചിട്ടാവാം.”

“വേണ്ട, വീട്ടിൽ പോയാൽ ചേട്ടൻ അറിയും”

“എന്നാലിന്ന് പോവണ്ട, ഇവിടെ എന്റെ കൂടെ കിടന്നോളൂ”

“അയ്യോ സാറ ചേച്ചി, പറ്റില്ല”

“ഈ ലോകത്ത് പറ്റാത്തതൊന്നുമില്ല”

വയിൻ കുളിർമയോടെ എന്റെ നെഞ്ചിലൂടെ അന്നനാളത്തിൽ എത്തുമ്പോൾ പരിഭവങ്ങൾ പോയി. “ഇല്ല” എന്ന് എന്തിനാ പറഞ്ഞത് എന്ന പോലെ തോന്നാനും തുടങ്ങി.

രണ്ടു തവണ വയിൻ ഗ്ലാസ് കാലി ആയപ്പോഴേക്കും സാറ ചേച്ചിയും ഞാനും കട്ടിലിൽ കിടന്നു കഴിഞ്ഞു.

പിന്നെ ചേച്ചി എനിക്ക് റിയാസ് ഒരുതവണ വന്നപ്പോൾ കഴിഞ്ഞതെല്ലാം പറഞ്ഞു തരാൻ തുടങ്ങി. എനിക്ക് റിയാസിനോട് ദേഷ്യം ആണ് ആദ്യം, "എന്റെ സ്വന്തം" എന്നെന്നെ അടിമുടി നോക്കി ബോധിപ്പിച്ച അതെ റിയാസ്.

കഥ കേൾക്കാൻ തുടങ്ങിയപ്പോൾ, സുഖം.

നേരിയ തണുപ്പുണ്ട്. അപ്പോഴാ റിയാസിന്റെ ഫോൺ വന്നത്.

അകത്തു കയിയപ്പോൾ തന്നെ അവനൊന്നു നോക്കി എന്നെയും പിന്നെ എന്നെ പൂർണ്ണമായും. ഞാൻ ഡ്രസ്സ് ചുളിയാതിരിക്കാൻ ശ്രദ്ധയിൽ. റിയാസ് അടുത്തു വന്നു "അതെല്ലാം അഴിച്ചുമാറ്റികൂടെ സാറ," എന്നായി. റിയാസിനും എനിക്കും ഏകദേശം ഒരേ പ്രായമാ, അൻപതിൽ മേലെ. ഞാൻ തരിച്ചുപോയി ആ നോട്ടത്തിൽ.

"ഓ മൈ ഗോഡ്..." റിയാസ് എന്റെ കറുത്ത നിറത്തിലുള്ള ബ്രാ കണ്ടപ്പോൾ പറയുകയാ.

അതും നീല ഷഡ്ഡിയും മാത്രമാണ് ശരീരത്തിൽ ആകെയുള്ള വസ്ത്രം. റിയാസ് ഊരിയ എന്റെ സാരി കൈയ്യിൽ പിടിച്ച് അൽപ നേരം അവിടെ നിന്നു.. പിന്നെ അത് വെക്കാനൊരിടം തേടി... മുറിയിൽ അടിവസ്ത്രം മാത്രം ധരിച്ച് നിൽക്കുകയാണ്. പൂക്കളുടെ എമ്പ്രോയടറി ചെയ്ത കറുത്ത ബ്രായ്ക്കപ്പുകൾക്കുള്ളിൽ വീർപ്പ് മുട്ടുന്ന മുലകുടങ്ങൾ ബ്രായിക്കു മുകളിലൂടെ വ്യക്തമായി കാണാൻ പറ്റും... റിയാസിന്റെ കണ്ണുകൾ താഴേക്ക് സഞ്ചരിച്ചു...

അടി വയറിലെ പൊക്കിൾച്ചുഴി നോക്കി അതിശയിച്ചപോലെ.

"സാറക്ക് ഇത്ര മനോഹരമായ ഒരു പൊക്കിൾചുഴിയിണ്ടാവുമെന്ന് ഞാൻ ഒരിക്കലും കരുതിയിരുന്നില്ല"

ചന്ദനനിറമുള്ള സാറയുടെ പൊക്കിൾക്കുഴി കണ്ടാൽ ആണുങ്ങളുടെ മാത്രമല്ല പെണ്ണുങ്ങളുടേയും കൺട്രോൾ പോകുമെന്ന് പെണ്ണുങ്ങളും സാറയോട് പറഞ്ഞു്.

അവിടെ നിന്നാരംഭിക്കുന്ന നനുത്ത സ്വർണ്ണരാജികൾ പാന്റീസിന്റെ വെയ്സ്റ്റ് ബാന്റിന്റെ ഉള്ളിലേക്ക് കയറിപ്പോവുന്നതവൻ നോക്കി. വെൺതുടകളുടെ സംഗമസ്ഥാനത്ത് ഒരു അരച്ചാൺ തുണികഷ്ണമായി ആ നില പാന്റീസ് ആവളുടെ രാജകുമാരിയെ മൂടിപ്പൊതിഞ്ഞ് വെച്ചിരുക്കുന്നു.

“എന്നെ സ്വർഗ്ഗത്തിലെത്തിക്കു... സാറാമുത്തെ...” എന്നുള്ള വിളിയുലൂടെ ആണ് റിയാസ് എന്നെ തൊട്ടതും ഈ ഭൂമിയിലേക്ക് തിരിച്ചിറക്കിയതും.

“നീ എന്താ ഇങ്ങനെ നോക്കുന്നത് റിയാസ്?”

“ഒന്നുമില്ലാ... ഞാൻ പെട്ടന്ന് ജിത്തു എന്നവളെയും അവളുടെ സൗന്ദര്യത്തെയും താരതമ്യപ്പെടുത്തിപ്പോയി”

“അതാരാ?”

“ജിത്തു ഈസ് വെരി ബ്യൂട്ടിഫുൾ..!! ഷി ഈസ് സൂപ്പർ. അവൾ എന്റെ സ്വന്തമാണ്.”

ആ കമന്റ് എനിക്ക് ഇഷ്ടമായില്ല എങ്കിലും ഞാൻ അത് എന്റെ മുഖഭാവത്തിൽ കാണിച്ചില്ല. ആ നോട്ടം എനിക്കു കാണാമായിരുന്നു..

“എന്നാൽ ഞാനിനി ഇങ്ങനെ പാന്റിയും ബ്രായും മാത്രമിട്ട് നടക്കാം.... നിന്നെ സുഖിപ്പിക്കാൻ അത് പോരെ.”

റിയാസ് എല്ലാം അഴിച്ചപ്പോൾ എന്റെ വെള്ളിയരഞ്ഞാണം കണ്ടു. ഇതും ഇടുമോ?

സാറ കഥയിൽ ഇവിടെ എത്തിയപ്പോൾ ഞാൻ ആലോചിച്ചു, എനിക്കും ഒരു കറുത്ത ചരടുണ്ടായിരുന്നു, അരക്കെട്ടിൽ.

പേടിപോകാൻ, സുഖക്കുറവ് വരാതിരിക്കാൻ പണിക്കർ ഊതി കെട്ടിയ ആ ചരട് റിയാസ് ആണ് പോട്ടിച്ചെറിഞ്ഞത്. എന്നിട്ടെന്നോട് പറഞ്ഞതാ ഒർമ്മയിൽ:

“എനിക്ക് നിന്നെ പൂർണ്ണമായും നഗ്നമായി വേണം, ഒരു ചരട് പോലുമില്ലാതെ”

സാറ കഥ തുടരുമ്പോൾ, പതുക്കെ എന്റെ കമ്മീസിന്റെ മീതേകൂടി എന്റെ മുലകൾ തടവുന്നുണ്ട്. ഞാൻ ആസ്വാദനത്തിലും.

സാറ ആവളുടെ പൂങ്കാവനം എന്നെ കാണിക്കില്ല എന്ന വാശിയിലാണെന്നു തോനിക്കാൻ ശ്രമിച്ചു. റിയാസിന്റെ അരക്കെട്ടിൽ എന്തോ കണ്ട് ഞാൻ ഒന്നു നോക്കി.

സാറ കാലുകൾ ആവുന്നത്ര കവച്ചുവെച്ച് തയ്യാറായി. സാറയുടെ ത്രസിച്ചുയർന്നു നിൽക്കുന്നിടങ്ങളിൽ റിയാസിന്റെ വിരലുകൾ അമരാനും താഴാനും സജ്ജമായി. സാറയുടെ കാമത്തിന്റെ ജലകണികകൾ പൊടിയുന്നതും റിയാസിന്റെ വിയർപ്പുതുള്ളികൾ എന്റേതിനോട്

ചേരുന്നതും സാറയും റിയാസും അറിഞ്ഞു. പതുക്കെ പതുക്കെ സാന്ദ്രമായ തേൻ ഒഴുകികൂടി.

സാറ പറയുകയാ: എന്റെ സീൽക്കാരങ്ങൾ സ്വയം കേൾക്കാൻ പറ്റില്ല, പക്ഷെ റൂമിൽ അതെല്ലാം മാറ്റൊലിയിൽ. ആദ്യത്തെ രതിമൂർച്ഛയുടെ ആരോഹണങ്ങൾ.

കഥയുടെ അന്ത്യം കേൾക്കാൻ സമയമില്ലാതായി.

സാറയും ഞാനും പുണരാൻ തുടങ്ങി. രണ്ടു പെണ്ണുങ്ങൾ, ഇതാണോ ലെസ്ബിയൻ സംഗമം?

രണ്ടു സ്ത്രീകൾ ഒന്നിച്ചു കിടന്നു അവരുടെ കാമാർത്തിയുടെ അളവുകോലുകൾക്ക് പുതിയൊരു നിർവചനം കൊടുക്കാൻ നോക്കുന്നു.

അവർക്ക് രണ്ടാൾക്കും ആദ്യത്തെ സുഖമൂർച്ഛ ലഭിച്ചുകഴിഞ്ഞിരിക്കുന്നു.

"ഉം മതി തിന്നത്..." എന്ന് പറഞ്ഞുകൊണ്ട് ഞാൻ എണീറ്റു.

സാറക്കു മതിയായില്ല, സാറ എന്നോട് പറയുകയാ – അവൾക്കു ലെസ്ബിയൻ ആക്ട് ആണിഷ്ടങ്ങളിൽ കൂടുതൽ എന്ന്.

സാറ കട്ടിലിൽ നിന്നും താഴേക്കിറങ്ങി, എന്റെ വശത്തായി ഇരുന്നു. എന്നിട്ട് ഉമ്മവയ്ക്കാനായി കുനിഞ്ഞു.

"നീ കുറച്ചു പണിയെടുത്തതല്ലേ, ഇനി നീ അവിടെ കിടന്നോ. ഓക്കേ ഞാൻ പതുക്കെ ചെയ്തുതരാം.

സാറയുമായുണ്ടായ ആ കാമകലയിൽ പല അപൂർവ്വ അറിവുകളും നേടി. ആണുങ്ങളുടെ ഇഷ്ടാനിഷ്ടങ്ങൾ നല്ല പോലെ മനസ്സിലാക്കാൻ പറ്റുന്ന എനിക്ക്, ഇതൊരു പുത്തൻ അനുഭൂതി. മറ്റൊരു ആവേശം മറ്റൊരു സുഖം. സാറ എന്റെ ചുണ്ടുകളിൽ ഉമ്മവച്ചു ഏതാനും മിനുട്ടുകൾ അവരുടെ ചുണ്ടുകളും നാവുകളും പരസ്പരം കൂട്ട് പിണഞ്ഞും വിടർന്നും ഒക്കെ സ്നേഹം പങ്കുവെച്ചു.

അപ്പോളാ റിയാസിന്റെ സുഖവും ജിത്തുവിന്റെ സുഖവും തമ്മിലുള്ള വ്യത്യാസം സാറ പറയുന്നത്.

"അത് പൊന്നാണ് എങ്കിൽ, നീ മാറ്റുകൂട്ടിയ പൊന്നാ"

അതെല്ലാം കഴിഞ്ഞു വയിൻ ഗ്ലാസ്സിൽ ബാക്കിയുള്ളതെല്ലാം കുടിച്ച ശേഷം സാറ എന്നെ ബാത്ത് റൂമിലേക്കു വഴി കാണിച്ചു, എന്നിട്ട് എന്റെ കൂടെ വന്നു എന്നെ കുളിപ്പിച്ചു.

അതൊരു പുതിയ അനുഭവം. കൊച്ചായിരിക്കിമ്പോൾ "അമ്മ" എന്നെ കുളിപ്പിച്ചത് ഓർമ്മയിൽ.

പിന്നെ സാരിയൊക്കെ ഉടുത്തു നെറ്റിയിൽ കളഭമിട്ടു മുടി ചീകി, അതിന് നടുവിൽ ചുമന്ന ചാന്തിന്റെ പൊട്ടും തൊട്ടു പുറപ്പാട് കഴിഞ്ഞപ്പോൾ, എനിക്ക് റിയാസിനേക്കാൾ ഓർമ്മയിൽ സാറ എന്ന അൻപതുകാരിയെ ആയിരുന്നു.

ഞങ്ങൾ വേഷം ധരിച്ചു നടന്നു.

ആർമിയിൽ നേഴ്സ് ആയിരുന്ന സാറയുടെ കേണൽ ഹസ്ബൻഡ് മരിച്ചത് കുറേ മുൻപാണത്രേ. വിട പറയും മുൻപ് എന്നെ കാറിൽ വീട്ടിൽ എത്തുന്നതുവരെ ഇണക്കുരുവികളെ പോലെ ആയി ഞങ്ങൾ.

കയ്യിൽ കുറേ നോട്ടിന്റെ അട്ടികൾ വെച്ചു.

"ഇത് നിന്റെ മക്കൾക്കു പുതിയ കുപ്പായം വാങ്ങാനാ"

എന്റെ മനസ്സലിഞ്ഞു, കണ്ണീരിൽ കണ്ണുകൾ ഇടഞ്ഞു.

"എന്തെ? ഇതൊന്നും സാരമില്ല"

"നിന്റെ ബുദ്ധിമുട്ടുകൾ മുഴുവൻ ആർക്കും മാറ്റാൻ ആവില്ല"

"വേണ്ട എന്നെനിക്കു പറയാൻ പനില്ല, അങ്ങിനത്തെ അവസ്ഥയിലാണ് ഞാനിപ്പോൾ"

"എനിക്കറിയാം, ജിത്തു"

"ജീവിക്കാൻ വേണ്ടി, സഹിക്കേണം, എനിക്കും ഒരു മോളുണ്ട്. എനിക്കറിയില്ല അവൾ എന്താ ചെയ്യുന്നതെന്ന്"

"ഏഹ്?"

"അറിയില്ല എന്നെ ഞാൻ പറയൂ. പക്ഷെ അവൾ ഒരു സോഷ്യൽ ലേഡി ആണിന്നു."

"എവിടെ?"

"ഡൽഹിയിൽ, ശക്തിയുടെ പിടിയിൽ കാര്യങ്ങൾ നേടുന്ന സ്ഥലത്ത്. ഈ ഇക്കണോമിക് ഗാപ് ആർക്കും മാറ്റാൻ പറ്റത്തില്ല" – സാറ

"അതെ, നമ്മൾ സ്ത്രീകൾ അടിമകളാണോ?"

"അല്ല നമ്മൾ എമ്പവേർഡ് ആവേണം"

"എന്നുച്ചാൽ?"

“അടിമത്തം അല്ല, ആവിശ്യങ്ങൾ നേടാൻ ഉയർന്ന ജോലികളിൽ നാമും പ്രവർത്തിക്കേണം?”

“പറ്റുമോ?”

“അതാ ആലോചക്കുന്നത് ഞാനും”

“ഞാൻ പോണു”

“ഇല്ല, ജിത്തൂനെ ഞാൻ കാറിൽ കൊണ്ടുപോയി വിടാം”

“വേണ്ട”

“അപ്പോഴല്ലേ, എനിക്ക് ഇനിയും നിന്നെ കാണാൻ വരാൻ പറ്റൂ”

“ഓക്കേ”

“നിനക്കു ഡ്രൈവിംഗ് ലൈസൻസ് ഉണ്ടോ?”

“എനിക്കൊരു മുത്തച്ഛൻ ഉണ്ട്. സ്കൂട്ടർ ലൈസൻസ് എടുക്കുമ്പോൾ ഫോർ വീലർ ലൈസൻസും എടുക്കാൻ വേണ്ടി ശരിപ്പെടുത്തുന്നുണ്ട്.”

“അത് വേണം, കാലം കോലം മാറുമ്പോൾ, നിന്റെ വീടിന്റെ മുന്നിൽ കാർ ഉണ്ടാവും. ആശകൾ വിടരുത്, കാലം ഇതെല്ലാം മറക്കും.”

“നന്ദി”

“കാലം ആളുകളെ മാറ്റും. അന്നൊന്നും അവർ നീ ആരായിരുന്നു എന്ന് ചികഞ്ഞു നോക്കില്ല.”

“എനിക്കറീല”

“അങ്ങിനെയാ, പ്രകൃതിയുടെ കളികൾ”

“ഓർക്കാപ്പുറത്ത് ലോട്ടറി അടിക്കുന്ന പോലെ, സംഗതികൾ മാറിയേക്കാം”

“പ്രതീക്ഷകൾ ആണ് എന്നും ഇന്നിനെ നാളെയിലേക്ക് കൊണ്ടുപോകുന്നത് എന്ന് എന്റെ മുത്തച്ഛൻ ഇപ്പോഴും പറയും”

“ഇതാരാ, നിന്റെ മുത്തച്ഛൻ”

“അതൊരു കഥയാണ്. ഞങ്ങൾ ഫിസിക്കൽ ആയും സ്പിരിച്ച്യുൽ ആയും ബന്ധമുണ്ട്”

“വയസ്സോ?”

“ചോദിച്ചിട്ടില്ല, എന്നാലും നല്ല വയസ്സുണ്ട്”

“എനിക്ക് കാണാമോ?”

"വേണ്ട" – എന്റെ മുത്തച്ഛനെ എനിക്ക് വേണം, ഞാൻ മുത്തച്ഛനെ ആരും കൊത്തികൊണ്ടുപോവാൻ അനുവദിക്കില്ല.

"എന്നാൽ ശരി"

"സാറ ചേച്ചി എന്തിനാ എനിക്ക് ഇത്ര കാശ് തന്നത്?"

"ഒരു പോങ്ങ കാശ് അല്ലെ ഒരു വലിയ സഞ്ചി നിറയെ "ചീത്ത" എന്ന് വിളിക്കുന്ന നല്ലതിനേക്കാൾ ബെറ്റർ?"

അത് പറഞ്ഞു എന്നെ വീടിനു മുൻപിൽ ഇറക്കി ടാറ്റ പറയുമ്പോൾ, ഒരു തുള്ളി കൂടി കണ്ണീരും, ഒരുപാട് ചിന്തകളും എനിക്ക് നൽകിയ സാറ എന്ന നഴ്സ്.

അന്ന് ഞാൻ മുത്തച്ഛനെ വിളിച്ചു പോയ കാര്യം പറഞ്ഞു.

"അതാരാ?"

"ഞാൻ മുൻപൊരിക്കൽ പറഞ്ഞിരുന്നല്ലേ ദുബായ് റിയാസ്?"

"ഉം"

"പറയു"

"അല്ല. ഇത് ഇൻഷുറൻസ് രാജൻ സാർ പറഞ്ഞു പോയതാ"

"റിയാസിന്റെ അടുത്തോ?

"അല്ല, റിയാസിന് നല്ലപോലെ അറിയാവുന്ന ഒരു സ്ത്രീ ആണ്?"

"പോളിസി?"

"ഉം, എടുത്തോ?"

"എടുക്കും, പക്ഷെ നല്ല സാറ എന്ന പഴയ ആർമി നേഴ്സ്"

"ആണോ?"

"ഉം, മുത്തച്ഛനെ പറ്റി ഞാൻ പറഞ്ഞപ്പോൾ, കാണേണം എന്നാ പറഞ്ഞത്?"

"എനിക്കാരേയും കാണേണ്ട, നീ മതി"

"എനിക്കുമതെ പോലെ തന്നെ. പക്ഷെ ഓണം വരുന്നില്ലെ?"

"അതിനു ഞാൻ സാരിയും എല്ലാം വാങ്ങി തന്നില്ലേ?'

"അതുകൊണ്ട് മക്കൾ രണ്ടാൾക്കും ഓരോ നല്ല ചന്തമുള്ള ഫ്രോക്കും കമ്മീസും വാങ്ങേണ്ടേ? എനിക്ക് മാത്രം പോരല്ലോ?

"എന്നിട്ട് ആ സ്ത്രീ നിനക്കു കാശ് തന്നോ?"

"ഉം"

"എന്തിന്റെ പ്രതിഫലം?"

"കളിച്ചു, ഞങ്ങൾ"

മുത്തച്ഛൻ ഫോൺ കട്ട് ചെയ്തു. പിന്നെ എടുത്തില്ല, ഒന്ന് രണ്ടു ദിവസം.

ഞാനപ്പോൾ പാപ്പാത്തികളേയും, തേനീച്ചകളേയും ഓർത്തു. പരപരാഗണം നടത്തുവാൻ പുഷ്പങ്ങൾ തേടി നടക്കുന്ന പ്രാണികൾ.

എനിക്കും സാറക്കും അതറിയാം. സാറയുടെ മോൾക്കും.

പരപരാഗണം അല്ല, മനുഷ്യന്റെ ആവശ്യങ്ങൾ, വിശപ്പിന്റെ വിളികൾ കേൾക്കാതിരിക്കാൻ. ഒത്തൊരുമയിൽ ഒരു സാഹചര്യം ഒരുങ്ങുമ്പോൾ അവിടെ ആണ് എല്ലാം നടക്കുന്നത്. സമയം കൂട്ടിന്നു നിൽക്കുമ്പോൾ. ഞാനും സാറയും ബബിയും സാറയുടെ മകളും അതിന്റെ ഓരങ്ങളിൽ.

പാപ്പാത്തികൾ പാവങ്ങളായ പ്രാണികൾ ആണ്.

കടന്നൽ അതെ പോലെ, പക്ഷെ ഉപദ്രവം സഹിക്കാഞ്ഞാൽ അതിനു കൊമ്പുണ്ട്, കുത്താൻ.

ഞാൻ മുത്തച്ഛനോട് സാറയുടെ കാര്യം പറഞ്ഞ ദിവസം. നാലഞ്ചു ദിവസങ്ങൾ മുത്തച്ഛൻ സെൽ കട്ട് ചെയ്തു.

അന്ന് ഞാൻ കടന്നൽ ആവണോ എന്ന് തോന്നി. ദേഷ്യത്തെ, അതിനു ഒന്നും രണ്ടും പറഞ്ഞാലോ, എഴുതിയാലോ, ഇതൊന്നും മനസ്സിലാവില്ല.

കടന്നലിനെ പോലെ കുത്തേണം, വിഷം ചാലിച്ച വാക്കുകളാൽ.

അപ്പോഴോർക്കും, ഞാനും ഒരു മനുഷ്യഹൃദയം ഉള്ളൊരാളാണെന്നു.

എന്റെ ഹൃദയത്തിലെ മുറിവുകളും പോറലുകളും എനിക്കെ കൂടുതൽ അറിയൂ.

അവിടെ മുളക് തേക്കുന്നത് എനിക്കിഷ്ടമല്ല. തൊട്ടു തൊട്ടു നോക്കിയാൽ ആ വൃണം ഉണങ്ങില്ല. അതാ പ്രകൃതി പഠിപ്പിച്ചത്.

ചെയ്യേണ്ടി വന്ന തെറ്റുകളെ പറ്റി ദുഖവും പാശ്ചാത്താപവും എന്റെ മനസ്സിലാ കൂടുതൽ. ആ മുറിവുകൾക്ക് മുളക് പൊടി വിതറരുത്. വേദന കൂടും.

ആ ശനിയാഴ്ച സാറ മാഡത്തിനെ കണ്ട് രാജൻ സാറിനെ അപ്പോയിന്റ്മെന്റ്. എങ്ങനെ നടന്നു എന്ന് പറയാൻ ഓഫീസു റൂമിൽ പോയി.

രാജൻ സാർ മൂകതയുടെ മുഖം മൂടിയിട്ടാണ് അന്ന് രാവിലെ കണ്ടത്.

"ഗുഡ് മോർണിംഗ് സാർ"

"ജിത്തു, ഇന്ന് നല്ലതായി ഒന്നുമില്ല. അത് കൊണ്ട് ഗുഡ് മോർണിംഗിന് പ്രസക്തിയില്ല"

"അതെന്താ സാർ?"

"കേൾക്കാൻ വരെ കൊള്ളാത്ത ഒരു സംഗതിയാ, നിന്റെ കഥയേക്കാൾ മോശം. നിന്റെ മൂഡ് പോക്കേണ്ട, ജിത്തു"

എന്നെ താരതമ്യപെടുത്തുന്ന സാറിന്റെ കഥ എന്നായപ്പോൾ എനിക്ക് കേൾക്കാൻ തോന്നി.

"എന്താ അങ്ങിനെ സാർ?"

"ഒന്നുമില്ല, അത് എന്റെ കഥയാ"

ഞാൻ ഒന്ന് മൂളി, താഴേക്ക് നോക്കി.

"ഇല്ല, കേൾക്കാൻ ഇഷ്ടമുണ്ടെങ്കിൽ?"

"വേണം, കേൾക്കണം"

ഞാൻ ഇവിടെ ഓഫീസിൽ എത്ര നേരം ജോലി ചെയ്യുന്നു, എന്ന് നിനക്കറിയാം. നീ വിചാരിക്കും അത് ജോലി എന്ന ആവിശ്യം ആണ് എന്ന്. അതെ. അതൊരു കാരണം മാത്രം. ഞാൻ എത്ര നേരം എന്റെ വീട്ടിൽ നിന്നും ദൂരെ ഇരിക്കാൻ പറ്റുമോ, അത്ര നേരം എനിക്ക് ഒരു ഫ്രീഡം അണ്. രാത്രി എട്ട് മണിക്ക് ഓഫീസിൽ നിന്നും ഇറങ്ങിയാൽ, ഒന്നര മണിക്കൂർ ട്രാവൽ ഉണ്ടല്ലോ.

"ഉം"

അതായത് ഞാൻ ഒരു ഒൻപതര മണിക്ക് വീട്ടിൽ എത്തുന്നു. അപ്പോഴേക്കും കൊച്ചു മോൾ ഉറങ്ങിയിരിക്കും. വൈഫ് അവളുടെ ഫോണിൽ എന്നന്നേക്കുമായുള്ള എല്ലാവരുമായിട്ടുള്ള വർത്തമാനങ്ങളിൽ മുഴികിയിരിക്കും.

"എന്നിട്ടു?"

ഞാൻ എത്തിയതോ ഒന്നും അവൾക്ക് ബാധകമല്ല. അടച്ചു വെച്ച പാത്രങ്ങളിൽ നിന്നും ഞാനെന്റെ രാത്രി ഭക്ഷണം കഴിക്കും.

"അയ്യേ?"

എന്നിട്ട് കിടക്കമുറിയിൽ പോവും. പത്രം വായിക്കുന്നെന്ന രീതിയിൽ അവളുടെ സംസാരങ്ങൾ കേൾക്കും.

“സറീന ചേച്ചിയുടേയോ?”

അതെ. അവളുടെ അടുത്ത ദിവസത്തെ പരിപാടികൾ ആസൂത്രണം ചെയ്യുകയാവും അവൾ.

‘ലേഡീസ് ക്ലബ് ആണോ?”

അല്ല, അവൾക്ക് എന്നെ കൊണ്ട് ഒന്നും മതിയാവില്ല.

“സാറിന് നല്ല ഉദ്യോഗവും, ശബളവും, പ്രസ്റ്റീജ്, പേര് എന്നിവയും, നല്ല കാറുകളും, നല്ലൊരു ബംഗ്ലാവും കൊച്ചു മോളും ഉണ്ടല്ലോ?”

അതെല്ലാം നിനക്കും പുറത്തുള്ള കാഴ്ചക്കാർക്കും വേണ്ടി അല്ലെ. എന്നെ സമ്പന്ധിച്ചിടത്തോളം ഞാൻ ഒരു സീറോ, ജിത്തു.

“അതെന്താ സറീന ചേച്ചി അങ്ങിനെ ആണോ കാണുന്നത്?”

അതെ, അതിൽ അവൾക്കു മാത്രമല്ല കുറ്റം, എന്റേതും ആണ്. മോൾ ഉണ്ടായി. അവളൊരു കാഴ്ചവസ്തു ആയിട്ടാ വൈഫ് ആളുകളോടും അവളുടെ ഓരോ ഫ്രണ്ട്സിനോടും പറയുക, ഞാൻ കേൾക്കാറുമുണ്ട്.

അതാ അവൾ അവൾക്ക് വേണ്ടതിന്റെ മേച്ചിൽസ്ഥലങ്ങൾ തിരഞ്ഞു നടക്കുന്നത്.

“എന്താ സാറെ ഇങ്ങിനെ പറയുന്നത്?”

“അതെ. ജിത്തു. അതും ശരിയാ. ഞാൻ എല്ലാം കൊടുക്കുന്നുണ്ട്. വീടും നോക്കുന്നു. അവൾ എന്റെ അത്ര വലിയ തറവാട്ടിൽ നിന്നും അല്ല. ഞാൻ സ്നേഹിച്ചു കെട്ടിയതാ.”

“ആണോ?”

“അതെ, ആദ്യമെല്ലാം എനിക്ക് ഹൃദയം പൊട്ടുമായിരുന്നു. ഇന്ന് അല്ല. ഞാൻ എന്റെ ഹൃദയം പൊട്ടിച്ചിട്ടു എന്താ എനിക്ക്? മോൾക്ക് വേണ്ടി കപടതയുടെ മുഖത്തെ മൂടി ഇട്ടാണ് ഞാൻ സൊസൈറ്റിയിൽ തല പെക്കി നടക്കാൻ നോക്കുന്നത്.”

“അവളാവട്ടെ, ആ മുഖം മൂടി ഇടാതെയും. ഒരു കാലത്തു അവൾക്കത് ആവശ്യമായിരുന്നു. ഇന്ന് ഇല്ലാത്തതാ എന്നാ പറയുന്നതും എനിക്ക് കാണിക്കുന്നതും.”

“എനിക്ക് സങ്കടം തോന്നുന്നു, സാർ”

അതിൽ കാര്യമില്ല. നിന്റെ കാര്യത്തിൽ ഞാൻ സങ്കടപെട്ടിട്ടു നിനക്കെന്ത് കിട്ടാനാ. അതാ സത്യം, അല്ലെ?

"നീ ഒരിക്കൽ ശ്രമം നടത്തിയപോലെ, ഞാനും ആത്മഹത്യ ഒരു ഉപായമായി എടുത്തു. പിറ്റേന്നത്തെ പത്രങ്ങളിൽ കാരണം എഴുതുന്നത് പലതുംപോലെ പലർക്കും വായിച്ചു രസിക്കാൻ പറ്റും. വേറെ കാര്യമൊന്നുമില്ല."

"ഞാൻ ഒന്നല്ല, രണ്ടോ മൂന്നോ തവണ ശ്രമിച്ചു."

"എന്നിട്ടെന്തായി? അതും മനോവേദന കൂടും" തന്റെ മനസ്സിൽ.

വേണ്ടായിരുന്നു എന്ന് പിന്നീട് മനസ്സിലാവും.

"അനുഭവങ്ങളുടെ നീണ്ട പട്ടികയിൽ, മുന്നോക്കവും പിന്നോക്കവും എല്ലാം ഒന്നു പോലെ"

"അതെ, ജിത്തു. ഇന്നവൾ ഒരു വലിയ സോഷ്യൽ ലേഡി ആണ്. സറീനയുടെ ഹസ് എന്നാ എന്നെ അറിയുക. നീ നേരത്തെ പറഞ്ഞില്ലേ? ഇമേജ്? അതിതാണിപ്പോൾ"

"അയ്യോ, സാറിന്റെ ചരിത്രം ഇങ്ങിനെ എന്ന് ഞാൻ കരുതിയിരുന്നില്ല"

ചരിത്രം പോകട്ടെ, നീ ചാരിത്ര്യം എന്ന വാക്ക് കേട്ടിട്ട് ഒരുപാട് ചിരിച്ചിട്ടില്ലേ?

"ആദ്യമെല്ലാം"

അതെ പോലെ ആണിതും, ചാരിത്ര്യമെന്ന വാക്കിന് പുതിയ അർത്ഥങ്ങൾ കൊടുക്കുകയാണിപ്പോൾ സറീന.

"നാടോടുമ്പോൾ നടുവേ ഓടണ്ടേ?"

"കഴിവ്കേടുകൾ കഴിവുകളാക്കി മാറ്റണം. അതിലാ ശക്തിയും നേരമ്പോക്കും. അപ്പോളെ സൊസൈറ്റി അതിനെല്ലാം അംഗീകാരം നൽകൂ."

"എല്ലാവർക്കും അതിൽ പങ്കുണ്ട്."

"സാറിനോ?"

"എനിക്കും. ഞാനും കൊള്ളരുതാത്തവനാണ്, അവളുടെ കയ്യിൽ"

"അതെന്താ?"

"കേൾക്കണോ?"

"ഉം"

"ഞാൻ ഒരു ഇമ്പോട്ടണ്ടാണ്"

## അധ്യായം-10

# ഞാനും എന്റെ ഉപഗ്രഹങ്ങളും

# ഉടഞ്ഞുപോയ കണ്ണാടിച്ചില്ലുകൾ

ചന്ദൻ ഭൂമിയുടെ ഉപഗ്രഹമാണോ.. അല്ല ചന്ദ്രന്റെ ഉപഗ്രഹമായിക്കൂടെ ഭൂമി. ആർത്തവസമയത്തേയും കടലിലെ തിരമാലകളേയും സ്വാധീനിക്കുന്ന ശക്തി ചന്ദ്രൻ അല്ലെ....

പൂർണ്ണചന്ദ്രദിവസങ്ങളിൽ അല്ലെ നല്ല നിലാവുണ്ടാവൂ. അന്നല്ലെ മാജിക്ക് ശരിയാവൂ.

പാലുകുടി, ചോറൂണ്, നിശ്ചയം, വീട് കൂടൽ, ലേഡീസ് കുറി, അമ്മയുടെ വീട്ടിൽ, എട്ടന്റെ കല്യാണനിശ്ചയം, മോന്റെ ചേച്ചീടെ അനിയന്റെ വിവാഹം, ഇതെല്ലാം മാജിക്ക് മൊമന്റ്സിൽ പെടും. ഒഴിവുകഴിവുകളായി എത്തിപ്പെടുന്നത് ഹാംസ്റ്റേയിലോ പഞ്ചനക്ഷത്ര റൂമുകളിലോ എന്നേ വിത്യാസമുള്ളൂ.

എങ്ങിനേയോ ആണ് ഡോക്ടർ മേനോനെ പരിചയപ്പെട്ടത്. നാഥൻ ഹോസ്പിറ്റലിൽ ഷുഗർ കൂടി കിടന്നപ്പോൾ.

അന്നും പൂർണ്ണനിലാവുള്ള രാത്രി, മാജിക് മൊമന്റ് കിട്ടിയ ഒരു അവസരം.

മുത്തച്ഛനുമായി മിണ്ടാതിരുന്ന മൂന്നുനാലു ദിവസങ്ങൾ, ഹസ്സ് മുത്തച്ഛനെ വിളിച്ചുപറഞ്ഞു, ഞാൻ നാഥൻ ക്ലിനിക്കിൽ അഡ്മിറ്റ് ആണെന്ന്. എന്നിട്ടും ഒന്ന് വിളിച്ചില്ല. സ്റ്റേഷനിൽ ആണ് എന്ന് എസ് എം എസ് വന്നു. എങ്ങോട്ടോ യാത്രയിൽ. അതെനിക്കറിയാമായിരുന്നു. എന്നാലും പോകുന്ന മുമ്പ് ഒന്ന് വന്നുകൂടെ

ആ തേങ്ങൽ മനസ്സിൽ. ക്ലിനിക്കിൽ കിടക്കുമ്പോൾ. സലൈൻ ഡ്രിപ്പ് തരുന്നു. കൂടെ ഒന്നോ രണ്ടോ മറ്റ് ഗുളികകളും. ഡയഗ്നോസ് ചെയ്ത ഡോക്ടർ ആയിരുന്നു മേനോൻ. സുമുഖൻ. എന്റെ വട്ടകണ്ണുകൾ ഇപ്പോഴും വട്ടം ചുറ്റും.... സുമുഖരായ ചെറുപ്പക്കാരെ കണ്ടാൽ.

സ്കൂട്ടറിലാണ് ഞാനും ചേട്ടനും ക്ലിനിക്കിൽ എത്തിയത്. മക്കൾ ഒറ്റക്കാ, എന്നു പറഞ്ഞു ചേട്ടൻ പോകാനൊരുങ്ങി. ഡിന്നർ

ഉണ്ടാക്കാൻ പറ്റില്ല. വല്ലതും വാങ്ങികൊണ്ട് പോവാം എന്നും പറഞ്ഞു. അപ്പോൾ അമ്മയുടെ ഫോൺ.

"മോളെ, നിന്നേപ്പോലെ തന്നെ, അതോ നിന്നെക്കാൾ മോശമോ ആണ് എന്റെ വിവരം. പ്രഷറുണ്ട്"

"എന്നാൽ അമ്മ വരേണ്ട. ചേട്ടൻ പോയി. മക്കൾ രണ്ടാളും ഒറ്റക്കല്ലെ."

ചേട്ടൻ പോകുമ്പോൾ ഞാൻ നഴ്സിനെ വിളിപ്പിച്ചു. ആ വാർഡിൽ അന്ന് രണ്ടുപേർക്ക് പകരം ഒരാളെ ഉള്ളൂ എന്നും, പിന്നെ വരാമെന്നും പറഞ്ഞു.

"സാരമില്ല, നിങ്ങൾ മക്കൾക്ക് ഫുഡ് കൊണ്ടുപോയി വീട്ടിലേക്ക് പോകൂ" ചേട്ടൻ പോയി.

രാത്രി കഞ്ഞി കുടിച്ച് കിടക്കുമ്പോൾ മനസിൽ നിറയെ ദേഷ്യം. ഒന്ന് വിളിച്ചില്ലല്ലോ. ഒന്ന് വന്ന് കണ്ടില്ലല്ലോ മുത്തച്ഛൻ

ഓരോ കാരണവും ഓരോ പ്രേരണകൾ കൊണ്ട് മറ്റെന്തെങ്കിലും സ്വാധീനം ഉണ്ടാക്കും.

മുത്തച്ഛൻ പറയാറുള്ള "ദി ലോ ഓഫ് കോസ് ആന്റ് എഫക്ട്"

വെളിച്ചം അണച്ചു നഴ്സ്. ഡ്രിപ്പ് കഴിഞ്ഞു. മരുന്നും തന്നു. ജാലകത്തിനു കർട്ടൻ ഇല്ല.

മനസ്സിൽ തിരയുന്ന ചോദ്യങ്ങൾ തിളയ്ക്കുന്നുണ്ട്. ഇപ്പോഴും, വല്ലാത്ത മുത്തച്ഛൻ.

പുറത്തേക്ക് നോക്കിയപ്പോൾ പൂർണ്ണചന്ദ്രന്റെ നിലാവ്. നേരിയ മഞ്ഞിന്റെ പുതപ്പിനുള്ളിലൂടെ ചന്ദ്രനെ കാണാൻ എന്തു ചന്തം. തണുപ്പില്ല. ചൂടും. എ. സി. ഉള്ള റൂമൊന്നും അല്ല. അതിനു നോക്കിയില്ല. കാശും നോക്കണ്ടേ.

സെല്ലിൽ നേരിയ ഒച്ചയിൽ ഗാനം. സ്നേഹത്തിന്റെ. ആ "പ്രണയം" എന്ന സിനിമയിലെ പാട്ടു കേട്ട്, നിലാവിൽ സ്വപ്നം തനിയെ തലയിൽ കയറി.

സുന്ദരനും സുമുഖനും നല്ല ഉയരവും നല്ല ശബ്ദവും ഉള്ള മേനോൻ, ഡോക്ടർ മേനോൻ. നീല ഷർട്ട്, മുഴുവൻ മടക്കാത്ത കൈകളിൽ ഉള്ള നിറയെ രോമങ്ങൾ ഞാൻ ശ്രദ്ധിച്ചിരുന്നു. സ്റ്റെത്ത് വെച്ച് നോക്കുമ്പോൾ. നഴ്സ് എന്നെ നോക്കി. ഞാൻ എന്താ നോക്കുന്നതെന്ന്. ഒരു സ്ത്രീക്ക് മറ്റൊരു സ്ത്രീയുടെ നോട്ടം മനസിലാവും.

മുൻപേ ചെറിയ മോളെ ഹോസ്പിറ്റലിൽ കാണിക്കാൻ കൂടെ വന്നപ്പോൾ ഞാൻ നോക്കി മുത്തച്ഛനോട് പറഞ്ഞത് ഓർമ്മ. "അവള് പിശകാ."

"അതെങ്ങിനെ മനസ്സിലായി?" മുത്തച്ഛൻ.

വീണ്ടും നിലാവിൽ നോട്ടമിട്ട് സെല്ലിലെ പ്രണയം പാട്ട് കേൾക്കുമ്പോളാണ് വാതിലിൽ മുട്ട് കേട്ടത്. എഴുന്നേറ്റ് തുറന്നു.

"ഞാൻ നൈറ്റ് ഡ്യൂട്ടിയാണ്. രാത്രി വരേണ്ട ഡോക്ടർ ലീവ് എടുത്തു."

ഡോക്ടർ മേനോൻ

"എങ്ങിനെ ഉണ്ട്?"

"അങ്ങിനെ പോണു." അപ്രതീക്ഷിതമായ ആ വരവും ആ ചോദ്യവും എനിക്കൊന്നും പറയാൻ പറ്റിയില്ല. ഞാൻ ഹൗസ് കോട്ട് മാത്രം ഇട്ടാണ് കിടന്നത്. ബ്രായും ഒന്നും ഇല്ല. രാത്രി ഇനി ആരു വരാൻ എന്ന് തോന്നിയതല്ലേ.

ഡോക്ടറെ കണ്ടപ്പോ ആദ്യം ചെയ്തത് മാറിലേക്ക് അടുത്ത് കിടന്ന ദുപ്പട്ട ഇടാനാ.

"നിൽകട്ടെ ഞാനൊന്ന് നോക്കട്ടെ"

സ്റ്റെത്ത് കഴുത്തിൽ നിന്നും കാതിൽ വെച്ച് വലതു കൈകളിലെ അരുമയായ ആ വിരലുകൊണ്ടമർത്തിപ്പിടിച്ചു. സ്റ്റെത്ത് എന്റെ നെഞ്ചത്ത് വെക്കുമ്പോൾ എന്റെ ഹൃദയമിടിപ്പുകൾ നിന്നു.

"ഒന്നു നല്ലപോലെ ശ്വാസം ഉള്ളോട്ടും പുറത്തേക്കും വലിക്കൂ"

ഞാൻ നോക്കി. അങ്ങിനെ ചെയ്യാൻ. പക്ഷെ എനിക്ക് ഇക്കിളി പോലെ.

"എന്താ ചിരിക്കുന്നത്. നല്ലപോലെ ശ്വാസം എടുക്കൂ. നെഞ്ചിൽ എന്തെല്ലോമോ ഉണ്ടല്ലോ.?" കുസൃതി ചോദ്യം

അതും ഡോക്ടർ കണ്ടോ? ഉച്ചക്ക് കണ്ടത് മുതൽ മനസ്സിൽ നിറയെ മേനോൻ ആണെന്ന്.

"മരുന്നെല്ലാം കുടിച്ചോ? കഞ്ഞി കുടിച്ചോ? ഇന്ന് ആരും ഇല്ലേ കൂടെ?"

"ഇല്ല"

"നഴ്സുമാരും ഇല്ല ഇന്ന്. ഒരാളുള്ളത് രണ്ട് ഫ്ളോർ നോക്കണം. എന്തെങ്കിലും ആവശ്യം വന്നാൽ എന്റെ നമ്പർ ഇതാ."

"ഞാൻ പോണു."

ഡോർ അടച്ചോളാൻ പറഞ്ഞു. എന്നോട് ഗുഡ്നൈറ്റ് പറയുമ്പോൾ ഞാൻ പിന്നിൽ തന്നെ.

മുന്നിലെ ജനലിന്റെ വിടവിലൂടെ ഉള്ളിലേക്ക് മയങ്ങി വന്ന നിലാവ്. ആ നിലാവിന്റെ വെട്ടത്തിൽ മേനോൻ എന്നെ ഒന്നു പുണർന്നു, കിസ്സ് ചെയ്തു.

"ശുഭരാത്രി"

ഡോറടച്ച് കിടക്കും മുൻപ് വാട്സ്അപ്പിൽ ഡോക്ടർ മേനോൻ, ആ ചിത്രവും ഡി.പി യിൽ.

ഞാൻ തിരിച്ചും. "സ്വീറ്റ് ഡ്രീംസ്"

അങ്ങനെ ഒരു മാജിക്ക് മൊമന്റ്സിന്റെ നീണ്ട തിടക്കം.

"അറ്റ് ടൈംസ് ഇറ്റ് സ്റ്റാർട്ട് വിത്ത് റൊമാന്റ്സ്"

ക്ളിനിക്കിൽ നിന്ന് പോന്ന അന്ന് രാത്രി മേനോന്റെ വാട്സ്അപ്പ്

രാത്രികളിൽ കറുത്ത വാവിന്റെ അന്നും എനിക്ക് പൂനിലാവ് തരാൻ ഡോക്ടർ ചാറ്റിൽ തുടങ്ങി. പിന്നെ കാൾ ആയി. പിന്നത് ഒരു മണിക്കൂർ, ചിലപ്പോൾ പേഷ്യൻസ് കഴിഞ്ഞാലും ക്ലിനിക്കിൽ ഇരിക്കും. വർത്തമാനം പറയും, എന്നോട്.

കണ്ടില്ല. ഒത്തില്ല. പക്ഷെ അടുത്തു നല്ലപോലെ.

റമദാനിലെ പൂർണ്ണചന്ദ്രനെ കാണാൻ നാട്ടിൽ എത്തുന്ന പ്രവാസികൾ എന്റെ ചിലന്തിവലയിൽ ഉണ്ടാവും. മേഘങ്ങൾ ആകാശത്ത് കൂടി നിൽകുംപോലെ. ഒരു കാറ്റടിക്കാൻ. രാഹുകാലം നോക്കാനില്ല. എപ്പോഴുമാവാം. അപ്പോൾ മഴ പോവും, ആ കാറ്റിൽ, എന്റെ പിറന്നാൾ കഴിഞ്ഞുപോയ ഒരു മിഥുന മാസത്തിലെ പൂർണ്ണചന്ദ്രനാണ് മേനോൻ ഡോക്ടർ തിരഞ്ഞുകണ്ടെത്തിയത്, എന്നെ പുണരാൻ.

അത് കഴിഞ്ഞു നാലാഞ്ച്നാള് കഴിഞ്ഞാണ് മേനോനോടുള്ള ഭ്രമം കൂടുന്നത്.

അത് നടന്നുകൊണ്ടിരിക്കുമ്പോഴാ മൂത്ത മോളുടെ കയ്യിൽ ഒരു ചെറിയ ഓപ്പറേഷനുവേണ്ടി ഡി.എം.എച്ച് ഹോസ്പിറ്റലിൽ അഡ്മിറ്റ് ആയത്. ഡോക്ടർ മേനോൻ അവിടെ കൺസൾട്ടന്റ് ആയി ജോലി ചെയ്യുന്നത് അറിയില്ലായിരിന്നു. മരുന്ന് വാങ്ങാൻ പോകുമ്പോഴാണ് കോറിഡോറിൽ വെള്ള ഓവർകോട്ടും അന്നത്തെ സ്റ്റെത്തും കഴുത്തിലിട്ട് എന്റെ മുന്നിൽ നടക്കുന്നത് കണ്ടത്.

“ഡോക്ടർ, ഞാനാ”

“ഇതെന്താ ഇവിടെ?”

“മോളുണ്ട്. പെട്ടെന്ന് അഡ്മിറ്റ് ചെയ്തതാ”

“എതാ വാർഡ് ?”

“ത്രീ നോട്ട് ഫോർ”

“നോട്ടി ഗേൾ. ഇംഗ്ലീഷ് ആയി അല്ലെ. ഞാൻ രണ്ട് മണിക്കൂർ കൊണ്ട് വരാം. റൂം നമ്പർ ?

“ഇരുപത്തൊൻപത്”

“കേട്ടു. മലയാളത്തിൽ.” എന്നിട്ടൊരു ചിരി.

നാലഞ്ചു ദിവസം ഞങ്ങളവിടെ. എല്ലാം ചോദിക്കും മോളോട്. ചെറിയമോൾക്ക് ഡോക്ടറുടെ ഭാഷയും ഭാവിയുടെ കാര്യങ്ങളും പെരുമാറ്റവും ഇഷ്ടമായി.

തിരിക്കുമ്പോൾ ബില്ല് അടക്കുന്നിടത്ത് വന്ന് ചോദിച്ചു.

“ഞാൻ, എന്തെങ്കിലും ഹെൽപ്പ് ചെയ്യണോ?”

“വേണ്ട, താങ്ക്യൂ.”

“വിളിക്കാം” എന്നും പറഞ്ഞു ഡോക്ടർ പോയി

“ഇതാരാ?” മുത്തച്ഛൻ എടിഎമ്മിൽ നിന്നും പണം എടുത്ത് ബില്ല് കൊടുക്കാൻ വേണ്ടി തിരിച്ചെന്റെ അടുത്ത് നിന്നത് ഞാൻ അറിഞ്ഞില്ല.

“പുതിയ ബന്ധം ആണല്ലേ? അതാ കുറേ ആയി രാത്രി സെൽ ബിസി.”

എന്തങ്കിലും വിചാരിക്കട്ടെ. പണ്ടാരം. എന്താ പറയുക.

ഞാനും ഡോക്ടറും വളരെ അടുത്തു. തെരുവിൽ വെച്ചും കാറിൽ പോയും ഇടക്ക് കാണും. എനിക്ക് ആർട്ടിഫിഷ്യൽ ജ്വല്ലറി ഇഷ്ടമാണെന്നറിഞ്ഞ് എവിടെ കണ്ടാലും വാങ്ങിതരും. ഐസ്ക്രീം ഷുഗറിനു മോശമാണ്. എങ്കിലും ഞങ്ങൾ ജ്യൂസും ഐസ്ക്രീമും കഴിക്കും. കാറിൽ ഒരു തിരിഞ്ഞോട്ടം നടത്തിയ ശേഷം.

“എനിക്കൊരു മെഡിക്കൽ കോൺഫറൻസ് ഉണ്ട്. ഈ സൺഡേ. കണ്ണൂരിലാ.”

“ഉം”

“വരുന്നോ?”

“വേണ്ട. ഇല്ല.” എന്നല്ല ഞാൻ പറഞ്ഞത്

"ആരെങ്കിലും"

"നീയും വാ. ഡാക്ടർ രാധ എന്ന പേരിൽ. എന്റെ അസിസ്റ്റന്റ്."

"അയ്യേ"

"കണ്ടാൽ നീ ഒരു ഡോക്ടർ തന്നെ. പോരാതെ ഞാനൊരു കോട്ട് വാങ്ങാം. അത് കൈതണ്ടയിൽ ഇട്ടാൽ മതി"

"എങ്ങിനെയാ പോവുക?"

"ഞാൻ പിക് ചെയ്യാം."

എന്നെ പിക് ചെയ്തു. തലേന്ന് രാത്രി, ഞാൻ അമ്മേടെ വീട്ടിൽ പോണു. അമ്മക്ക് സുഖമില്ല എന്നാ മക്കളോട് പറഞ്ഞത്.

"നീ ഹോസ്പിറ്റലിൽ ആവുമ്പോൾ അമ്മമ്മ അല്ലെ നോക്കിയത്, അമ്മ ജോലിക്ക് പോയില്ലേ." – മോളോട് ഞാൻ.

കാറിൽ കയറുമ്പോൾ പുതിയ ആ ഓവർ കോട്ട് തോളിലിട്ട് തന്നു.

ഹോട്ടലിൽ ചെക്കിൻ ചെയ്യുമ്പോൾ ഐ.ഡി കൊടുത്തു ഡോക്ടർ മേനോൻ ആൻഡ് ഡോക്ടർ മിസ്സിസ്സ് മേനോൻ

"പേടിയുണ്ടോ?"

"ഉം." ഞാനിത്രെ പോയതാ എന്നൊന്നും മനസ്സിലുള്ളത് പുറത്ത് കാണിക്കാതിരിക്കാൻ ശ്രദ്ധിച്ചു.

ഡ്രസ്സ് മാറ്റി ബാഗിൽ നിന്നും മുണ്ടെടുത്തുടുത്താണ് ഫ്രെഷ് ചെയ്ത് മേനോൻ വന്നത്.

"നീയും മാറ്റിക്കോളൂ." ഞാൻ സാരി മാറ്റി, പുതിയൊരു ഹൗസ് കോട്ടിട്ട് പുറത്ത് വന്നപ്പോൾ മേനോൻ രണ്ട് ഗ്ലാസ്സുകളിൽ ഐസ് ഇട്ട് റെഡി ആക്കി വെച്ചിരിക്കുന്നു.

"അമ്മ എന്താ ചെയ്യുന്നെ?" ചെറിയ മോളാണ്. ചുണ്ടിൽ വിരൽ വെച്ച് ഞാൻ പറഞ്ഞു.

"അമ്മ അമ്മമ്മക്ക് തല തടവിക്കൊണ്ടിരിക്ക്യാ. അമ്മമ്മ ഉറങ്ങുന്നു. നാളെ വിളിക്കാം."

ഞാൻ ഫോൺ സ്വിച്ച്ഓഫാക്കി.

ഒരു പതിവ്രത എന്ന ഭാവം ഞാൻ എന്നിൽ കണ്ടു. ഞാൻ അത് എന്റെ ആദ്യത്തെ അഡൾട്ടറി കേസ് ആയി –എന്നെ ചിത്രീകരിച്ചു.

പക്ഷെ, എന്റെ കണ്ട്രോൾ പോക്കാൻ മാജിക്ക് മൊമന്റ്സ് എന്ന വോഡ്ക. പിന്നെ സ്റ്റെത്ത് ഇല്ലാത്ത കൈവിരലുകളും. മേനോൻ എന്നെ കെട്ടിപ്പിടിച്ചു. പോക്കിയെടുത്ത് കിടക്കയിൽ അമർത്തി.

എല്ലായിടത്തും ചുംബനങ്ങൾ. ഞാനും മേനോനെ കെട്ടിപ്പിടിച്ചു. കാലുകൾ കൂട്ടിയിടിച്ചു. ഹൃദയത്തിൽ എന്തോ ഒരു പ്രത്യേക ശബ്ദം പുറപ്പെടുവിക്കുന്നപോലെ.

ഞങ്ങൾ കെട്ടിമറിഞ്ഞ് നാവുകൾ പരസ്പരം ഊറി. ഞാൻ കുട്ടനുവേണ്ടി തിരയേണ്ടി വന്നില്ല. തടവി തടവി അവനങ്ങ് സുഖം പിടിച്ചു. "ഹാവൂ."

മേനോൻ എന്നെ പതിയെ നഗ്നയാക്കി. എന്റെ ശരീരം മുഴുവനും ഒരു പരീക്ഷണത്തിന് തയ്യാറാക്കി.

കുറേ നേരം നടന്നു ആ ഡയഗ്നോസിസ്. അതെല്ലാം അഴിഞ്ഞപ്പോൾ, ഡോക്ടർ പറയുകയാ ചിരിച്ചുകൊണ്ട്,

"നീ എന്നെ നന്നായി സുഖിപ്പിച്ചു."

അത് കേട്ടതും ഞാൻ ഒരു കടി കൊടുത്തു കുട്ടന്.

പിറ്റേന്ന് രാവിലെ ഡ്രൈവറെന്നെ വീടിനടുത്തുള്ള ബസ് സ്റ്റോപ്പിൽ ഇറക്കി.

"ഒന്ന് വരുമോ, ഞാൻ ബസ് സ്റ്റോപ്പിലുണ്ട്." ഞാൻ ചേട്ടനെ വിളിച്ചു.

സ്കൂട്ടറിൽ കയറി വീട്ടിലെത്തി. മക്കൾക്ക് ബ്രേക്ക്ഫാസ്റ്റ് ഉണ്ടാക്കി പറഞ്ഞയച്ചു. ചേട്ടന് കട്ടൻ ചായ മതി ഇപ്പോളെന്നും പറഞ്ഞു, കുളിക്കാൻ പോയി.

ഞാൻ ഉറങ്ങാനും

ഉറക്കമെണീറ്റ് സെൽ നോക്കിയപ്പോൾ ഒൻപത് മിസ്സ്ഡ് കാൾസ്.

ഒന്ന് മേനോനും ബാക്കി എട്ട് മുത്തച്ഛനും.

"ഭ്രാന്തൻ!" മനസ്സിൽ കരുതി.

ഉച്ചക്ക് ലഞ്ച് സമയത്തു മേനോനെ വിളിച്ചു.

"താങ്ക് യൂ. എന്തിനാ ഉത്രയൊക്കെ ബാഗിൽ വെച്ചത്?"

"ഐ ലവ് യൂ. ദി റൊമാൻസ് വി സ്റ്റാർട്ടഡ് എൻഡ് വിത്ത് മാജിക്ക് മൊമെന്റ്സ്. ഐ ലവ് യൂ എലോട്ട്."

കണ്ടം ഇംഗ്ലീഷ് മാത്രമേ എനിക്ക് അറിയൂ. പക്ഷെ മേനോൻ പറഞ്ഞതിന്റെ അർത്ഥം മുഴുവൻ മനസ്സിലായി, നോട്ടുകളുടെ എണ്ണം നോക്കിയപ്പോൾ തന്നെ.

പതിനെട്ടാം വയസ്സിൽ പ്രേമിച്ച് കല്ല്യാണം, അന്ന് പ്രേമം എന്തെന്ന് അറിയില്ലായിരുന്നു. നോട്ടങ്ങളിൽ പ്രേമം. അതും എന്റെ വട്ടക്കണ്ണുകളിൽ, അന്ന് കിടന്നപ്പോഴും എഴുന്നേറ്റപ്പോളും ഞാനെന്താ ചെയ്തതെന്ന് ഞാനറഞ്ഞില്ല. പിന്നെ കാലത്തിന്റെ മേടുകളിൽ, “ഓട്ടങ്ങളിൽ” ആദ്യമായി നടന്നപ്പോൾ പേടിയുടേയും ശങ്കകളുടേയും മിടിപ്പാണ്. ഹൃദയത്തിൽ. ഇസുവുമായി കുറേ കൊല്ലങ്ങൾ ഒറ്റക്ക് നടന്നപ്പോൾ, കിടന്നപ്പോൾ ആ മിടിപ്പുകൾ വികാരത്തിൽ പുളയുന്നതായി. പിന്നെ കച്ചവടത്തിൽ ഏർപ്പെടുമ്പോൾ നിർവികാരങ്ങളായ ഇസിജിയിലെ പ്രഷർ കുറഞ്ഞ ഹൃദയം അടിക്കും പോലെ. മേനോൻ പ്രണയവും സ്നേഹവും രതിമൂർച്ഛയും ഒന്നിച്ച് തന്നപ്പോൾ ആ സ്റ്റെത്തിൽ കൈമാറിയ മിടിപ്പുകൾ നയാഗ്ര വെള്ളച്ചാട്ടത്തിൽ ചുറ്റും പറക്കുന്ന കണികകൾ കോരിത്തരിപ്പിന്റെ ചന്തക്കുപ്പായം ഇട്ടപോലെ.

“ഹലോ, നീയെവിടെയാ കുറേ ആയല്ലോ മിണ്ടാട്ടം ഒന്നുമില്ലാതെ.”

സെൽ നോക്കിയപ്പോൾ കോളർ നെയിം വർക്കി മിണ്ടാടത്തിൽ.

എന്താണാവോ. ഹോട്ടൽ ചെയിനിന്റെ ഉടമയായ വർക്കി സാർ വിളിക്കുന്നത്. ഫോൺ എടുത്ത് മറ്റൊരു റൂമിലേക്ക് നീങ്ങി.

“തിരക്കിലായ്.”

“അറിയാം. ഡോക്ടർ മേനോൻ എന്നോട് ചോദിച്ചു. നിന്നെ പറ്റി ഒരു മാസം മുൻപ്.”

അയ്യോ. ഇവരെല്ലാം ഒന്നാണോ?. “എക്സ്പെക്ട് ദ അൺഎക്സ്പെക്ടഡ്”. പക്ഷെ അതാണ് ജിവിതം. അടുത്ത നിമിഷം അടുത്ത ശ്വാസം അത് ആർക്കാ അതറിയുക.

“അറിയുമോ”

“ഓ, വി അർ ഗുഡ് ഫ്രണ്ട്സ്”

“എന്ത് പറഞ്ഞു.?” നടന്നതെല്ലാം പറഞ്ഞോ എന്നറിയാൻ

“ഹി കാൾഡ് മി എ മന്ത് ബാക്ക്. എന്നിട്ട് ചോദിച്ചു നിന്നെപ്പറ്റി. എഫ്ബിയിൽ നമ്മൾ ഫ്രണ്ട്സ് ആണല്ലോ.”

“എന്നിട്ട്?”

"ഞാൻ നീ ഒരു നല്ല എസ്കോർട്ട് ആണെന്നും വിശ്വാസിക്കാം എന്നും നല്ല പ്ലയർ ആണെന്നും പറഞ്ഞു."

ഭഗവാനെ, കണ്ണൂരിൽ അന്ന് രാവിലെ കളഭം നെറ്റിയിൽ ഇടുമ്പോൾ ഞാൻ കരുതിയിരുന്നു, മേനോൻ എന്താ ഗിഫ്റ്റ് തരിക. ഞാനൊരു ഫസ്റ്റ് ടൈം അഡൾട്ടറി നടത്തുന്ന പോലെയല്ലെ പെരുമാറിയതും, വിശ്വസിപ്പിക്കാൻ നോക്കിയതും.

ചിലപ്പോൾ അടികിട്ടും, പിന്നിൽ നിന്നും ആവാം.

അതിനെന്താ?

മുത്തച്ഛൻ പിന്നോട്ടാവുന്നത് കാരണം, എന്താണാവോ? ആങ്ങേർക്കും ഞാൻ നിർത്തിയോ ഇല്ലയോ എന്ന സംശയം കൂടിവരുന്നോ?

കണ്ണൂരിൽ നിന്നും കാറിൽ കയറാൻ പോകുമ്പോൾ ഡ്രൈവർ പിന്നിലെ ഇടതുഭാഗത്തെ ഡോർ തുറന്നുവെച്ചു. ഞാൻ മുന്നിലെ ഇരിക്കാറുള്ളൂ. ആരായാലും, മുത്തച്ഛനായാലും നിസു ആയാലും വർക്കി ആയാലും.

"മേഡം എന്തിനാ മുന്നിൽ ഇരിക്കുന്നത?" ഡ്രൈവർ

"എന്താ പേര്?"

"രഞ്ജിത്ത്."

"പിന്നിലെ സീറ്റിൽ ഇരിക്കാൻ സമയമായില്ല."

"ഓക്കേ"

അപ്പോളാ ആലോചിച്ചത്, മുത്തച്ഛൻ, മുത്തച്ഛന്റെ കാർ മാറ്റുമ്പോൾ പഴയ കാർ എനിക്ക് തരും എന്ന് പറഞ്ഞത്. അന്ന്, ഡ്രൈവറെ വെച്ച് സോഷ്യൽ ലേഡി ആയി, കൂളിംഗ് ഗ്ലാസ്സ് ഇട്ട്, വേണ്ട ലിപ്സ്റ്റിക്ക് വേണ്ട... ആലോചന.

ഓർമകൾ കഴിഞ്ഞതാണ്. അതിനു ചരിത്രമുണ്ട്. ആലോചനകൾ മുന്നിൽ ആവുമ്പോൾ അതെല്ലാം പ്രായോഗികമാവുമോ? ആർക്കറിയാം.

മുന്നിൽ ഇരുന്ന് രഞ്ജിത്ത് വണ്ടി ഓടിക്കുന്നത് നോക്കികൊണ്ടിരുന്നു. ഞാനിപ്പോൾ ഫോർ വീലർ ലൈസൻസ് കയ്യിലുള്ള ആളല്ലേ. ഒരു ഗമ തന്നെ. പാവം മുത്തച്ഛൻ, എന്തെല്ലാമോ ചെയ്തു തരുന്നത്.

കാർ ഓടിക്കുമ്പോൾ, മുന്നിൽ പൊട്ടിയാലും പൊട്ടാത്ത വിൻഡ് ഷീൽഡ് നോക്കി. അതിലൂടെ ആണ് മുന്നോട്ടുള്ള വഴികൾ കാണുക.

പൊട്ടിയാൽ, ആക്സിഡന്റായാൽ കൂടി, ഗ്ലാസ് പൊട്ടി ചിതറില്ല. ഭാഗ്യം. ഓടിച്ചു മുന്നോട്ടു പോവാം.

രണ്ടു സൈഡിലും റിയർവ്യൂ മിററ്സ് ഉണ്ട്. അത് നോക്കണം. പിന്നിൽ കടന്നുപോയ വഴികൾ മനസ്സിലാക്കാം. പഠിക്കാം തെറ്റുകൾ തിരുത്താം. ഓവർടേക്ക് ചെയ്യാൻ വിട്ടു കൊടുക്കാം.

വീൽ ഡയറക്ഷൻ പോലെ വഴികളിൽ വേണ്ടപോലെ തിരിയാം, വളയാം.

വഴുക്കിയ ഓർമ്മകൾ പോലെ. വഴുക്കിൽ വീണ നിമിഷങ്ങൾ പോലെ, സ്പീഡിലും ക്ലച്ച് ഒന്ന് പിടിച്ചാൽ വണ്ടി കുതറില്ല, അനങ്ങും, നീങ്ങും, അത്രമാത്രം

പെട്ടെന്നെന്തെങ്കിലും മുന്നിൽ വന്നാൽ ഓടുന്ന കാർ നിർത്തി പുറത്തിറങ്ങിപോകാം രക്ഷക്കായി..

എക്സലറേറ്റർ സ്പീഡിന്റെ നിയന്ത്രണങ്ങൾ

സൈഡ് ഇൻഡിക്കേറ്റർ വേണ്ടപ്പോൾ ഇടത്തോ വലതോ എന്നതിന്റെ തീരുമാനങ്ങൾ.

വൈപ്പർ, മഞ്ഞും മഴയും അത് പോലെ കാഴ്ചക്ക് ബുദ്ധിമുട്ടാവുമ്പോൾ സയിറ്റ് ക്ലിയർ ചെയ്യാൻ.

ഇതെല്ലാം നോക്കി ഇരിക്കുമ്പോൾ, ആണ് മുന്നിലുള്ള കാർ ഇടത്തേ ഇൻഡിക്കേറ്റർ കാണിച്ചു വലതുഭാഗത്തേക്ക് തിരിഞ്ഞത്.

ഇത് നോക്കണം. ചിലർ വരാം എന്നു പറയും, കാണാം എന്നും പോകാം എന്നും. ആയാളുടെ കാർ വേറെ ദിശയിൽ വേറൊരു പാർട്ടിയുടെ കൂടെ. അപ്പോൾ കാണില്ല. കച്ചവടം നടക്കില്ല.

കാർ ഡിസൈൻ ചെയ്തയാൾ പ്രകൃതിയുടെ വികൃതികൾ നോക്കി പഠിച്ചാവാം ഇങ്ങിനെ എല്ലാം ഉണ്ടാക്കിയത്

ആർക്കറിയാം ഞാൻ വീണ്ടും എന്റെ സ്വന്തം ചിന്തകളിൽ മുഴുകി.

വർക്കി മിണ്ടാട്ടത്തിൽ ഫോൺ ചെയ്യുമ്പോൾ സന്ധ്യ കഴിഞ്ഞു.

അതിനു ശേഷമാണ് വീടിനു മുൻപിൽ ഒരു മോട്ടോർ സൈക്കിൾ നിർത്തുന്ന ശബ്ദം കേട്ടത്.

നോക്കിയപ്പോൾ കണ്ണൂരിൽ നിന്നും ബസ് സ്റ്റോപ്പിൽ വിട്ട കാർ ഡ്രൈവർ.

ഞാൻ പുറത്തിറങ്ങുമ്പോഴേക്കും മൂത്ത മോൾ മുറ്റത്തുനിന്നും രഞ്ജിത്തിനോട് സംസാരിക്കുന്നതാ കണ്ടത്. എന്റെ കാർത്യായനി ദേവി, അവൾക്ക് രഞ്ജിത്തുമായി പരിചയമോ?

ഞാൻ പുറത്തെത്തുമ്പോഴേക്കും രഞ്ജിത്ത് ഒരു പൊതി കൊടുത്തു, മോട്ടോർ സൈക്കിൾ ഓടിച്ചുപോയി.

"ആരാ അത്?"– ഞാൻ

"എന്താ ഇത് ?" – മോൾ

"അതാരാ?"ഞാൻ വീണ്ടും

"അയാൾ അടുത്തുള്ള ആ കുളത്തിന്റെ വലതുഭാഗത്തുള്ള അമ്പലത്തിന്റെ പടിഞ്ഞാറുള്ള വീട്ടിൽ ആണെന്ന് പറഞ്ഞു."

"നിനക്കെങ്ങനെ അറിയാം?"

"സ്കൂളിൽ പോവുമ്പോൾ അയാൾ മോട്ടോർ സൈക്കിൾ എടുത്ത് പോകുന്നത് കാണാറുണ്ട്."

"നിനക്കറിയുമോ?"

"ഇതെന്താ?" – മോളുടെ കയ്യിൽ കോട്ട്.

"ഇതോ? നോക്കട്ടെ"

"ഇത് ഇന്നലെ അമ്മ കണ്ണൂരിൽ പോയപ്പോൾ കൊണ്ടുപോയി. ഇന്ന് കാറിൽ വെച്ച് മറന്നതാ എന്നാ പറഞ്ഞത്."

അവൾക്ക് മനസിലായി. രഞ്ജിത്തിനും. അയൽവക്കകാരും.

മോളുടെ ചോദ്യത്തിനു മുൻപിൽ ഞാൻ പതറി

മനസ്സിൽ മഞ്ഞുപോലെ, വൈപ്പർ ഇട്ടു. ഒരു ഉപായങ്ങളും കാണുന്നില്ല.

അന്ന് അമ്മയുടെ വീട്ടിൽ പോകുന്നു എന്നാ പറഞ്ഞത്. റിയർ വ്യൂ മിറർ. സെഡ് ഇൻഡിക്കേറ്റർ ഇട്ടു നോക്കി. ... ഇനി അത് നടക്കില്ല.

ക്ലച്ച് വഴുക്കിൽ വീണ ഓർമ്മകളെ തഴയാൻ പറ്റുന്നില്ല. ഒടുവിൽ ബ്രേക്കിട്ട് ഓടിപ്പോയി.

കളരിയിലെ പതിനെട്ടാം അടവ് പോലെ

"ഞാൻ അച്ഛനോട് പറയൂല." –മോൾ വന്നെന്നെ കെട്ടിപ്പിടിച്ചു.

"നിനക്ക് ഞാൻ..."

“വേണ്ട. ഒന്നും വേണ്ടമ്മേ. ഇന്നിതെല്ലാം ഉണ്ട്. നമ്മുടെ അയൽപക്കങ്ങളിൽ പോലും”

നെഞ്ചിൽ മറ്റൊരു ഇടിവെട്ട്. വയറിൽ ആസിഡ് അറ്റാക്ക്.

മണ്ണെണ്ണകുപ്പി തിരയുമ്പോൾ ഈ തവണ മോൾ കണ്ടു.

“വേണ്ടമ്മേ, മരിച്ചാൽ ഞങ്ങൾ പിന്നെ?”

അപ്പോളാണ് മുത്തച്ഛൻ ഉപദേശിക്കുന്നതെ പറ്റി ഓടിയോടി ഓർമ്മകൾ എത്തിയത്.

“നീ എപ്പോഴും ശ്രദ്ധിക്കേണ്ട ഒന്നുണ്ട്. തെങ്ങിൽ കയറുമ്പോഴും കഴുങ്ങിൽ കയറുമ്പോഴും വേറെ വേറെ തളപ്പുകളാണിടേണ്ടത്?

ശരി അല്ലേ? അതെ!

“ചെറിയ ഉള്ളി സാമ്പാറിനും, വലിയ ഉള്ളി ചിക്കനും. രണ്ടും രണ്ടാ”

ശരി!

“വേർതിരിക്കുന്നത് ഒരാവിശ്യമാണ്. എന്തിലും ഏതിലും”

അതും ശരി തന്നെ

“ഉപ്പ് തിന്നാൽ വെള്ളം കുടിക്കേണ്ടിവരും”

ഇത്ര ശരിയായി മറ്റൊന്നും ഇല്ല. ഇന്നിപ്പോൾ. ഞാൻ ഓർത്തു.

അന്ന് രാത്രി കള്ള് കുടിച്ചാണ് ചേട്ടൻ വന്നത്. നല്ലപോലെ കുടിച്ചിരുന്നു.

എവിടെ പോയി കുടിച്ചതാണാവോ?

“തേവിടിശ്ശി, നീ ഇങ്ങോട്ട് വാ?”

എത്രയോ തവണ കേട്ടതാണിത്. കള്ളു കുടിച്ചാൽ ഞാൻ ഭാര്യ അല്ല. സിനിമ ഡയലോഗ് അടിക്കും അപ്പോൾ, മറ്റുള്ളവരുടെ ഭാര്യയുടെ ഭംഗി കാണാൻ അയലത്തെ ജനലിലൂടെ അല്ലെ നോക്കുക

“ആരാടി നിന്നെ നോക്കിയ ഡോക്ടർ?”

അയലത്തെ ജനലിലൂടെ നോക്കി കണ്ടുപിടിച്ചതാ – ഞാൻ ഭവ്യതയോടെ, എന്നാലും ശ്രദ്ധിക്കാതെ പറഞ്ഞു. കള്ളിന്റെ പുറത്തു കള്ളം പറയാൻ നോക്കി. പെട്ടെന്ന് മറന്ന്പോകും സാധാരണ ഇതെല്ലാം.

“ദേ, നിന്റെ ഈ പരിപ്പ് എന്റെ പുതിയ ചട്ടിയിൽ വേവൂല”

ഭഗവതിയെ, കാർത്യായനി ദേവിയെ. ഞാൻ പ്രാർത്ഥിച്ചു. മക്കളും ചുറ്റുമുണ്ട്. മൂത്തോൾക്ക് മനസ്സിലായ കാര്യമാ.

“ഡ്രൈവർ രഞ്ജിത്ത് അയലത്തെ ഫൽഗുനനോട് പറഞ്ഞതാണത്രെ”

“എന്ത്?”

“വേണ്ട, പരിപ്പ് വേവൂല. നീ കിടന്നുറങ്ങിക്കോ, ഇല്ലേല് കൊന്നാളും ഞാൻ”

നന്നായി. ഞാൻ മിണ്ടാതെ അടുക്കളയിലെ ലൈറ്റ് അണച്ചു കിടന്നു. മേലെയുള്ള ബെഡ്റൂമിൽ ആ കട്ടിൽ. മുത്തച്ഛൻ ഒപ്പിച്ചു തന്നതാ. നല്ല ഹൃദയം കൊണ്ട് തന്ന ആ കട്ടിലിൽ നല്ലതുമാത്രമേ വരൂ.

കണ്ണടച്ചു കിടക്കുകയാ മൂത്തോള്. എല്ലാവരും ഒച്ചയടക്കി, മിണ്ടാതെ, അറിയും എങ്കിലും അറിയാത്ത പോലെ.

ജീവിത നാടകങ്ങൾ. പൊയ്മുഖങ്ങൾ. എല്ലാമൊന്നു തന്നെ. നദിയും കടലും എല്ലാം ഒരേപോലെ. സത്യവും സദാചാരവും മിഥ്യയും മിടുക്കും.

അന്ന് ചേട്ടൻ കൂടുതൽ ഒന്നും മിണ്ടാതെ ഉറങ്ങി. പാവം, ഒരു പൂച്ച പോലെ. കണ്ണടച്ച് ഇരുട്ടാക്കുന്ന പോലെ.

വിശാലമനസ്കനായ നല്ലൊരു മനുഷ്യൻ. അല്ലാതെന്ത് ചെയ്യും. വേറെ പോംവഴികൾ അടയുമ്പോൾ?

ദിപസ്തംഭം പോലെ വെളിച്ചം കാട്ടിയായ മുത്തച്ഛൻ. ഞാൻ നടുക്കടലിൽ പോലെ. പണയം വെച്ച പൊന്നിനും ലോൺ എടുത്ത വലിയ തുകകൾക്കും പലിശ കൊടുക്കാൻ കൂടി കഴിയാത്ത സമയം.

“നീ എന്റെ അടുത്തുണ്ടാവുമ്പോൾ നിനക്ക് ഷുഗർ കുറയും, മനസ്സമാധാനം കൂടും. കണ്ണുകളിൽ തിളക്കം കൂടും. പക്ഷെ വികാരം കുറയും. അല്ലെ.?”

ശരിയാണ്. മിക്കതിലും പേടി. അപ്പോൾ ചാറ്റിൽ ഇഷ്ടം കുറയാറുണ്ട്. മോളേയും മുത്തച്ഛനെയും അന്നെല്ലാം ഒരു പേടിപോലെ കൊണ്ടാണോ എന്നറിയില്ല. മുത്തച്ഛനോട് പേടി പോയി. മോളോട് ജാസ്തിയായി. ഇപ്പോളിപ്പോൾ മോളുടെ കണ്ട്രോൾസ് കൊണ്ടാണോ എന്നറിയില്ല.

“അമ്മ എന്തിനാ ഇങ്ങനെ? അങ്ങനെ?”

പേടി പോകാൻ കാരണം മുത്തച്ഛൻ ഇപ്പോളിപ്പോൾ കൂടുതൽ ചോദ്യങ്ങൾ ചോദിക്കുന്നില്ല എന്നതിനാലാണോ?

അതോ ഞാൻ മുത്തച്ഛനെ ദേഷ്യത്തിൽ പല വാക്കുകളും നേരിട്ടും മുഖത്തു നോക്കിയും സെല്ലിലും പറഞ്ഞത് കൊണ്ടാണോ?

ചിലപ്പോൾ ആലോചിക്കുമ്പോൾ തോന്നും, എന്നെ ഈ ലോകത്ത് ഏറ്റവും അധികം സ്നേഹിക്കുന്നത് മുത്തച്ഛൻ ആണെന്ന്. പക്ഷെ എന്റെ ദേഷ്യത്തെ എനിക്ക് കണ്ട്രോൾ ചെയ്യാൻ പറ്റില്ല.

വാക്കുകൾ ഉപയോഗിച്ച ശേഷം സങ്കടവും ആവും. വെടിമരുന്നിന്റെ ശക്തിയാ എന്നും തോന്നും.

"ഒരിക്കലും നീ ഷോർട്ട് കട്ട് എടുക്കരുത്" എന്ന് പറയും. എനിക്കങ്ങനയാ. വേണ്ടതിപ്പോൾ, അല്ലെങ്കിൽ ഒന്നും വേണ്ട. പല്ലു വേദനിച്ചപ്പോൾ നല്ലൊരു ഡെന്റിസ്റ്റിനെ കാണിച്ചു, കൂടെ വന്നു. ഷുഗർ കുറയട്ടെ, അതിനു മരുന്നും വാങ്ങി തന്നു.

അതെ ആ ആഴ്ച ഞാൻ പല്ലുവേദന വന്നപ്പോൾ വേറെ ഒരു ഡെന്റിസ്റ്റിനെ കാണിച്ചു. അയാൾ പല്ലെടുത്തു. വേദന കൂടി. മുഖം ആകെ വീർത്തു. ഷുഗർ ഉള്ളതൊന്നും പറഞ്ഞില്ല.

മുത്തച്ഛൻ കാറിൽ വന്നു എന്നെ ഒരു നല്ല ഡെന്റിസ്റ്റിനെ കാണിച്ചു. എക്സറേ എടുത്തു. പഴുപ്പ് കൂടി എന്നും അത് തലയിലേക്ക് വേദനകൊണ്ട് കൂടുതൽ ബുദ്ധിമുട്ടുണ്ടാകും എന്നും. ഹോസ്പിറ്റലിൽ അഡ്മിറ്റായി

മൂന്നാലും ദിവസം. അന്ന് സെൽഫിയിൽ ഫോട്ടോ എടുത്തത് കണ്ടപ്പോൾ ഞാനാകെ ബേജാറായി. പിറ്റേന്ന് ഓപ്പറേഷൻ. രണ്ടാം ദിവസം ശരിയാവാൻ തുടങ്ങി. അപ്പോൾ മുത്തച്ഛൻ അത് വരെ ഉള്ള ഫീസും റൂം ചാർജും കൊടുത്തു പോകുമ്പോൾ എന്നെ നോക്കി "പോട്ടെ" എന്നും പറഞ്ഞു. വേറൊന്നും മിണ്ടിയില്ല. ഞാൻ, "എന്തിനാ ഇത്ര പൈസ ചിലവഴിക്കുന്നത്" എന്ന് ചോദിച്ചതാ ഇഷ്ടപെടാത്തത്.

എന്നോടിത്രയേ പറഞ്ഞുള്ളൂ

"എത്ര പ്രാവിശ്യം ഞാൻ നിന്നോട് പറഞ്ഞു, ഷോർട്ട് കട്ട് എടുക്കരുതെന്ന്"

ഒന്നും കേൾക്കാൻ നിന്നില്ല.

മോളോട് പറഞ്ഞത്രെ. മുത്തച്ഛൻ ചെന്നൈയിൽ പോകയാണെന്നും പണം അഡ്വാൻസ് അടച്ചുകൊടുത്തതെന്നും

എന്ന ആളോടല്ലെ ഞാനീ ദേഷ്യം കാണിക്കുന്നത് അന്ന് രാത്രി അമ്മ പോയി, വീട്ടിലേക്ക്. മക്കൾക്ക് കൂട്ടിന്. ചേട്ടന് ഡ്യൂട്ടി ആണ്. പൊയ്ക്കോട്ടെ എന്ന് ചോദിച്ചപ്പോൾ ഓക്കേ പറഞ്ഞു. വീട്ടിലേക്ക് എന്തെങ്കിലും വരവല്ലെ. എനിക്ക് അഞ്ചു ദിവസത്തെ അറ്റന്ഡൻസ് ഇല്ലാത്തതിനാൽ പേ കട്ടാവും.

"നീ ഒറ്റക്കാവില്ലെ?"

"സാരമില്ല"

സുഖമായല്ലോ, ഇനി മാക്സിമം രണ്ടു ദിവസം. എന്നാ രാവിലെ ഡോക്ടർ നോക്കി പറഞ്ഞത്. ഒരു രാത്രി കൂടി, മറ്റന്നാൾ പോകാം.

എല്ലാവരും പോയപ്പോൾ ഞാൻ ഡോർ ക്ലോസ് ചെയ്യാതെ കുറച്ച് തുറന്ന് വെച്ച് കിടന്നു. വനിത വായിച്ചുകൊണ്ടിരുന്നു.

വീട്ടിലെത്തി അമ്മ ഭക്ഷണം ഉണ്ടാക്കി കൊടുത്ത ശേഷം മക്കൾ വിളിച്ചു. ഗുഡ്നൈറ്റ് പറഞ്ഞു.

എന്റെ ഒരു ഭാഗ്യമല്ലെ, ഓരോന്നിനും ഓരോ പ്രതിവിധികൾ ആയി മുത്തച്ഛനും വീട്ടുകാരും കൂടെ. ജോലി സ്ഥലത്തു നിന്നും പഴയ ജോലി ചെയ്ത സ്ഥലത്തുനിന്നും അന്ന് ആളുകൾ കാണാൻ വന്നിരുന്നു.

ടി വി നോക്കി കിടന്നു. സീരിയലുകൾ ഇഷ്ടമായിരുന്നു. വനിത പോലെ, വേറൊരു ലോകമാണത്. പലതും പല പോലെയും നടക്കും. ചോദ്യചിഹ്നങ്ങൾ അവശേഷിക്കുന്നത് ശവപ്പറമ്പുകളിൽ, മരിച്ചുപോയ കോലങ്ങളുടെ നടുക്ക്. ഒന്നിനും ശരിയായ ഉത്തരങ്ങൾ ഇല്ല. ഇരുട്ടും ഇരുട്ടിന്റെ പര്യായങ്ങളായ അന്ധകാരം ഉള്ള, നിഗൂഢതയിൽ ചേക്കേറും. ധാർമ്മികതയും മൂല്യങ്ങളും കൊട്ടക്കണക്കിനു ഉണ്ടെങ്കിലും അങ്ങാടിയിലെ വ്യാപാരചരക്കായി അതെല്ലാം.

ഓണം ആവാനായി. കഴിഞ്ഞ ഓണത്തിന് നല്ല രസമായിരുന്നു. നിസുവിന്റെ കൂടെ അടുത്തും അകന്നും അടുക്കാനും കൊടുക്കാനും തെറ്റാനും പിണങ്ങാനും ഉള്ള രസായനങ്ങൾ രണ്ടു മനസ്സുകളിലും കുറുക്കിയെടുക്കുന്ന സമയം.

ആ രസതന്ത്രശാലയിൽ ഹൃദയം. ഹൃദയത്തിന്റെ തോളിൽ ശരീരങ്ങൾ അടുക്കും. കടപ്പുറത്തുള്ള തിരമാലകൾ പോലെ ഒന്നിന് പിന്നിൽ മറ്റൊന്നായി അലകൾ അടിക്കും. വേലിയേറ്റമുണ്ടാകും, വേലിയിറക്കങ്ങളും. ദഹിക്കും വിശക്കും ദേഹങ്ങൾ കൊടുക്കാനും വാങ്ങാനും ധൃതി.

3 ജിയും ബാൻഡ് വിഡ്ത്, ഇതെല്ലാം കാന്തത്തിന്റെ വലിവുകൾ പോലെ ഓടി നടക്കും. പാടും. ചിത്രങ്ങൾ കാണിക്കും. നോക്കും രസിക്കും. ഉറക്കം ഇല്ലാതെ ഉറങ്ങാൻ പറ്റാതെ. "വെക്കല്ലിൻ" എന്ന് മുത്തച്ഛനോടെ പറയാറുള്ളു. ഇവിടെ "വെക്കാൻ" നോക്കുന്ന ഇസുവിനോട് എങ്ങിനേയാ "വെക്കല്ലിൻ" എന്ന് പറയുക. യാമങ്ങൾ കഴിയും. സംസാരത്തിൽ.

മനസ്സിന്റെ ലാബിൽ ആ രസതന്ത്രങ്ങൾ കൂടിചേരുമ്പോൾ ഉണ്ടാകുന്ന വസ്തു. – അതാണ് പ്രണയം. അതിന്റെ അടിത്തറ ശാരീരികം

"പ്രണയം"

ആ പ്രണയത്തിൽ സോപ്പുണ്ട്. സോപ്പിന്റെ നുരകളും വഴുക്കിൽ. കുമിളകൾ ആയി. ആ കുമിളകൾ എപ്പോളാ പൊട്ടുക, പൊട്ടിത്തെറിക്കുക എന്ന് പണ്ട് കോളേജ് ലാബിൽ അസിസ്റ്റന്റ് ആയിരുന്ന തോമാച്ചനും പ്രൊഫസർ ആയിരുന്ന രാമഭദ്രൻ സാറിനും അറിയില്ല. എനിക്കും.

ഇന്ന് ഇപ്പോൾ ഈ ഓണത്തിന് ഒന്നുമില്ല. പണ്ടങ്ങൾ എല്ലാം പണയത്തിൽ. കാശ് ഇല്ല എന്ന് തന്നെ. ഹോസ്പിറ്റലിലെ ബില്ല് അടക്കാൻ അഡ്വാൻസ് കൊടുത്താ മുത്തച്ഛൻ പോയത്. ഇനി എപ്പോഴാണാവോ?

ഡിജിറ്റൽ സ്പേസിൽ ഓണം തകർക്കുന്നു. ടി വി യിൽ കാണിച്ചു. കൽപ്പറ്റ ഉള്ള റെയിൻബോ എന്ന കമ്പനി ഓണ പൂക്കൾ ഹോം ഡെലിവറി നടത്തും എന്ന്. ഹോം സ്റ്റേ, ഹോംവർക്ക്, ഹോം ഡെലിവറി.

പക്ഷെ ഹോം എന്നതിൽ ഒരു അർത്ഥവുമില്ല, എനിക്ക് – അന്നും ഇന്നും.

ഇത് വരെ പാടുപെട്ട്, കഷ്ടപെട്ട് അപകടസാധ്യതകൾ ഉള്ള കാര്യങ്ങൾ ചെയ്യുമ്പോൾ അപായഹേതുവിന് ഇന്ഷുറൻസ് കമ്പനിയിൽ ജോലി എങ്കിലും ഇൻഷുറൻസ് ഒന്നും ഇല്ലാതെ. ഇന്നിപ്പോൾ ബ ാലൻസ് ഉള്ളത് ഓർമകളാണ്. അതാണ് ബാക്കി വരുന്നത്. പിന്നെ കാശ് വെച്ചിരുന്ന പെട്ടിയിൽ നോട്ടുകൾ കെട്ടിവെക്കാറുള്ള കുറേ കറേ റബർ ബാൻഡുകളും.

ഉണ്ടാക്കാൻ നോക്കിയതെല്ലാം പൊട്ടിതകർന്നു ചുറ്റും വിതറി കിടക്കുന്നു. ഇന്നലെ നഴ്സ് സലൈൻ കുപ്പി മേലോട്ട് കെട്ടാൻ നോക്കുമ്പോൾ താഴെ വീണു പൊട്ടിപോയ കണ്ണാടി ചില്ലുകൾ പോലെ. വാക്വം പമ്പ് കൊണ്ടാണ് പൊടിത്തരികൾ എടുത്ത് കളഞ്ഞത്. എനിക്ക് എന്റെ ഉടഞ്ഞുപോയ ജീവിതത്തിലെ കണ്ണാടി ചില്ലുകൾ പെറുക്കാനൊരു മടി. അഭിമാനം എന്ന വ്യർത്ഥമായ അർത്ഥമില്ലാത്ത വാക്ക് എന്നെ അതിനനുവദിക്കുന്നില്ല.

എന്ത്കൊണ്ട് ഓണപ്പൂക്കൾ നെറ്റിലൂടെ ഗൾഫിലേക്കും അയക്കുന്നപോലെ ഒരു ചരക്കായി ഞാനും ആ കയറ്റുമതിയിൽ ചേർന്നാലോ.?

അപ്പോഴാ, അന്ന് രണ്ടു കൊല്ലം മുൻപ്, സാജി പൊട്ടക്കട ചാറ്റിൽ ചോദിച്ചതോർമ്മ.

"ഇങ്ങോട്ട് പോരെ, ജോലിയുണ്ട്. വിസ ഞാൻ ശരിപ്പെടുത്താം."

അന്ന് വരുമാനം ഉള്ള നാളുകൾ. ഇന്നിപ്പോൾ ആലോചിച്ചാലെന്താ?

മാനം എന്നതെല്ലാം അഭിമാനത്തിന്റെ കടച്ചുവട്ടിൽ നിന്നും മാറി. രഞ്ജിത്ത് എന്ന ഡ്രൈവർ, അവനെന്തറിയാനാ "കോസ് ആൻഡ് എഫക്ട്" എന്നോ മറ്റോ മുത്തച്ഛൻ പറയുന്ന തിയറിയെപ്പറ്റി.

പോയാലോ വിസയെടുത്ത്

അത് അക്ഷയമായ, ശാശ്വതമായ നിദ്രയിലേക്ക് വാങ്ങാൻ ശ്രമിക്കുന്ന വിസയേക്കാൾ നല്ലതല്ലേ. മണ്ണെണ്ണ കുപ്പിയും നിറയെ വെച്ചിരിക്കുന്ന രാസഗുണമുള്ള ഗുളികകളും കൊണ്ടുണ്ടാക്കിയ വിസയേക്കാൾ

നിദ്ര വന്നില്ല. അന്ന് ഒറ്റക്ക് രാത്രി മുഴുവൻ. കുറേ നേരം ഇരുന്നു. കിടന്നു. പിന്നെ ടി വി ഓഫാക്കാൻ എഴുന്നേറ്റു. ഡോർ അടക്കാൻ പോയി.

അപ്പോൾ മേനോൻ. കൂടെ ഒരു ലേഡി ഡോക്ടറും.

ചിരിച്ചു. അകത്തേക്കു കയറിയില്ല.

"പല്ലിനു ഓപ്പറേഷൻ വേണ്ടി വന്നു അല്ലെ?"

ചിരിക്കാൻ ശ്രമിച്ചു. "അതെ"

"ഞാൻ കേസ് കണ്ടു. ഇത് ഡോക്ടർ രാധ. എന്റെ വൈഫ്"

അന്ന് ഞാനും ഡോക്ടർ രാധ ചമഞ്ഞു. കോട്ടിട്ട്.

"ഗുഡ്നൈറ്റ്"

ഡോക്ടർ രാധ ചിരിച്ചില്ല. ഒന്നും മിണ്ടിയുമില്ല.

മൗനത്തിൽ കള്ളത്തരങ്ങൾ ഒളിസ്ഥലം കണ്ടുപിടിക്കുന്നു. ഓണം കഴിഞ്ഞു. അത് കഴിഞ്ഞ് വലിയ പെരുന്നാളും, പെരുന്നാൾ കഴിഞ്ഞു, എറണാകുളത്തുനിന്ന് എല്ലാം കഴിഞ്ഞ് പുറത്തിറങ്ങിയപ്പോൾ ഞാനെന്റെ ഗിഫ്റ്റ് തന്ന ഹാൻഡ് ബാഗ് ഒന്നൂടെ അടക്കിപ്പിടിച്ചു. ആദ്യമായാണ് എനിക്കിത്രയും തുക കിട്ടുന്നത്.

നസീർ പാലോഡി എന്ന ഗൾഫ്കാരൻ കച്ചവടവും ജോലിയും ആണ് എന്ന് കൃഷ്ണ പറഞ്ഞു. കൃഷ്ണ എന്ന ദല്ലാൾ പരിചയപ്പെടുത്തി. എല്ലാമുണ്ടത്രെ. അയാൾക്ക് സ്വന്തം പ്ലെയിൻ ഉണ്ടെന്ന്.

പറന്നാ വന്നത്. എല്ലാം പറക്കുന്ന പോലെ. പറന്നാ പോയതും. പക്ഷെ കയ്യിൽ തന്നത് വലിയ തുക. നോട്ടുകളുടെ വലിയൊരു ഭാണ്ഡം. ആ ബാഗാണ് നെഞ്ചത്തേക്കടക്കി പിടിച്ചത്... ഒരു ഹാൻഡ് ബാഗിൽ ഇട്ടാണ് തന്നത്. ഗുസ്സി എന്ന ബാഗിൽ. അതിന്റെ പേരതാ.

അയാളുടെ കൂടെ ഇരിക്കുമ്പോൾ എന്റെ അടിവസ്ത്രങ്ങൾ അഴിയുമ്പോൾ ഞാൻ ആലോചിച്ചു: പുള്ളികളുള്ള ജെട്ടിയും കറുത്ത ബ്രായും ആണ് അവസാനമായി മുത്തച്ഛൻ വാങ്ങിച്ചു തന്നത്.

ഏതായാലും കുറേനേരം ഗുസ്തിയൊന്നും കളിക്കേണ്ടി വന്നില്ല. അവിടെ എത്തി. കളിച്ചു. തുടച്ചു. കഴിഞ്ഞു. പോന്നു. ഗുസ്തി അടുത്ത തവണ. കാണാൻ വേണ്ടി കൃഷ്ണയോട് പറയാം എന്നും പറഞ്ഞു. അങ്ങിനെയും ആളുകൾ ഉണ്ടോ . എന്റെ സെൽ നമ്പർ ഒന്നും ചോദിച്ചില്ല.

ഞാനെന്തിനാ ഇതേ പറ്റി റിസർച്ച് ചെയ്യുന്നത്. ഗുസ്സിബാഗ് എന്റെ കയ്യിൽ.

മുത്തച്ഛൻ ബാഗുകളും ചെരിപ്പുകളും തേമാനം ആവും മുൻപ് പുതിയത് വാങ്ങിത്തരും. ഇത് അതേക്കാൾ നല്ലതാ. ഫേഷനബിളാ.

പ്രേരണകൾ പ്രയോജനപ്പെടുത്തുന്നത് ഒരു ആർട്ട് ആണ്. തരികിട. അത് മാനേജ്മെന്റ് ഭാഷയിൽ പറഞ്ഞാൽ – കസ്റ്റമർ സർവീസ് എന്നും പറയാം.

നഷ്ടകച്ചവടം ആരും ചെയ്യില്ല, കട പൂട്ടേണ്ടിവരും. സമയം ആയില്ലല്ലോ?

# അധ്യായം-11

## ചക്രം, വകൃതയിലൂടെ

## ഇരുളിലൂടെയേ വെളിച്ചം പ്രകാശിക്കൂ.

"എന്റെ മനസ്സിൽ ഇപ്പോൾ യുദ്ധം നടക്കുകയാണ്" മുത്തച്ഛൻ.

"ഇന്നലെ തിറയും വാളും എല്ലാം കണ്ടത് കൊണ്ട് തോന്നുകയാവാം."

"അല്ല, ഇത് പഞ്ചപാണ്ഡവന്മാരും കൗരവന്മാരും തമ്മിലുള്ള യുദ്ധം പോലെ ആണ്. നല്ലതും ചീത്തയും തമ്മിൽ."

തെറ്റുകളെ നിർമ്മാർജ്ജനം ചെയ്യാൻ കുറുക്ക് വഴികൾ പോരാ. അതിന് മാനസാന്തരം വേണം. വെറും കുമ്പസാരം മാത്രം പോരാ.

മുത്തച്ഛൻ കാണാതെ ഒരിക്കൽ ഞാൻ ഒരിടം വരെ പോയി. ദിവ്യവേഷം ഇടാൻ നെറ്റിയിൽ കളഭവും. അതിൽ വയറ്റുപ്പിഴപ്പിന്റെ സാധ്യതകൾ ഉണ്ട്.

ജോലിക്ക് പോയി, കുളിച്ചു ഭക്ഷണമുണ്ടാക്കി കുട്ടികൾക്കു കൊടുത്തു ഹസ്സിനെയും ഊട്ടി, രൂപരേഖകൾ പ്ലാൻ ചെയ്യുമ്പോൾ ആണ് ഹസ്സ് വന്നു പറയുന്നത്.

"ഞാൻ ഒരു ഇമ്പോട്ടണ്ടാണ്."

അത് കേട്ടപ്പോൾ ഞാൻ എന്റെ വഴിമാറലിന്റെ കാരണം ആലോചിച്ചു. വൈരാഗ്യം, പക, പ്രതികാരം ......

ഹസ്ബൻഡ്, എന്ന കഴിവ് ഇല്ലാത്ത ഒരു മനുഷ്യൻ. മറ്റൊരു തരം ഇമ്പോട്ടൻസ്. കൈകാര്യം ചെയ്യാനുള്ള കെൽപ്പില്ലായ്മ, കാര്യങ്ങളുടെ അന്തർലീനത മനസ്സിലാക്കാൻ കഴിവില്ലായ്മ, മറ്റാര് പറഞ്ഞാലും അത് വിശ്വസിച്ചു എന്നെ ശാസിക്കാനും, എന്നിൽ കുറ്റം കണ്ടെത്താനും മാത്രം കഴിവുള്ളയാൾ.

ചെറുപ്പത്തിൽ അച്ഛമ്മ പറഞ്ഞു തന്നതാ, വിത്തുകളുടെ വിഷയം. മാങ്ങ അണ്ടി നട്ടാൽ മാവാകും. തേങ്ങാ കുഴിച്ചിട്ടാൽ തെങ്ങും. മാറില്ലത്രെ. അതാ പ്രകൃതിയുടെ നിയമം.

ചിലത് നല്ല വിത്തുകൾ, ചിലത് ചീത്തവിത്തുകൾ. അത്രയേ ഉള്ളൂ.

ചില വിത്തുകൾ വളരുന്നത്, വലിയ മരങ്ങളുടെ ചുവടെ ആണ്. പ്രകൃതിയുടെ വികൃതിയിൽ ആ പടരുന്ന ചെടികൾ വലിയ മരങ്ങളുടെ ചുറ്റും പിണർന്നു ചികഞ്ഞു വളർന്നു കായ്ക്കുന്നു. തെങ്ങിന്റെ മീതെയും മാവിന്റെ മീതെയും ചക്കരവല്ലിയും കുരുമുളകും വളരുന്ന പോലെ.

ഓരോ തുടക്കവും ഉത്ഭവിക്കുന്നത് മറ്റൊരു തുടക്കത്തിന്റെ അന്ത്യത്തിൽ നിന്നാണ്. നമ്മുടെ ജീവിതത്തിൽ ചില നിമിഷങ്ങളിൽ നാം അറിയും – ആരാ നമ്മുടെ കൂടെ, ആരാ എന്നും കൂടെ ഉണ്ടാവുക? എന്ന്. വേദനിപ്പിക്കുന്ന സത്യങ്ങൾ നാം ഒളിക്കും – അതാ എളുപ്പം. എല്ലാം തീരില്ല എന്ന് നമ്മൾ കരുതും. അത് വ്യർത്ഥം ആണ്. എല്ലാം ശാശ്വതം എന്ന് നാം ഉറപ്പിച്ചു വിശ്വസിക്കാൻ നോക്കും. എത്ര വേഗം നാം മാറ്റത്തിന്റെ പൂർണതയെ മനസ്സിലാക്കുന്നുവോ അത്ര എളുപ്പത്തിൽ നമുക്ക് മാറ്റത്തിന്റെ വേദനകളെ നേരിടാം.

എല്ലാം അവസാനിക്കും; നാം പ്രതീക്ഷിക്കുന്നതിൽ വേഗം ഒന്നും തീരുന്നില്ല – പരിവർത്തനങ്ങൾ നടക്കും എന്നെ ഉള്ളൂ. ആ ചിന്താഗതി സ്വീകരിക്കുമ്പോൾ അത് ആശകൾക്ക് ശുഭപ്രതീക്ഷ നൽകും.

ചിലപ്പോൾ സാഹചര്യങ്ങൾ നമ്മെ അടിച്ചമർത്തിയേക്കാം. പക്ഷെ ആ കിടപ്പിൽ നിന്നും നാം പുതിയ സംരംഭങ്ങളിലൂടെ വിധിയുടെ വഴികൾ കണ്ടെത്തുകയായിരിക്കാം.

അന്ത്യഭലം മരണം ആയാലും അതും അവസാനിക്കുന്നില്ല. ഒരു അവസാനത്തിന്റെ തുടക്കവും അല്ലിത്. ഒരു പക്ഷെ തുടക്കത്തിന്റെ അവസാനം ആയിരിക്കാം. ജീവിതം ഇന്നുണ്ട്, ഇപ്പോൾ ഉണ്ട്– പിന്നത്തേത് അറിയില്ല. അത് പോലെ ബന്ധങ്ങളും മറ്റു എല്ലാ കാര്യങ്ങളും.

എല്ലാം മാറിമറയും – എല്ലാം പരിണമിക്കും– ഒന്നും ശാശ്വതമല്ല – ഓരോ മാറ്റത്തിന്നും ഒരു പുനർനിർവൃതിയുടെ ഭാവന ഉണ്ട്– മാറ്റങ്ങൾ പുതിയ ആശയങ്ങൾ നമ്മിലേക്ക് കൊണ്ടുവരും – അത് നമ്മുടെ ഭാവിയിലെ വിധി കർത്താക്കൾ ആയി തീരും – അതിൽ കൂടുതൽ എന്തിനാ നാം ചിന്തിക്കുന്നത്?

ജിത്തു എന്ന എന്റെ കഥ എഴുതിക്കൊണ്ടിരിക്കുകയാണ്. കുറച്ച് പേജുകൾ എഴുതി തീർന്നു. ഇനിയും കുറച്ചു കൂടി ബാക്കി. പിന്നെ എങ്ങിനെയാ എന്നെ പറ്റിയോ അതുപോലുള്ള എത്രയോ പേരെ പറ്റിയോ ആർക്കും ന്യായാധിപന്റെ അല്ലെങ്കിൽ വിധികർത്താവിന്റെ സ്ഥാനത്തിരുന്നു എന്നെപ്പോലുള്ള പലരുടെയും തെറ്റുകളെയും ശരികളെയും അപഗ്രഥനം ചെയ്യാൻ പറ്റുക?

“ഡെയർ ടു ബെയർ” എന്നും “ജസ്റ്റ് ഡു ഇറ്റ്” എന്നും പറയുന്ന പരസ്യങ്ങൾ സത്യമല്ലേ? പോൺ സിനിമകളിൽ അഭിനയിച്ചവർ ഇന്ന് നമുക്ക് വലിയ ആളുകളല്ലേ.? റെയിൽവേ പ്ലാറ്റ്ഫോമിൽ ഇരുന്നു ഡിജിറ്റൽ പ്ലാറ്റ്ഫോമിലൂടെ പലരും ഒളിച്ചുകളി നടത്തുന്നത് എന്തിനാ?

ഈ ഭൂമിയിൽ മറ്റുള്ളവരുടെ മാതൃകയിൽ ഞാൻ വഴി തെറ്റിയാൽ സാരമില്ല. എനിക്ക് സ്വർഗ്ഗകവാടത്തിലേക്കുള്ള വഴി എളുപ്പമാവാൻ ഇടയുണ്ട്.

ഒന്നും ചെയ്യാതെ, മിണ്ടാതെ, പ്രതികരിക്കാതെ, കാര്യഗൗരവമില്ലാതെ, പൊറുക്കാനും പൊറുപ്പിക്കാനും ശ്രദ്ധയില്ലാതെ, നാളെകളെ ഇന്നത്തേക്കാൾ നല്ലതാകാൻ ബുദ്ധിമുട്ടിയാലെന്താ?

അല്ല എങ്കിൽ ഈ ശരീരം ജഡമാവും. നിശ്ചലമാവും, പുഴുക്കൾ അരിച്ച പോലെ, കാണാതാവും, കണ്ണിനു മുൻപിൽ.

അത് വയ്യാ, അതാ ചെറിയ ചില തെറ്റുകൾ ഓർക്കാപ്പുറത്ത്. ചിലപ്പോൾ പിന്നടി വാങ്ങിയിട്ടും ചെയ്യേണ്ടി വരുന്നത്.

നാളെ മക്കളുടെ ഫീസ് അടയ്ക്കാനും, അവർക്ക് രണ്ടു പേർക്കും ചില ദിവസങ്ങളിൽ എങ്കിലും നല്ല മീനും, ഇറച്ചിയും കൊടുക്കാനും ഇരന്നിട്ടല്ല ജീവിക്കാൻ ശ്രമം നടക്കുന്നത്.

റിലേഷൻഷിപ്പിൽ പ്രോബ്ലം ഇല്ലാത്ത ആളുകളുണ്ടോ? മിക്കവരുടെയും ഇന്നത്തെ ഇഷ്യൂ അതാണ്. സ്നേഹം കുറഞ്ഞിട്ടല്ല, അടുപ്പം കുറയുന്നതും തമ്മിലുള്ള ബന്ധങ്ങൾ ഇല്ലാതാവുന്നതും. എനിക്ക് ഇക്കണോമിക് പ്രോബ്ലം ഒരു തരത്തിൽ. ഇന്നത്തെ പലർക്കും കൂടുതൽ സമ്പത്തുള്ളതും ഒരു തരം വിശ്വാസങ്ങളുടെ അടിത്തറ തുടച്ചു കളയുന്നു. “എന്നേക്കാൾ എന്റെ ഭാര്യക്ക് ശമ്പളം ഉണ്ടായാൽ” അതൊരു വിടവാണ്. വരുമാനത്തിലും അവർ തമ്മിലുള്ള പൊരുത്തത്തിലും.

കഠിനമായ ഹൃദയം വേണം. കരിങ്കൽ പോലെ, എന്നാലിതെല്ലാം മനസ്സിലാക്കാം. ലോജിക് മാത്രമല്ല ഫിലോസഫി കൂടെ കലരേണം ചിന്തകളിൽ.

ഒന്നും മനസ്സിലാവില്ല, അനുഭവിക്കാതെ. വ്യഭിചാരം. അതെ പോലെ വിശ്വാസമില്ലായ്മയും. ലോകം ജനിച്ച അന്നേ തുടങ്ങിയതാണോ? ആദാമും ഈവും മുതൽ, വിഭാണ്ഡവൻ, ഷ്യശൃങ്കനെ സ്ത്രീകളുടെ സുഗന്ധം ഏൽപ്പിക്കാതെ വളർത്തി, എന്നാൽ വേശ്യകളെ കൊണ്ട് സ്വാധീനിക്കാൻ അടുത്ത നാട്ടു രാജാവ് താളമിട്ടത് അഞ്ചു പേരുടെ ഭാര്യയാവാൻ ദ്രൗപതി ഇരുന്നത് മുതൽ.

സുകൃതം ചെയ്ത എത്ര അനുഗ്രഹീതരുണ്ട്, തെറ്റുകൾ ചെയ്യാതെ സത്യങ്ങൾ മാത്രം പുണരുന്നവർ.

തെറ്റുകളിൽ നിന്നും ശരികളെ ചല്ലടയിൽ അരിച്ചു അതിൽ നിന്നും പഠിക്കാൻ നോക്കിയാൽ അതാണ് മനുഷ്യന്റെ പരിണാമം.

വിധി ഇന്ന് ഈ നിമിഷം വരെ ഉള്ളതാണ്.

കർമം ഈ നിമിഷം മുതൽ തുടങ്ങുന്നതും.

കർമ്മം കൊണ്ട് വിധിയെ സ്വാധീനിക്കാം.

പരിണാമം നടക്കുന്നതും നാം മുന്നോട്ട് ഉയരുന്നതും അങ്ങിനെ ആവാം.

അറിയില്ല. പക്ഷെ മുത്തച്ഛൻ എനിക്ക് പറഞ്ഞു തന്ന ചിലതിൽ ഒന്നാണിത്.

എനിക്ക് എന്റെ ഹസ്സിനോടും അവരുടെ വീട്ടുകാരോടും എന്നെ എത്ര തള്ളി പറഞ്ഞാലും ഇഷ്ടക്കുറവില്ലാത്തതും അങ്ങിനെ ആവാം. ഞാൻ ആരാ അവരുടെ ജീവിതത്തിന്റെ വിധികർത്താവ് എന്ന് ആലോചിക്കുമ്പോഴാ. ഞാൻ എന്റെ വിധികർത്താവ്.

ഇത് ഒരുതരം തത്വചിന്തയല്ല.

ആത്മപരിശോധനയാണ്.

അല്ലെങ്കിൽ എനിക്ക് എന്റെ കുടുംബവും മക്കളും ഭർത്താവും ഇല്ലാതായേനെ. സെറീനയെ പോലെ ഇട്ടേച്ചു പോവാൻ തുനിയുന്നവരും ഉണ്ട്. എനിക്കെന്റെ വഴി, ഞാൻ വിധിയുടെ അറിവിൽ ഇത് വരെ വന്ന വഴികൾ.

മുത്തച്ഛൻ സ്വാമി വിവേകാനന്ദൻ പറഞ്ഞത് എന്നെ ഓർമിപ്പിച്ചു. “സത്യം ഒരായിരം വിധത്തിൽ പറയാം; ആ സത്യങ്ങൾ എല്ലാം ശരിയും ആയിരിക്കാം.”

അതിൽ കാതലുണ്ട്. ഞാൻ മുത്തച്ഛനോട് പലപ്പോഴും കള്ളത്തരങ്ങൾ പറയാറുണ്ട്; മുത്തച്ഛനെ വേദനിപ്പിക്കാതിരിക്കാൻ; ഒളിച്ച് വെക്കാനല്ല, അറിഞ്ഞാൽ അതെ പറ്റി ആലോചനയിൽ വെച്ച് അടുത്ത അഞ്ചാറു ചോദ്യങ്ങൾക്ക് ഉത്തരം പറയേണ്ടി വരും.

അതൊഴിവാക്കാൻ, പക്ഷെ സൈക്കോളജി പഠിച്ച മുത്തച്ഛന് ഉടനെ മനസ്സിലാവും, മിണ്ടില്ല, മുഖഭാവങ്ങളിൽ മാറ്റം വരും.

എനിക്ക് ഒരു ജോലി ശരിപ്പെടുത്തി തന്നപ്പോൾ ഞാൻ ഇന്റർവ്യൂവിന് പോയത് ആദ്യമേ അറിയാവുന്ന ഒരാളുടെ അടുത്തായിരുന്നു.

ജോലിയും ശരിയായി. പക്ഷെ ഒന്നിൽ കൂടുതൽ തവണ മുത്തച്ഛൻ ചോദിച്ചു "നിനക്കയാളെ അറിയുമോ?"

"ഇല്ല, ഞാൻ ഇൻർവ്യൂവിനു ആദ്യമായി കണ്ടതാ"

സത്യം അതല്ലായിരുന്നു, ഞാൻ ഒളിപ്പിച്ചു. കാരണം ഇൻർവ്യൂ ചെയ്ത ആൾ, എന്നെ ഉപയോഗിച്ച ആളായിരുന്നു.

അന്നാണ് മുത്തച്ഛൻ സ്വാമി വിവേകാനന്ദയുടെ വിവേകം എന്നോട് പറഞ്ഞത്.

"ഇരുട്ടിലൂടെ നടന്നാലെ വെളിച്ചം കണ്ടെത്താനാവൂ. തെറ്റുകളുള്ള വഴിയിലൂടെ മാത്രമേ ശരിയും സത്യവും കണ്ടെത്താൻ പറ്റൂ. ചില തെറ്റുകൾ തെറ്റുകൾ ആണെന്ന് കാലം ചരിത്രമാകുമ്പോഴെ മനസ്സിലാവൂ."

പക്ഷെ മുത്തച്ഛന് പെട്ടെന്ന് കള്ളത്തരങ്ങൾ മനസ്സിലാവും, ഞാൻ അത് മനസ്സിലാക്കാൻ പറ്റിയില്ല. മനസ്സിലാക്കാൻ പറ്റിയിരുന്നെങ്കിലും കള്ളങ്ങൾ പറയും. വേദനിപ്പിക്കാതിരിക്കാൻ വേണ്ടി മാത്രം വേറെ ഉദ്ദേശങ്ങൾ ഒന്നുമില്ലാതെ.

സ്നേഹം, അതുകൊണ്ടാ, ഞാനൊരു സത്യാന്വേഷണം നടത്തുന്ന ഗവേഷകൻ അല്ല, എങ്കിലും. എനിക്ക് എന്നോട് തന്നെ സ്നേഹം തോന്നാത്ത സമയത്ത് എന്നെ സ്നേഹിച്ചത് മുത്തച്ഛൻ ആയിരുന്നു. എന്നെ വേറെ ആരും സ്നേഹിക്കുന്നതിൽ കൂടുതൽ അയാളാ എനിക്ക് സ്നേഹത്തിന്റെ പൂച്ചെണ്ടുകൾ തന്നത്, ആശകളുടെ വിത്തുകളും.

ഹസ് എന്നോടൊരിക്കൽ ദേഷ്യം പിടിച്ചു അടിച്ചു ചോരയിൽ ചുണ്ടുകൾ വേദനിച്ചപ്പോൾ രോഷവും ദേഷ്യവും കൂട്ടിക്കലർന്ന വാക്കുകളിൽ ഞാൻ തിരിച്ചു പറഞ്ഞു.

"നിങ്ങളിനി എന്നെ അടിച്ചാൽ ഞാൻ മുത്തച്ഛനോട് പറയും. എനിക്കൊരു വീടെടുത്തു തരാൻ. എന്നിട്ട് ഞാനവിടെ തങ്ങും."

ഹസ് ഞെട്ടിപ്പോയി. ഇത്ര ജാസ്തി മുത്തച്ഛനെ സ്നേഹിക്കുന്നു എന്ന് അന്നായിരിക്കും ഹസ്സിന് മനസ്സിലായിരിക്കുക.

വീടിനു മുൻപിൽ മുത്തച്ഛന്റെ കാർ വെച്ച് പോകാറുണ്ട്. അതിൽ ഇരിക്കുമ്പോൾ ഞാൻ പറയും.

"നിങ്ങളുടെ കാറിൽ ഇരുന്നു പോകാൻ എനിക്ക് ഭയമില്ല."

പക്ഷെ ഒരിക്കൽ ഞാൻ നിസ്സന്റെ സെഡാൻ കാറിൽ പോണത് ഞാൻ അറിയാതെ കണ്ടപ്പോൾ എന്നോടു തിരിച്ചു ചോദിച്ചു.

"ഇപ്പോൾ പേടി മാറി അല്ലെ, വേറെ കാറുകളിലിരിക്കാൻ?"

അന്ന് നെടുവീർപ്പിടുമ്പോൾ ശ്വാസനാളത്തിലൂടെ തീപ്പൊരി പറന്നു. തെറ്റുകൾ മാത്രമല്ല. കള്ളങ്ങൾ കൂടെ വെളിയിലായി.

ക്ഷമയുടെ അടിത്തറ മുത്തച്ഛന്റെ കീശയിലാണോ എന്നും പലപ്പോഴും തോന്നീട്ടുണ്ട്. അതെ.

പക്ഷെ സംശയത്തിന്റെ താക്കോലുകൾ മുത്തച്ഛൻ എന്നിലൂടെ തിരിക്കുമ്പോൾ ആണ് എനിക്കും ഒരു മനപ്രയാസം ഉണ്ടാവുക.

സംശയം പലപ്പോഴും മനോവ്യാധികളിൽ അസ്തമിക്കും. സംശയം അപകട മേഖലയാണ്. വിശ്വാസം എന്നത് ബുദ്ധിമുട്ടും. ഇതിന്നിടയിൽ ഓടാൻ നല്ല വേഗതയും താളവും വേണം. പറ്റില്ല എങ്കിൽ കണ്ണടച്ചു വിശ്വസിക്കേണം. പൂച്ച കണ്ണടച്ചു ഇരുട്ടാക്കുന്നത് പോലെ.

ചട്ടിയിലിട്ട ഞണ്ടുകൾ ഉയർന്നു പൊങ്ങി രക്ഷപ്പെടാൻ നോക്കുമ്പോൾ, ഒന്ന് മറ്റേതിനെ വലിച്ചിഴച്ചു താഴോട്ടേക്കാക്കും. എന്റെ ചട്ടക്കൂടിൽ നിന്നും രക്ഷപ്പെടാൻ ഞാൻ നോക്കാതിരുന്നിട്ടല്ല.

"കുറെ കിടന്നു; ഇനി ഒന്ന് എണീറ്റു നിൽക്കട്ടെ."

മുത്തച്ഛൻ പറയും; ഈ വക്കുനൂലുകളുടെ ബന്ധനം പൊട്ടിച്ചെറിയാൻ നോക്ക്.

വഴികൾ കണ്ടെത്താൻ ശ്രമം നടത്തുമ്പോൾ വീണ്ടും വഴുക്കി വീഴും, വയനാട്ടിലെ ചുരങ്ങളിലോ, തൃശ്ശൂരിലെ പഞ്ചനക്ഷത്ര ഹോട്ടലുകളിലോ.

അവിടെ ആത്മാർത്ഥത ചോദ്യചിഹ്നങ്ങളിൽ. അവസാനം കാണാൻ കുമ്പസാരം നടത്തും.

നോട്ടുകളുടെ മണം ഓർമ്മിപ്പിക്കുക സ്വയം കണ്ടെത്താനല്ല, സ്വന്തം കാര്യങ്ങൾ കൊണ്ടുനടത്താനാണ്.

അപ്പോളഴിഞ്ഞു വീഴുന്നത്, മുഖം മൂടികളും അടിക്കുപ്പായങ്ങളും മാത്രം.

ജിത്തു എന്നയാൾ സ്വയം ഉണ്ടാക്കിയ സ്വരൂപമാണ്. കളിമണ്ണിൽ നിന്നും കുതിച്ചുയരാനും ഡയമണ്ട് പോലെ തിളങ്ങാനും. മുത്തച്ഛൻ ഒരു ഡയമണ്ട് മോതിരം സമ്മാനിച്ചപ്പോൾ, എന്റെ വിരലുകൾ നഷ്ടമായ പോലെ, ഞാൻ അതിന്നർഹമാണോ എന്നും തോന്നി. അപ്പോൾ മുത്തച്ഛൻ എനിക്ക് അയാളുടെ കൈ കാണിച്ചു തന്നു.

ഇത് നിന്റെ നഖക്ഷതങ്ങളുടെ അടയാളങ്ങളാണ്. ഒരിക്കൽ രതി മൂർച്ഛയിൽ നീ എന്നിൽ വരച്ച് തീർക്കാനും മാറ്റാനും പറ്റാത്ത അടയാളങ്ങൾ.

എന്റെ വിരലിൽ ഡയമണ്ട് മോതിരം ഇട്ടത് ആ കൈകളാണ്.

മനസ്സും ശരീരവും ഒന്നിന് മറുനിൽക്കില്ല, കാരണം അത് രണ്ടും രണ്ടല്ല, ഒന്നാണ്.

ആലോചനകൾ മുളക്കുന്നത് സുഖത്തിന്റെ വരമ്പുകളിലാണ്. വരമ്പുകൾ അലിയുന്നത് ഒന്നും മറ്റൊന്നും ഒന്നാവുമ്പോൾ.

അഴിഞ്ഞു പോയ മുടിക്കെട്ട് കൂട്ടിക്കെട്ടി കണ്ണാടിയിൽ നോക്കി. സ്വയം ഒരു അപഗ്രഥനത്തിന്. ഉടഞ്ഞുപോയ കണ്ണാടി ചില്ലുകളിലൂടെ നടക്കുമ്പോൾ, വേദനിക്കുമായിരുന്നു, ആദ്യം. ഇപ്പോളില്ല.

മടങ്ങി വീട്ടിലെത്തുമ്പോൾ മറവിയുടെ മാറ്റൊലി മറ്റൊരു ഇടവഴിയിൽ

യാദൃശ്ചികമായാണ് ആ കണ്ടുമുട്ടൽ. ഒരു കുടുംബ സംഗമത്തിന്റെ അന്ന്. അമ്മാവന്റെ മകൻ ആണ് പരിചയപ്പെടുത്തിയത്.

"ഇത്...."

"വേണ്ട എനിക്കറിയാം."

"അതെങ്ങിനെ?"

"ടോമിനെ ആരാ അറിയാത്തത്?"

"ആണോ?" ഇതെടുത്തുപറഞ്ഞത് ടോം തന്നെ.

"അതെ, ഞാൻ നിങ്ങളുടെ ഒരാരാധകനാണ്"

"ശരി, കളി ഇഷ്ടമാണോ?"

എല്ലാ കളികളും ഇഷ്ടമുള്ള എനിക്ക്, അതിനുള്ള ഉത്തരം ഒരു ചോദ്യത്തിലൂടെ

"ഉം, അച്ഛൻ കളിക്കുമായിരുന്നു."

"അതായിരിക്കും, എന്നെ അറിയാൻ കാരണം."

"അല്ല, അതല്ല. ഇത്ര വലിയ ഒരാളെ നേരിട്ട് കണ്ടു. പരിചയപ്പെടാൻ ഭാഗ്യം വേണം."

സംഗമം കഴിഞ്ഞു പിരിയുമ്പോൾ നമ്പർ വാങ്ങാനും വാട്സ് ആപ്പ് ഉണ്ടോ എന്ന് ചോദിക്കാനും ഒത്തില്ല. ചുറ്റും ആരാധകരുടെ കൂടെ, ചെറുപ്പക്കാരായ ഫുട്ബോൾ കളിക്കാരുടെ നടുവിൽ.

"ദേ കാണേണം. കളി കാണാൻ."

കളിക്കാരനോട് ഒന്ന് കളിക്കാനാ അപ്പോൾ തോന്നിയത്.

സെൽ നമ്പർ വാങ്ങാൻ പറ്റാതെ ഉള്ള മന:സ്താപത്തിൽ ഞാനിരുന്നു.

അപ്പോഴാ അന്നത്തെ കുടുംബ സംഗമം ഒരു വാട്സ് ആപ്പ് ഗ്രൂപ് ഉണ്ടാക്കി അയച്ചത്. ഹാവൂ. ഒരു സന്തോഷം.

ഞാൻ ആ ഗ്രൂപ്പിൽ നിന്നും വലിഞ്ഞു. കോൺടാക്ട് ഡിലീറ്റ് ചെയ്തു.

അമ്മാവന്റെ മകൻ ചോദിച്ചു. "എന്തെ ഊരിയത്."

"എനിക്കതിനൊന്നും സമയം കാണില്ല."

എന്നിട്ട് ടോമിന്റെ സെൽ നമ്പർ ആക്ടിവേറ്റ് ചെയ്തു. രജിസ്റ്റർ ആക്കി.

"ഹായ്"

"ഹായ്"

"ഇത് ഞാനാ"

"ആരാ?"

"അന്ന് കണ്ടില്ലേ സംഗമ ദിവസം."

"ഓ, ജിത്തു?"

എന്റെ പേരോർമയിൽ. നല്ലതെന്ന് തോന്നി, ഒരു സുഖം കിട്ടി, അതിൽ നിന്ന് തന്നെ.

"എപ്പഴാ ശൂർ വരുന്നത്?"

"കേട്ടില്ല, എവിടെ?"

"തൃശൂർ"

"എന്തിനാ?"

"കാണാൻ"

സമയമെടുത്തു കാണാൻ. അമ്മാവന്റെ മകൻ ഒന്നും അറിയരുതെന്ന് വാക്കു തന്നു.

വിശ്വാസം അതല്ലേ, എല്ലാം

അതെ.

ഞങ്ങൾ കാണുന്നത് ഒരു വീട്ടിലാണ്. അന്നവിടെ വരാൻ പറഞ്ഞു.

കാണാൻ അല്ല, കാഴ്ച വസ്തുവും അല്ല. ഒരു വലിയ ആൾ. എന്നെ പോലെ ബുദ്ധിമുട്ടുകളിൽ നിന്നും വളർന്ന ഒരു നല്ല മനുഷ്യൻ. ബുദ്ധി മാത്രമല്ല വിൽപ്പന വസ്തു. ജോലിക്കായി കളിയും പറ്റും, കാശും പേരും ഉണ്ടാവും എന്ന് ടോം തെളിയിച്ചു. കളിക്കളത്തിൽ വീണും, വീണ്ടും എണീറ്റും, ഓടിയും, കിതച്ചും.

താമര വളരുന്നത്, ചെളിക്കുളങ്ങളിൽ. അവിടെ കിതപ്പ് തീരുമ്പോൾ ആണ് താമര വിടരുന്നത്. ഓളങ്ങൾ അവിടെ ഇല്ല, കിതപ്പും.

എനിക്കും ചിലപ്പോൾ കിതക്കും, കളിക്കുമ്പോൾ. കിതപ്പാണോ, അതോ നെടുവീർപ്പാണോ?

അതോ രതിയുടെ വികൃതിയിൽ ഉയരുന്ന പതിയ ശബ്ദങ്ങളോ?

“നിന്നെ കുറിച്ചു ഞാൻ ചോദിച്ചു മനസ്സിലാക്കി. ബുദ്ധിമുട്ടിന്റെ കൂടുകളിൽ നിന്നും ചിറകിട്ട് പറക്കാൻ നോക്കുന്ന ഒരു കിളിപക്ഷി.”

“അയ്യോ, ഇതും അറിയാമോ?”

“അതെന്താ?”

“അല്ല കളിയുടെ കൂടെ കവിതകളുടെ ഭാഷയും.”

“നീ അന്നേ എന്നെ സ്വാധീനിച്ചു കഴിഞ്ഞു. കണ്ണുകൾ, അതിൽ അഗ്നിയുടെ ഉറവിടമുണ്ട്”.

ഭൗതികമായ അളവുകോലുകൾ ടോമിൽ ഒന്നും പ്രതിഫലിക്കില്ല. മെലിഞ്ഞ് നീണ്ട ഒരു കറുത്തയാൾ.

കുപ്പായമഴിക്കാൻ തുടങ്ങിയപ്പോൾ, ഊരുന്ന ആ ടി ഷർട്ട് ഞാനേറ്റു വാങ്ങി. ജേഴ്സി ഇട്ട ഫോട്ടോകൾ പത്രങ്ങളിൽ കണ്ടതോർമ്മയിൽ. ഒരിക്കൽ മുത്തച്ഛൻ മാതൃഭൂമിയിൽ വന്ന ഫോട്ടോ കട്ട് ചെയ്ത എനിക്ക് തന്ന സഞ്ചിയിൽ ഞാൻ അറിയാതെ ഇട്ടു തന്നു.

ഞാനും ഒരുങ്ങി, മനസ്സിൽ തീ ആളുന്ന പോലെ വികാരവിവശമായ ആ ഒരു നിമിഷം അപ്രധീക്ഷിതം. കാഴ്ചപ്പാടുകളിൽ വലിയ ഒരു സെലിബ്രിറ്റി, അതെല്ലാം മറ്റൊരു കോണിൽ ഒളിക്കുന്നു. എന്റെ കുരുക്കുകൾ അഴിയുമ്പോൾ. മനസ്സും ശിരസ്സും നഗ്നമായി. ഒന്നിൽ തീരും. അപ്പോൾ.

ചോദ്യങ്ങൾക്ക് ഒന്നും ഉത്തരം ഇല്ലായിരുന്നു. വർത്തമാനം അല്ല പ്രാധാന്യം, വർത്തമാന കാലമാണ്. ആ നിമിഷം അതിലാണനുഭൂതി, ജീവിതത്തിന്റെ നുര വരുന്ന മുഹൂർത്തം.

പൊരുത്തത്തിന്റെ കണക്കു കൂട്ടലുകൾ ഉഗ്രതയിൽ അലിയും. ബൂട്ടിട്ട് ഓടുന്ന ശബ്ദം എനിക്കപ്പോൾ പാദസ്വരങ്ങളുടെ കിലുക്കമായി. നടനം കട്ടിലിൽ എന്ന് മാത്രം.

“പാൽ കിട്ടുമോ?”

കുസൃതി ചോദ്യം, അതിനുത്തരം കൊടുത്തെ പറ്റൂ.

“പഴുക്കാത്ത പച്ച പപ്പായം അല്ല. ഞാൻ. പഴുത്തു വീഴാറായ പപ്പായമാണ്.”

ഞാൻ ടോമിനേക്കാൾ വയസ്സിൽ ഒരു പാട് കൂടുതൽ ആണെന്നാ വ്യാഖ്യാനം.

“എനിക്കങ്ങനെ തോന്നുന്നില്ല.”

“പച്ച പപ്പായം കയ്യിലെടുക്കാൻ കൊമ്പു കൊണ്ട് കുത്തിയാലേ, പാൽ നുര വരൂ.”

ചിരിയുടെ ചിലങ്കകൾ രണ്ടാളിലും ഇഷ്ടങ്ങളുടെ കഥ കൂട്ടിച്ചേർക്കാൻ തുടങ്ങി.

പോരാൻ നേരത്ത് കാഷ് തന്നു. ഞാൻ മേടിച്ചില്ല. എനിക്ക് കാഷ് അല്ല വേണ്ടത്. ഒരു അനുഭവം. അതായിരുന്നു. സംഗമ ദിവസം മനസ്സിലുദിച്ചതും ഇപ്പോളിവിടെ അസ്തമിച്ചതും.

“നിന്റെ രൂപം ഞാൻ എന്റെ മനസ്സിൽ സേവ് ചെയ്തു. കേട്ടോ ജി”

പിന്നെ പലപ്പോഴും ഫോൺ ചെയ്യും, കാണാൻ ഒത്തില്ല, ഇത് വരെ. എല്ലാം അധികം ആവേണ്ട കാര്യമില്ല. ഒരിത്തിരി അമൃത്, അത് പേരെ ജീവിക്കാൻ. മരണമില്ലാതെ, ഓർമകളുടെ രൂപത്തിൽ?

“അമ്മേ ഇന്നെന്താ ഡേറ്റ്?” എന്റെ രണ്ടാമത്തെ മോൾ, മിനി

“പതിമൂന്നു”

“നാളെ ഫീസ് അടക്കേണം. ലാസ്റ്റ് ഡേറ്റ് ആണ്.”

“ആയിക്കോട്ടെ, തരാം”

അപ്പോൾ പതിമൂന്നാം നമ്പർ ഓർമയിൽ വന്നു. നിഷാദിന്റെ കൂടെ 1313 ഫാൻസി നമ്പർ കാറിൽ പോയിരുന്ന അന്നാ മക്കളുടെ ഫീസ് അടക്കാൻ കാശ് തന്നത്.

നിഷാദ് ഗൾഫിൽ ജോലിയുള്ളപ്പോൾ ഒരു പാട് സഹായിച്ചിരുന്നു സഹായ ഹസ്തങ്ങളെ അക്ഷയപാത്രങ്ങളെ പോലെയെ ഞാൻ കരുതൂ.

കൂടെ ഉള്ളപ്പോൾ സുഖം ഷെയർ ചെയ്തിട്ടുണ്ട്.

ഇന്നിപ്പോൾ നിഷാദ് തീരെ മോശമായ അവസ്ഥയിൽ എന്റെ വീട്ടിൽ നിന്നധികം ദൂരെയല്ല. നിഷാദിന്റെ വീടും. അന്തരീക്ഷത്തിൽ നിന്നും ഗൾഫ് നന്നാക്കിയ, മറ്റൊരു മലയാളിയാണ്. ഇന്ന് എണ്ണ വിലയും കുറയും. മരുഭൂമിയിൽ പണം വിളയുന്നത് കുറഞ്ഞു എന്നാരാ കരുതിയത്?

ഗൾഫിലെ പ്രവാസി ജീവിതത്തിന്റെ മറുവശം. വീട്ടിൽ നിന്നും ഞാൻ ഇറങ്ങി ഓഫീസിൽ പോവാൻ ബസ്സ് വെയിറ്റ് ചെയ്ത് നിൽക്കുമ്പോൾ കാർ നിർത്തി ഡ്രോപ്പ് ചെയ്തു. ഒരിക്കൽ. കാർ നമ്പർ ഇന്നും ഓർമയിൽ – 1313.

“ഇതെന്തിനാ 13 എടുത്തത്?”

“ലക്കി നമ്പർ ആണെനിക്ക്”.

അങ്ങിനെ തുടങ്ങി. വാട്സ് ആപ്പ് മുഖേന അടുത്തു. പോവും മുൻപ് ഫാത്തിമയെയും, മക്കളെയും പരിചയപ്പെടുത്തി.

എന്തെങ്കിലും ആവശ്യമുണ്ടെങ്കിൽ എപ്പോഴും വീട്ടിൽ പോയി പണമോ, അത്യാവശ്യ സാധനങ്ങളോ വാങ്ങാമല്ലോ?

അതൊരു മുഖവുര മാത്രമായിരുന്നു. ഉള്ളിൽ, ഇനി ശങ്കകൾ ഇല്ലാതാക്കാൻ ഉള്ള ഒരു പരിപാടി തന്നെ. അഭ്യാസങ്ങൾ പലതരം, പലരിലും

ഞാനും പഠിച്ചു, പലതും. പഠിപ്പിച്ചു ജീവിതം.

ഞാനും ഹസ്സും സ്കൂട്ടറിൽ ആണ് നിഷാദിന്റെ വീട്ടിൽ പോയത്. നല്ല ഭംഗിയിൽ മുറ്റം മുഴുവനും ചെടികളും, പൂക്കളും ഉണ്ടായിരുന്നത് ഞാൻ അവിടെ അവസാന പ്രാവശ്യം ഒറ്റക് പോയപ്പോൾ കണ്ടതോർമ്മയിൽ. പച്ചവിരിച്ച പുൽമെത്ത.

ഇന്ന് ഉണങ്ങിയ ഇലകൾ മുറ്റം നിറയെ, ചെടികൾ ഇല്ല. പൂക്കളും. തെങ്ങിൽ നിന്ന് വീണ തേങ്ങ ഉണങ്ങുന്നു, നിലത്തു കിടന്നു. മുറ്റത്തു മൂന്ന് ദിവസങ്ങളിലെ മലയാള പത്രം. പടി കടന്നു. ബെൽ അടിച്ചു. അന്ന് പോയപ്പോൾ, ചാവി എനിക്ക് തന്നു, ഞാനാണ് തുറന്നത്. മുറിയിൽ അത്തറിന്റെ മണം, അന്ന്. ഇന്ന് മാറാലയുടെ കുറെ വലകളും, പൊടി നിറഞ്ഞ കസേരകളും, പുസ്തകങ്ങളും, ടി വി തുണികൊണ്ട് മൂടിവെച്ചിരിക്കുന്നു. അന്ന് അതെ ടി.വി.യിൽ പോൺ സിനിമ കാണിച്ചാണ് തുടക്കം.

ആകെ വിഷമം തോന്നി, എനിക്കും ഹസ്സിനും.

ആരെയും കണ്ടില്ല, ഉള്ളിലേക്കു നടക്കുമ്പോൾ അന്ന് ഉപയോഗിച്ച ചുവട്ടിലെ ബെഡ്റൂം നോക്കി. വലിയ ആ വീടും പരിസരവും ആകെ വ്യത്യാസം വന്നു. മൂന്നു കൊല്ലങ്ങളായില്ല. ഞാൻ ഇവിടെ വന്നിട്ട്.

നിഷാദിന്റെ വാപ്പ. വീൽ ചെയറിൽ, പുതച്ച ഒരു കമ്പിളി. ആ കമ്പിളിയുടെ പാതി നിലത്തു കിടക്കുന്നു. ഉമ്മ അടുക്കളയുടെ അടുത്തുള്ള സ്റ്റോറിൽ. ഒച്ചയില്ലാതെ മെല്ലെ മെല്ലെ നടന്നു വരുന്നു. കാണാൻ തീരെ വയ്യ. കൈകളെല്ലാം മെലിഞ്ഞു, വിളറിയ മുഖവും. പക്ഷെ അവരുടെ ചിരിയിൽ അതെ ചന്തം.

"നിഷാദ് എവിടെ?"

"മോളിലാ" – ശബ്ദം ഇടറുന്നു. ഒച്ച കേൾക്കാൻ ശ്രദ്ധിക്കേണം.

"ഫാത്തിമ?"

"ഓളെ പറ്റി ചോദിക്കണ്ട ഓൾ വിട്ടേച്ചു പോയി."

"ഏഹ്?" – ചേട്ടന്റെ ചോദ്യം. പേടി കാണും, പെണ്ണുങ്ങൾ ഇങ്ങിനെ വിട്ടു പോയാൽ എന്ത് ചെയ്യും എന്ന്.

"നിഷാദ് ഗൾഫിൽ നിന്നും രണ്ടു കൊല്ലം മുൻപ് വരുമ്പോൾ ഓന്റെ ഒരു വൃക്ക പോയിരുന്നു. ഷുഗർ ഉണ്ടായിരുന്നു. ശ്രദ്ധിച്ചില്ല. ജോലി വിട്ടു, കച്ചവടം തുടങ്ങിയപ്പോൾ, കാശും വന്നു. പക്ഷെ ശരീരം നോക്കാൻ സമയം ഇല്ല."

"എന്നിട്ടോ?"

"ഓൻ വന്നപ്പോളേക്കും, ഫാത്തിമ പോയി. ഓൾ വേറെ കെട്ടി. ഓളുടെ പഴയ കാമുകനും തമ്മിൽ."

"എന്നിട്ടോ?"

"നിഷാദ് സുഖമായി എന്ന് ഹോസ്പിറ്റലിൽ നിന്നും കേട്ട് ഞങ്ങളോട് പറഞ്ഞു. പോട്ടെ എന്നു, ഇമ്മളെന്താ പറയ്യാ?"

"ഉം"

"ഓൻ പോയി, ഓണ്ടെ മോളെ ഓൻ പെങ്ങളെ വീട്ടിലാക്കി."

"വാപ്പ?"

തരിപ്പിൽ കിടക്കുന്ന വാപ്പ. അന്നെല്ലാം വല്ല്യ കച്ചോടോം, കാര്യോം ഒക്കെ. ഇന്ന് ഇതാ ഈ ഇരിപ്പും കിടപ്പും. ഒന്നും തിന്നൂല്യ

അപ്പോഴേക്കും വാപ്പ എഴുന്നേറ്റു. കണ്ടപ്പോൾ.

"ആ മോളാ"

"ഉം നിഷാദ് – എല്ലാവരെയും പരിചയപ്പെടുത്തിയിരുന്നു അന്ന്."

"നിഷാദ് എവിടെ?"

"ഓൻ മോളിലാ. തിരിച്ചു വരുമ്പോൾ ഒരു വൃക്ക ഉണ്ടായിരുന്നു. മൂന്നു മാസം കൊണ്ട് മറ്റേതും പാതി ആയി."

"പാവം" – ഞാൻ മനസ്സിൽ നൊന്തു പ്രാർത്ഥിച്ചു.

"പിന്നെ ഒരു സ്ട്രോക്, അതിൽ ഓൻ തീർന്നു"

"കാണാൻ പറ്റുമോ?" ഹസ്സിനാ കൂടതുൽ സങ്കടം വന്നത്. എത്ര സഹായം ചെയ്തിട്ടുണ്ട് നല്ല കാലത്തു.

"നിക്ക്, ഞമ്മളൊന്ന് ഓനെ വിളിച്ചു പറയട്ടെ."

വാപ്പ സെല്ലിൽ നിഷാദിനെ വിളിച്ചു.

"അന്റെ ചങ്ങായിച്ചി ബന്നിട്ടുണ്ട്. അന്നേ കാണാൻ."

പത്തു പന്ത്രണ്ടടി ഉയരം ഉള്ള മച്ചു. മൂവായിരം ചതുരശ്ര അടി വീടിന്റെ ഉൾഭാഗം. അതിൽ മൂന്ന് ജീവിതങ്ങൾ. നിഷാദ് മേലെ. വാപ്പ സെല്ലിലെ വിളിക്കാൻ പറ്റൂ. ഉമ്മാക്ക് മോനെ കാണാൻ ആരെങ്കിലും മേലോട്ട് എടുത്ത് കൊണ്ടുപോണം.

വാപ്പ മോനെ കണ്ടിട്ട് കുറെ മാസങ്ങളായി.

ഞാൻ ഹസ്സിന്റെ കൂടെ മേലേക്ക് പടികൾ കയറി. പണ്ട് വീട് കാണിക്കാൻ വേണ്ടി അതെ പടികൾ കയറുമ്പോൾ സുന്ദരനായ നിഷാദ് എന്റെ ചന്തികളിൽ തട്ടി ചോദിച്ചു. "നിന്റെ എല്ലാം ഒരു കടഞ്ഞപോലെ, ഒരു ശിൽപ്പം പോലെ അല്ലേ?"

ഞങ്ങൾ അകത്തു കടക്കുമ്പോൾ നിഷാദ് കിടക്കയിൽ. മങ്ങിയ പോലെ ഒരു ശരീരം. മെലിഞ്ഞു തളർന്നു. ഒരു വെജിറ്റബിൾ പോലെ.

"ജിത്തൂന്റെ ഒച്ച കേട്ടപ്പോൾ മനസ്സിലായി"

മൗനം. മൗനത്തിന് കൂട്ടുകാർ ഓർമ്മകൾ.

"വാപ്പ സെല്ലിൽ വിളിച്ചു പറഞ്ഞു. എനിക്ക് കേൾക്കാൻ പറ്റും"

മൗനം. ഓർമ്മകൾക്ക് മറവിയില്ല, മരണവും

"ജിത്തു, നിന്റെ ശബ്ദം അതേപാലെ."

മൗനത്തിനു കൂട്ടായി, ശബ്ദം, ഓർമ്മകൾ ഓടി വന്നു.

"പക്ഷെ, ജിത്തു എനിക്ക് നിന്നെ കാണാൻ പറ്റില്ല. കണ്ണുകൾ പോയി."

കഠിനമായ ചങ്കിടിപ്പ്. ആ മിടിപ്പിന്റെ ശബ്ദം മൗനത്തിൽ ഒരു ചെണ്ടകൊട്ടുപോലെ.

“നിനക്കു എന്നെ കാണാമോ?”

കണ്ണിൽ, മൗനം കണ്ണീരിൽ ഒരു ചിത്രം വരക്കുന്നു. ഓർമ്മകളുടെ നിറങ്ങളുള്ള പഴയ ചിത്രം. നിഷാദിന്റെ ശബ്ദം എന്ന ബ്രഷ് അന്നത്തെ ചിത്രം വരയുമ്പോൾ, കണ്ണീർ ചായങ്ങളെ അലിയിക്കുന്നു.

സാൽവദോർ ഡാലിയുടെ “പെർസിസ്റ്റൻസ് ഓഫ് മെമ്മറി” എന്ന ചിത്രത്തിൽ അലിയുന്ന ഘടികാരങ്ങൾ പോലെ.

കരയാൻ പറ്റുന്നില്ല, ഒന്നിനും

മനസ്സിൽ ഒരു സുനാമി കിടന്നു വീർപ്പ് മുട്ടുന്ന പോലെ.

“നിഷാദ്” – എന്റെ ആ വിളിയിൽ ഓർമ്മകളും അലിയുന്നുണ്ടായിരുന്നു.

“ഉം” – ചിരട്ട നിലത്തുരക്കുന്ന അതെ പഴയ ശബ്ദം.

ആ ശബ്ദത്തിൽ ഒരിക്കൽ ചെവിട്ടിൽ ഒരു പാട്ട് പാടി.

“.... നിന്നെ കുറിച്ചെനിക്കോർമ വരും....”

“ഞാൻ പോണു, നിഷാദ്”

“എന്തെ, സാരല്യ. അതെല്ലാം അല്ലെ ജീവിതത്തിന്റെ പാഠശാലയിൽ നമ്മൾ പഠിക്കുന്ന ചില സത്യങ്ങൾ.”

“വേണ്ട, നിനക്കെന്നെ കാണാൻ പറ്റില്ല; എനിക്ക് നിന്നെ ഇങ്ങിനെയും”

ഇറങ്ങി തിരിക്കുമ്പോൾ, തൊണ്ട ഇടറുന്നുണ്ടായിരുന്നു. ചേട്ടൻ ശ്രദ്ധിച്ചില്ല. കാരണം നിഷാദ് നല്ലൊരു ആളാണെന്ന ആ വിചാരം, അതെ പോലെ കിടന്നോട്ടെ.

വളഞ്ഞു തിരിയുന്ന സെറ്റയർകേസ് കാലത്തിന്റെ തിരിവുകളെയും വളവുകളെയും ഓർമ്മിപ്പിച്ചു. പടികളിൽ നിന്നും മറിഞ്ഞു തിരിഞ്ഞു വീഴാതിരിക്കാൻ ശ്രമിച്ചു. വീണാൽ നാളെ പതിമൂന്നാം തിയ്യതി മിനിക്ക് ഫീസ് അടക്കാൻ പറ്റില്ല.

നിഷാദിന്റെ കല്യാണം കൂടിയതും സൂപ്പർ ആയിട്ട് ഭക്ഷണം കഴിച്ചതും ഓർമയിൽ അതെല്ലാം കഴിഞ്ഞപ്പോൾ നാലഞ്ചു വർഷങ്ങൾ, പക്ഷെ കാലം കോലം കെടുത്തിയ ജീവിതങ്ങൾ.

ജീവിതത്തിൽ കല്യാണങ്ങൾ പല തരം അനുഭവങ്ങൾക്ക് വഴിയൊരുക്കുന്നു.

അപ്പോഴാ ഞങ്ങളൊരുമിച്ചു കല്യാണത്തിനു പോയതോർമ വന്നത്.

മൂന്നു തവണ ഞങ്ങൾ ഗുരുവായൂർ പോയിട്ടുണ്ട്. തൊഴാൻ. ഒരിക്കൽ ഞങ്ങളും മുത്തച്ഛനും കൂടി. കല്യാണത്തിന് കൂടാൻ. രണ്ടു പേർക്കും ഓരോ കല്യാണങ്ങൾ ഉണ്ടായി. അവസാനം പോയത് എനിക്ക് വേണ്ടി ആണ്.

ഞാൻ എടുക്കുന്ന വലിയ സിൽക്ക് തുണി ഷോപ്പിലെ ഒരു ചെറിയ സമർത്ഥനായ ബോയിന്റെ കല്യാണത്തിനും. രാവിലെ കാറിൽ ഞങ്ങൾ പുറപ്പെട്ടു. ഒറ്റക്കാ ഡ്രൈവ്. കൂടെ ഞാനും മേഡം ആയി. ആരു കണ്ടാലും മുത്തച്ഛനും കൊച്ചു മോളും എന്നെ തോന്നൂ. വഴിയിൽ ഞാൻ കഥകൾ കേട്ട് സ്പിരിറ്റുവാലിറ്റി മുതൽ ജീവിതത്തിന്റെ അർത്ഥങ്ങൾ വരെ. ബോറടിക്കുമ്പോൾ ഞാൻ എന്റെ പഴയ കഥകളിൽ ഒന്ന് പറയും. അത് കേൾക്കുമ്പോൾ, മിണ്ടാതിരിക്കും. എന്താ മിണ്ടാത്തതെന്നു ചോദിച്ചാൽ "ഞാൻ കാർ ഡ്രൈവ് ചെയ്യുക അല്ലെ?"

അവിടെ എന്റെ ഷോപ്പിലെ എല്ലാരും ഉണ്ടായിരുന്നു. എല്ലാവരെയും പരിചയപ്പെടുത്തി – മുത്തച്ഛൻ.

കല്യാണം നടക്കുമ്പോൾ മുത്തച്ഛൻ തൊഴാൻ പോയി വന്നു. പണ്ടൊരിക്കൽ വൈകീട്ട് തൊഴാൻ വേണ്ടി പോകുമ്പോൾ എന്നെ കൂടെ കൊണ്ടുപോയി. സീനിയർ സിറ്റിസന്മാർക്കുള്ള ക്യൂവിൽ. പറ്റില്ല എന്ന് നീല തുണി പുതച്ച ദേവസ്വം ആൾ പറയുമ്പോൾ, "ഇത് എന്റെ മോളാ എന്ന് പറഞ്ഞു."

"മോളായാലും, മരുമകളായാലും പറ്റില്ല."

അതിനു മുൻപേ പോയപ്പോൾ അതെ പോലെ തൊഴുതാൻ ഒന്നിച്ചു കൂട്ടിയിരുന്നു. രണ്ടാം തവണ പറ്റിയില്ല.

ഞങ്ങൾ പോകട്ടെ.

"അതെന്താ? സദ്യ കഴിഞ്ഞിട്ടു ഒരുമിച് പോകാം" – വാസുവേട്ടൻ. വാസുവേട്ടൻ അവിടുത്തെ സൂപ്പർവൈസർ ആണ്.

എന്നാൽ ഞാനും കൂടെ ഇരിക്കാം, കാറിൽ. രണ്ടാളല്ലേ നിങ്ങൾ? – രജീഷ്, അവൻ കാഷിൽ ആണ്.

"മുത്തച്ഛന് പുത്തനത്താണി ആരെയോ കാണാനുണ്ടത്രെ" – ഞാൻ.

ഞങ്ങളിറങ്ങി, നേരെ കാർ എടുത്ത് അമ്പലത്തിന്റെ അപ്പുറത്തുള്ള ഹോട്ടലിലേക്ക്. റിസപ്ഷനിൽ ഐ.ഡി കാണിച്ചു. മേലോട്ട് ലിഫ്റ്റിൽ കയറുമ്പോൾ മുഖഭാവം ഗൗരവം.

ചാവി ഉള്ളിൽ നിന്നും പൂട്ടി.

ചേട്ടൻ തലേന്ന് വൈകീട്ട് എനിക്ക് വേണ്ടി വാങ്ങിയ, മണമുള്ള മാല അഴിച്ചു വെക്കുമ്പോൾ മുത്തച്ഛൻ എന്നെ നോക്കി ആസ്വാദനത്തിൽ.

ബ്ലൗസ് അഴിച്ചു. അപ്പോൾ ഡോർ ബെൽ. ഞാൻ വാഷ് റൂമിലേക്കും

"വെള്ളം, ടി.വി യുടെ റിമോട്ട്" – അയാൾ പോയി.

വാതിലടഞ്ഞു

എനിക്ക് വിശക്കുന്നു

എനിക്കും

നല്ല വിശപ്പുണ്ട്

എനിക്കും, നിന്നെ തിന്നാൻ

തിന്നു, കുടിച്ചു, ആസ്വദിച്ചു. മുല്ല പൂക്കൾ. അഴിച്ചിട്ട കുപ്പായങ്ങൾ, അതെല്ലാം സാക്ഷികൾ. അവസാനം "അയ്യോ, അമ്മേ, അയ്യോ പൊന്നേ" എന്നീ ആരവങ്ങൾ അടുത്തുള്ള സ്പീക്കറിൽ കേട്ടുകൊണ്ടിരുന്ന കൃഷ്ണ ഗുരുവായൂരപ്പാ എന്ന ഭജനയിൽ ഒന്നായി.

ഞങ്ങൾ വേഗം തിരിച്ചു, രണ്ടാമത്തെ വിശപ്പിന്റെ വിളി കേൾക്കാൻ

"നീ പറഞ്ഞിരുന്നില്ലേ, മണ്ടി വേണം എന്ന്?"

"ഉം"

വഴിയോരത്തു വലിയൊരു ബോർഡ് – "മണ്ടി." അതിനു മുൻപിൽ കാർ വെച്ച്. മണ്ടി തിന്നു. വീടെത്താൻ ഏകദേശം ആയപ്പോൾ:

"ദേ, എനിക്ക് മുട്ടുന്നു"

"എന്താ പറ്റിയത്?"

"കക്കൂസ് പോണം."

അതും മുത്തച്ഛൻ കണ്ടു പിടിച്ചു. ഒരു ഹോസ്പിറ്റലിൽ കാർ നിർത്തി.

"നീ പോയിവാ, ഞാൻ കൂടെ വരണോ?"

കാറിൽ ഇരുന്ന് മുത്തച്ഛൻ ആലോചിച്ചു

ഒരിക്കൽ അവൾ, എന്നെ വിളിച്ചു വയനാട്ടിൽ നിന്ന് – "ദേ, എന്റെ സെല്ലിൽ ഒരു നൂറ് റീചാർജ് ചെയ്യാമോ?"

പിന്നൊരിക്കൽ – "ദേ ഞാൻ ശർദ്ധിക്കുന്നു. വയറിളക്കും ഉണ്ട്, ഒന്ന് വന്നു, പിക്ക് ചെയ്ത ഡോക്ടറെ കാണാമോ?"

മറ്റൊരിക്കൽ – "ദേ നോക്ക്, പെട്ടെന്നാ, ഡെയ്റ്റ് ആയില്ല, പാഡ് വാങ്ങി ഓഫീസിൽ തരാമോ?"

അറിയപ്പെടാത്ത ഒരു ബന്ധം, മനസ്സിലാവാത്ത ഒരു ബന്ധനം

ആവേശങ്ങൾ മാത്രമല്ല, സ്നേഹം. ഉത്തരവാദിത്വം, മൂലധനം മാത്രമല്ല, ഭാഗിച്ചത്. സ്നേഹം എന്ന വികാരം പവിത്രമാണ്. അതിൽ വിശ്വാസം അത്യാവശ്യവും എന്റെ വസ്തുവഹകളുടെ ഒരു ഭാഗം വിൽപത്രത്തിൽ എഴുതാം എന്നുകൂടി പറഞ്ഞിട്ടുണ്ട്.

കൊല്ലങ്ങളുടെ അടുപ്പം.

പക്ഷെ അവിശ്വാസം, അതെന്തിനാ എന്നോട്?

മിണ്ടാതെ, പറയാതെ, അറിയിക്കാതെ, കള്ളത്തരത്തിൽ

"ഞാൻ നിർത്തി" എന്ന വാക്കുകളുടെ ശരങ്ങൾ എന്റെ മനസ്സിൽ ഏൽപിച്ച ശേഷം അതെല്ലാം മറന്നു. അവൾ വാട്സ് ആപ്പിൽ പരിചയപ്പെട്ട നിസ്സുവിന്റെ കൂടെ അസഭ്യം കാണിച്ചത്?

അതിനുള്ള തെളിവുകൾ കാണിച്ചപ്പോൾ, അവളെന്തിനാ അതൊന്നും ശരി അല്ല, "ഞാൻ പോയിട്ടില്ല" എന്നെന്നോട് വാദിച്ചത്?

അതൊരു ദുർഭല നിമിഷമല്ല. വികാരങ്ങൾ തിരമാല സൃഷ്ടിച്ചു രണ്ടു പേരും എല്ലാം ഒന്നാവാൻ പാടുപെട്ട് നോക്കിയ കുറെ ദിവസങ്ങൾ, മാസങ്ങൾ.

കട്ട് തിന്നണം എങ്കിൽ ശരി. പക്ഷെ "എല്ലാം എല്ലാം" എന്നു പറയുന്ന എന്നോട് എന്തിനാ ഇതെല്ലാം മിണ്ടാതെ ചെയ്തത്? ചോദിച്ചപ്പോൾ, ഞാൻ കളങ്കമില്ലാത്ത പെണ്ണാണെന്ന്, വാശി പിടിച്ചത്?

അവൾ വീണ്ടും വേശ്യ ആയതല്ലേ? ആ വാശിയിൽ എന്നോടവൾ കാണിച്ചത് വേശ്യയുടെ സ്വഭാവമാണ്.

ചിരിച്ചു കൊണ്ടാ അവൾ തിരിച്ചു വന്നത്. മുത്തച്ഛൻ മിണ്ടാതിരുന്നു, ആലോചനകളിൽ

അമ്പലത്തിൽ പോയി തിരിച്ചു വന്ന ആ ദിവസം എന്നെ കുലുക്കി. മനസ്സിൽ ഒരു ചാഞ്ചലാട്ടം.

അതിനുശേഷം ആണ്, ജിത്തുവിന്റെ മോളുടെ ഓപ്പറേഷൻ നടന്നതു. അതിന്നായി ചിലവെല്ലാം ഒരു മനുഷ്യസ്നേഹിയുടെ ഹൃദയം അനുവദിച്ചു.

സാരമില്ല, നമുക്കുള്ളത് ആർക്കാ?

നാമൊന്നും, കൊണ്ടു വന്നില്ല, നാമൊന്നും കൊണ്ടുപോകുകയും ഇല്ല.

ഉപയോഗിച്ച് തീർക്കേണ്ടതാ എല്ലാം, ഈ ശരീരവും, പഞ്ചഭൂതങ്ങൾ മാത്രം. മണ്ണിൽ നിന്നും വന്നു, മണ്ണായി മാറുന്ന ജീവിതം. പരിണാമത്തിന്റെ പ്രസക്തി ഓർമകളിൽ.

കർമങ്ങൾ നാളത്തേ വിധിയിൽ മാറ്റങ്ങൾ ഉണ്ടാക്കാം. ഇന്നലെ വരെ ഉള്ളതാ വിധി. അത് നാളത്തേക്ക് ഇന്നുള്ള പ്രവൃത്തിയിൽ കൂടെ മാറ്റം വരുത്താം.

പ്രയാസപ്പെട്ടാണ്, അന്ന് വീട്ടിൽ എത്തിച്ചത്. എന്റേ് പ്രഷർ ഹോസ്പിറ്റലിലെ കക്കൂസിൽ പോയി.

“നീ എന്നെ നിന്റെ ദേഷ്യത്തിന്റെ സീൽക്കാരങ്ങൾ കൊണ്ട് നോക്കി നോക്കി ഒരു നോക്കുകുത്തിയാക്കി. പക്ഷെ ഞാൻ അതല്ല. ആവുകയുമില്ല.” മുത്തച്ഛൻ.

# അധ്യായം-12

## തിരിച്ചടി

## ബൂമറാങ്ങ് എന്ന കളിപ്പാട്ടം

റിസപ്ഷനിൽ പാലോഡിയുടെ ഇന്റർവ്യൂവിന് വന്നതാണെന്ന് പറഞ്ഞു കാത്തിരിക്കുമ്പോൾ റോയൽ ഹോട്ടലിലെ സോഫക്കടുത്ത് തേക്കുമരത്തിൽ കൊത്തിയുണ്ടാക്കിയ വട്ടമേശയുടെ മുകളിൽ "ബോൾഡ് ആന്റ് ബ്യൂട്ടിഫുൾ" എന്ന മാഗസിനിലെ പേജുകൾ മറിച്ചു നോക്കുമ്പോൾ അഡ്വർടൈസ്മെന്റ് കണ്ടതോർമ.

"ഗുസ്സി" അത് പിടിച്ചു നില്ക്കുന്ന ആ പെൺമണി, ഒരു സായിപ്പിന്റെ കൂടെയുള്ള മദാമ്മ.

എനിക്കും ഇന്ന് കയ്യിരിപ്പ്. "ഗുസ്സി"

ഒരിക്കൽ ഒരു സോഷ്യൽ എലൈറ്റ് ലേഡി ആയി ലിപ്സ്റ്റിക്ക് ഇട്ടിവിടെ റോയൽ ആയി ഞാൻ തന്നെ വരും. മെഴ്സിഡസ് കാറിൽ ഇറങ്ങും. ഈ ഗുസ്സി ബാഗ് കയ്യിൽ. ആകാശത്തെത്തുന്ന ചിന്തകൾ. ഞാൻ വേരുകളെ മറന്നു.

പത്രങ്ങളിലും മീഡിയയിലും എന്റെ കൂടെ അന്തിയുറങ്ങിയ ഫുട്ബോൾ താരങ്ങളും സിനിമാ ഡയറക്ടർമാരും വലിയ പ്രതാപമുള്ള പൊളിറ്റിഷ്യൻസും സാമൂഹ്യ രംഗത്തെ പ്രഗൽഭരും വരുമ്പോൾ ഞാൻ അഭിമാനിക്കും. എന്നേ തേടി വന്ന് ഞാൻ സന്തോഷം നൽകിയ ആ മുഹൂർത്തങ്ങൾ. എന്റെ ചൊൽപ്പടിയിൽ ഞെരുക്കി നുകർന്ന് വിട്ടു കൊടുത്ത നിമിഷങ്ങളെ പറ്റി. അവരുടെ ജീവിതങ്ങളിൽ എനിക്ക് വേണ്ടി അവർ വഴുക്കി വീണ നിമിഷങ്ങളേ പറ്റി. പോരാ, എനിക്കും ആവാം അത് പോലെ. മീഡിയ കവറേജിൽ എന്റെ വാർത്തകളും എന്റെ മാദകമായ ചിത്രങ്ങളും. ടി വി ചാനലുകളിൽ ഞാൻ നൽകുന്ന ഇന്റർവ്യൂകളിൽ പിറ്റേന്നത്തെ പത്രങ്ങളിൽ. മുത്തച്ഛൻ ശരിയാക്കിയ പാസ്പോർട്ടിൽ രാജാന്തര പര്യടനം നടത്തുന്ന വാർത്തകൾ. എല്ലാം എന്റെ അരക്കെട്ടിന്റെ ബലം കാരണം. ആശകൾ അതിരില്ലാതെ പറന്നുയരും. അങ്ങിനെ അല്ലേ ഒന്നുമില്ലാത്തിടത്ത് നിന്ന് ഞാനിവിടെ വരെ എത്തിയത്. ആവേശം പുളകം കൊള്ളിക്കുന്ന ചിന്തകൾ. കാർത്യായനീ ദേവീ..... അനുഗ്രഹിക്കും.

അതല്ല പ്രശ്നം.

"ഇതാരാ തന്നത്.?" ഇത്ര പകിട്ടുള്ള ബാഗ്. എന്ന് മക്കൾ ചോദിച്ചാൽ എന്താ പറയുക.

അപ്പോളേക്കും എന്തെങ്കിലും കള്ള ഉത്തരം വായിൽ വരും.

"നീ മിണ്ടാതിരി." ഞാനെന്റെ മനസ്സിനെ സ്വയം ആശ്വസിപ്പിച്ചു.

ട്രെയിനിറങ്ങി. ചേട്ടൻ പിക്ക് ചെയ്തു. വീട്ടിലെത്തി മുഖം കഴുകി പുറത്ത് വരുമ്പോൾ ചെറിയ മോളുടെ കയ്യിൽ ഗുസ്സി. മോൾ അമ്മയുടെ കാര്യങ്ങളിൽ ഇപ്പോഴിപ്പോൾ കൂടുതൽ അന്വേഷണമില്ല. രഞ്ജിത്ത് ഡ്രൈവർ എല്ലാം പറയുന്നുണ്ടാവും അവളോട്. ഫേസ്ബുക്കിൽ അവർ ഫ്രണ്ട്സുമായി അന്നത്തെ ശേഷം.

"ഇതെവിടുന്നാ അമ്മേ?" – ചെറിയമോൾ

"അമ്മക്കു സ്പെഷ്യൽ ബോണസ് ആയി ഇൻഷുറൻസ് കമ്പനി തന്നതാ."

"നല്ല സ്റ്റൈൽ ഉണ്ട്. അമ്മക്ക് ഇനി ഇതെല്ലാം ഉപയോഗിക്കാൻ പറ്റും" – ലൈഫ് സ്റ്റൈൽ ചേയ്ഞ്ച്.

"ആണോ, മോൾക്കിഷ്ടമായോ?"

"ചേച്ചിക്കും ഇപ്പോളൊരു ബാഗ് വേണം എന്നൊക്കെ"

"പോടീ" – വലിയവൾ

നോട്ടുകളുടെ അട്ടി ഞാൻ എണ്ണുന്നത് ചേട്ടൻ കണ്ടു..

"ഇതും ബോണസ് ആണോ" – ചേട്ടൻ.

"ഉം"

മുത്തച്ഛൻ പറയും ലോജിക്ക് വേണം എന്ന്, എല്ലാ കാര്യങ്ങളും ചെയ്യും മുൻപ് ചോദ്യം വരേണം മനസ്സിൽ. അതാ ലോജിക്ക്.

ഇൻഷുറൻസ് കമ്പനിയുടെ ബോണസ് ലോജിക്കല്ല. അത് കള്ളമാണ്.

ലോജിക്ക് എന്നതെന്താ എന്നും ഞാൻ ഒരിക്കൽ ചോദിച്ചു.

"ഇപ്പോൾ നമ്മൾ ലിഫ്റ്റിനു മുമ്പിൽ മുകളിലോട്ട് പോവാൻ "അപ്പ്" എന്നത് പ്രസ് ചെയ്തു. രണ്ടു ലിഫ്റ്റുകൾ ഇല്ലേ, അതിൽ ഒന്നേ വരൂ. അതാണ് ലോജിക്ക്."

"അതെനിക്ക് അറിയാം"

"ലോജിക്ക് അറിയും എങ്കിൽ ഇനിയൊന്ന് അറിയുമോ എന്ന് നോക്കട്ടെ?"

"ഉം"

"വേണ്ടാത്ത ആലോചനകൾ."

"ഇതും ഒരു ലോജിക്ക് അല്ലെ.?"

"ആണോ?"

"ബുദ്ധിയുണ്ട് നിനക്ക്. ഉപയോഗിക്കുന്നത് ശരിയാക്കിയാൽ മതി."

എനിക്ക് എന്റെ തലച്ചോറിൽ മൂന്നാമതൊരു കംപാർട്ട്മെന്റ് കൂടിയുള്ളതുകൊണ്ട് ഞാൻ മുത്തച്ഛനോട് വാദിച്ചില്ല.

"എന്താ നീ ആലോചിക്കുന്നത്.?"

എങ്ങനെയാ പറയുക എന്റെ മസ്തിഷ്കത്തിൽ മൂന്നാമത്തെ കംപാർട്ട്മെന്റ് ഉള്ളത് എനിക്ക് മാത്രമേ അറിയൂ എന്നും, അതിന്റെ പേര് "രഹസ്യം" എന്നാണെന്നും, പക്ഷെ അത് പരസ്യം ആണോ എന്നറിയില്ല എന്നും.

ഞാനിപ്പോൾ ചെറിയ മോൾക്ക് കൊടുത്ത ഉത്തരവും ചേട്ടന് കൊടുത്ത ഉത്തരവും ലോജിക്കില്ല, കളവാണ് അതിൽ രഹസ്യമുണ്ട് .

കൃഷ്ണക്കൊരു പരസ്യവും. കൃഷ്ണ എന്ന ദല്ലാളിന് എല്ലാം പരസ്യമാണ്. ഞാനും.

കളവു കേട്ട് കളവു പറയുന്നവർ സത്യമേ പറയൂ എന്നാവും മറ്റുള്ളവർ ആലോചിക്കുക.

ഒന്നിലും വിലയില്ലായ്മ പോലെ. എന്തൊ ആയ്ക്കോട്ടെ, നമുക്കെന്തുകാര്യം എന്ന പോലെ.

മൂല്യങ്ങൾ അമൂല്യവും. ചില കഥകളിൽ അമൂല്യമായത് മൂല്യമല്ലാത്തതും മറ്റു ചില കഥകളിൽ...?

സത്യം പല രൂപത്തിലാണ്, അസത്യങ്ങൾക്ക് ഒരേ രൂപവും. കുതിരപ്പുറത്തു പറക്കുന്ന, ആനപ്പട്ടമിട്ട് വെഞ്ചാമരം വീശി നടക്കുന്ന, പലർക്കും ഞാനൊരു പരസ്യം. ഗുസ്സിയുടെ അഡ്വർടൈസ്മെന്റിൽ കണ്ട ആ മദാമ്മ പോലെ. നെറ്റിൽ ഉള്ള എസ്കോർട്ടുകൾപോലെ.

കടിഞ്ഞാണില്ലാത്ത കുതിര പോലെ ആയി എന്റെ മനസ്സ്. തളച്ചിടാൻ പ്രയാസം. അപ്പോൾ എങ്ങിനേയാ എന്റെ തലച്ചോറിൽ ഉള്ള ഫ്രിഡ്ജിലെ പോലെ ഫ്രീസർ കംപാർട്ട്മെന്റിൽ അതെല്ലാം ഉൾക്കൊള്ളിക്കാൻ പറ്റുക?

ചോദിച്ചാൽ പിന്നെ മിണ്ടില്ല. മൗനത്തിൽ ഞാൻ അലിയും. കാണാതാവും. കുറേ ദിവസങ്ങൾ ഓർക്കാതിരിക്കാൻ നോക്കും. പറ്റില്ല.

ഡിലീറ്റ് ബട്ടൺ അമർത്തിയാൽ ഓർമ്മകൾ തീരുമോ? അതോ ആർക്കൈവ് ബൂത്തിൽ പോയി ഒതുങ്ങുമോ?

ഫോർവേഡ് ബട്ടൺ അമർത്തിയാണ് ഞാൻ സാറാമ്മ ചേച്ചിയുടെ അടുത്തെത്തിയത്.

എന്റർ ബട്ടൺ അമർത്തിയാൽ മേനോൻ ഡോക്ടർ രാധയിൽ ഒളിക്കും.

ലോഗ് ഇൻ ബട്ടൺ – പ്രണയത്തിന്റെ വാതിൽ തുറക്കുന്നു.

ഫേവറിറ്റ് ബട്ടൺ – ഇഷ്ടമുള്ള കസ്റ്റമേഴ്സിനു സ്പെഷ്യൽ കോളർ ട്യൂൺ നൽകും.

ബൂട്ട് ബട്ടൺ – തമ്മിൽ പരിചയപ്പെടലിന്.

നെറ്റ് വർക്ക് – ഒന്നിൽ നിന്നും മറ്റൊന്നു, തുടർക്കഥ – ഞാനും എന്റെ ഒരുപാട് കസ്റ്റമേർസും.

വൈറസ് – വേണ്ടാത്ത ചോദ്യങ്ങളുടെ ഉടമ – മുത്തച്ഛൻ.

വിൻഡോ – അടയ്ക്കാനും തുറക്കാനും ഓട്ടോ എൻട്രിക്കും – അതാണ് സ്റ്റ്റ്റോങ്ങ് ബട്ടൺ.

റാം – റാൻഡം ആക്സസ് മെമ്മറി – വേണ്ടത് മാത്രം ഓർക്കാനുള്ള അരിപ്പ – രഹസ്യത്തിന്റെ താക്കോൽ.

ഡി പി – ഡിസ്പ്ലേ പിക്ചർ – മൂഡ് കാണിക്കാൻ – ചിരിയിൽ, ദേഷ്യത്തിൽ മൗനത്തിൽ.

“പൊന്നെ നിന്റെ ശരീരത്തിൽ ഒരു പാട് സ്വിച്ചുകൾ ഉണ്ട്. അതിലെ ചിലത് ഞെക്കിയാൽ നീ ഒരു കന്യക ആവും. ചിലതിൽ തൊട്ടാൽ ഭദ്രകാളി, മറ്റു ചിലതിൽ തട്ടിയാൽ ശകുന്തളയും” – മുത്തച്ഛൻ

“അത് പോകട്ടെ നിങ്ങൾ ആണ് എന്നെ നല്ലപോലെ അറിയുന്നതും മനസ്സിലാക്കുന്നതും.”

“എങ്ങിനെ?”

“ആ ഞെക്കു വിളക്ക് പോലെ എന്നിൽ ഉള്ള ചില ബട്ടൻസ് നിങ്ങൾക്കറിയാമല്ലോ?”

“എന്താണത്?”

“കളിപ്പിക്കല്ലേ എന്നെ?”

“ഇല്ല – പറയൂ”

“എന്നെ രംഭയും തിലോത്തമയും ആക്കുന്ന ആ സ്വിച്ചുകൾ. ഞെട്ടുകൾ പോലെ”

രണ്ടു പേരും പൊട്ടിച്ചിരിച്ചു. അന്നൊരിക്കൽ, നല്ലൊരു കൂടൽ തീരാനായപ്പോൾ

എന്റെ മൂഡെല്ലാം പോയി. ഡീലിറ്റ് ബട്ടൺ അമർത്താനായോ എന്ന് ചിന്തകളിൽ വന്നപ്പോൾ “പകരക്കാരൻ” എന്നൊരു വാക്കുണ്ട് മലയാളം സ്ക്രൈപ്പ് പോസ്റ്റുകളിൽ എഫ് ബിയിലും കാണാം. മുത്തച്ഛനെയൊരു പകരക്കാരനായി കണക്കാക്കിക്കൂടെ . മൂഡ് തീരെ പോയിരിക്കുന്ന സമയത്താ ഒരു ഫോൺ വന്നത്.

“ആർ യൂ ജിത്തു ചിട്ടിലോടത്തിൽ”

“യെസ്”

“യൂ അറ്റൻഡഡ് ആൻ ഇന്റർവ്യൂ വിത്ത് അസ് അറ്റ് മെഡിക്കോ ഹോസ്പിറ്റൽ ആസ് റിസപ്ഷനിസ്റ്റ് കം ടെലിഫോൺ ഓപ്പറേറ്റർ”

“യെസ്”

“യൂ ആർ സെലക്ടഡ്. ഐ ആം കാളിങ്ങ് ഫ്രം ഹെഡ് ഓഫീസ്. കൺഗ്രാറ്റ്സ് ജീത്തൂ.”

“യൂ വിൽ ഗെറ്റ് യുവർ അപ്പോയ്ന്റ്മെന്റ് ലെറ്റർ സൂൺ”

കാർത്യായനീ ദേവീ – ഞാൻ വിളിച്ചു പ്രാർത്ഥിച്ചു.

ഉടനെ തന്നെ മുത്തച്ഛനെ വിളിച്ചു പറഞ്ഞു. “ശരി” എന്ന് മാത്രം മറുപടി

ജീവിക്കാനുള്ള പണം ഉണ്ടാക്കാൻ രാവിലെ പത്തു മുതൽ രാത്രി എട്ടുവരെ ഉള്ള ജോലി. പഴയ ജോലിയിൽ നിന്നും പിരിച്ചു വിട്ടതല്ല. ഞാനായി പോന്നതാണ്. ദേഷ്യം, വാശി, അഹംഭാവം എന്നീ ഗുണങ്ങൾ എനിക്കുള്ളതുകൊണ്ട്.

ഇനി ഇവിടെയെങ്കിലും നീ കുറച്ച് കൊല്ലം നിൽക്കാൻ നോക്ക്. അതിന്റെ എം ഡിയോട് ഞാനെന്റെ മോളാ എന്ന് പറഞ്ഞാ ജോലി കിട്ടിയത്. മുത്തച്ഛൻ സെല്ലിൽ വീണ്ടും വിളിച്ചു പറഞ്ഞു.

അന്ന് ജോലിയിൽ പ്രവേശിക്കും മുൻപ് ചേട്ടന്റെ കൂടെ ഞാൻ കാവിനടുത്ത പഴയ എന്റെ ദേവീ അമ്പലത്തിൽ തൊഴാൻ പോയി.

ആ ആഴ്ച വൈകീട്ട് എട്ടുമണിക്ക് ഓഫിസ് വിട്ടു വീട്ടിലെത്താൻ എട്ടര. പിന്നെ ഒരു തിരക്കാ.

അടുത്ത ആഴ്ച ഒരു ദിവസം ഇത്തിരി നേരം വൈകി. ബില്ലുകൾ കണക്കുകൂട്ടി എഴുതികഴിയുമ്പോൾ നേരം വൈകി.

നടന്നു കിതച്ചു വീട്ടിൽ കയറിയപ്പോൾ നല്ലപോലെ കള്ളും കുടിച്ചാ ചേട്ടൻ.

"എവിടെ പോയി തേവിടിശ്ശി?" എന്നു പറഞ്ഞാ എന്നെ ആനയിച്ചതും, അകത്തേക്ക് കടക്കുമ്പോൾ മുഖത്തടിച്ചതും. ചോരയുടെ പാടുകൾ കണ്ടപ്പോൾ മൂത്ത മോൾ അച്ഛനെ ശ്വാസിച്ചു. ചെറിയവൾ കരഞ്ഞു.

"എനിക്കറിയാം നീ എവിടെയായിരുന്നെന്ന്"

വീണ്ടും ഓങ്ങി അടിക്കാൻ ശക്തി ഉപയോഗിച്ചില്ല. ഒഴിവാക്കാൻ നോക്കിയതാ അപ്പോൾ ചേട്ടൻ ആ ഓങ്ങലിൽ തെറ്റി വീണു. കയ്യിടിച്ചു. നെഞ്ചിൽ നിലത്തുകിടന്നു.

ഞാനും മക്കളും പേടിച്ച് അകത്തേക്ക് പോയി.

അതാ വീണ്ടും, "നീയെന്നെ അടിക്കും അല്ലേ" എന്നും പറഞ്ഞ്. മക്കൾ തടയാൻ നോക്കി. പറ്റിയില്ല. അവരും വീണു ആ ഉന്തലിൽ.

എന്നെ നെഞ്ചത്തിടിച്ചു കൊല്ലാൻ പോലെ.

മൂന്നാളും കൂടി പോലീസ് സ്റ്റേഷൻ വരെ പോയി. മൂത്തവളാ സ്കൂട്ടർ ഓടിച്ചത്.

സ്റ്റേഷനിൽ നിന്നും ഞങ്ങളെ എന്റെ അമ്മയുടെ വീട്ടിൽ കൊണ്ടുപോയാക്കി.

അഞ്ചാറുദിവസം കഴിഞ്ഞപ്പോൾ ചേട്ടൻ വന്നു. ഞങ്ങളെ തിരിച്ചുകൊണ്ടുപോയി.

അന്ന് തന്നെ ഗുസ്സി ബാഗിൽ കിട്ടിയ നോട്ടുകൾ കൊടുത്തു പലിശ വീട്ടി എന്റെ താലി ചെയിൻ തിരിച്ചും വാങ്ങി. മംഗല്യം ഒരു സ്വപ്നമായിരുന്ന കാലം. സ്കൂൾ യൂണിഫോം ഇട്ടു നടക്കുന്ന ആ കാലം. അതെല്ലാം ദുസ്വപ്നങ്ങൾ ആവുമ്പോൾ എന്താ ചെയ്യുക?

ഞാൻ എന്റെ ഹൃദയം ഫ്രീസർ കംപാർട്ട്മെന്റിൽ വെക്കില്ല. അത് പണ്ടേ മരവിച്ചു കഴിഞ്ഞതാ.

പുതിയ ഓഫീസിൽ നല്ലതാ, നേരം പോവാൻ. കുറേ ആളുകളെ കാണാം. പരിചയപ്പെടാം. അതെല്ലാം എനിക്കിഷ്ടമാണ് താനും.

പിന്നെ ടെലിഫോൺ ഓപ്പറേറ്റർ. സെൽഫോണിൽ കളിക്കാത്ത കാര്യങ്ങൾ ഇവിടെ ഒരു സോഡി കളിപോലെ ആയെടുക്കും.

പുതിയ ജോലിയിൽ സമയം പോയതറിഞ്ഞില്ല. മാസങ്ങളും ഒന്നൊന്നര കൊല്ലവും.

സമയം പോവുന്നതിനു നടുവിൽ പലതും നടന്നു. മൂത്തവൾ കോളേജ് കഴിഞ്ഞു. ചെറിയവൾ പത്തിലും.

ചിലവുകൾ കൂടി എങ്കിലും, പലതിനും മുത്തച്ഛൻ സഹായം നീട്ടി.

അപ്പോഴെല്ലാം ആലോചിക്കാറുണ്ട്. പഴയ പലതും. എന്നെ സഹായിച്ച സച്ചിയും ജെയും ഇസുവും.

ഇരുപത്തഞ്ചു വയസ്സിൽ ഒന്നാമത് നിഷ്കളങ്കതയുടെ അരഞ്ഞാച്ചരട് കഴിച്ചു കിടന്നതും പിന്നെ നൂറോ നൂറ്റിയൻപതോ ഇരുനൂറോ കസ്റ്റമേഴ്സിനെ സാറ്റിസ്ഫൈ ചെയ്തതും എല്ലാം. അഞ്ചാറു കൊല്ലങ്ങൾക്ക് മുൻപ് ഒരിടത്ത് വെച്ച് പരിചയമായി ദേവി എന്നു വിളിച്ച മുത്തച്ഛനുമായുണ്ടായ പരിചയവും അയാൾ പറഞ്ഞും കേൾപ്പിച്ചുതും ചോദ്യശരങ്ങളായി നടന്നതും ആയ പല കാര്യങ്ങളെ പറ്റിയും.

ആവശ്യങ്ങൾക്ക് വേണ്ടി മാതൃത്വത്തിന്റെ വിശ്വരൂപം അലങ്കരിച്ച ബൊമ്മയായി ഞാൻ തെണ്ടിയതും

മൂത്തവൾ ഒരിക്കൽ എന്നോട് ചോദിച്ചു.

“ഈ തള്ള എന്തിനാ തള്ളവിരൽകൊണ്ട് സ്പീഡിൽ സെല്ലിൽ ഉരച്ചുകൊണ്ട് ചാറ്റ് ചെയ്യുന്നത്” എന്ന്.

അന്ന് മുത്തച്ഛൻ ദേഷ്യത്തിൽ എങ്കിലും, നിസുവുമായി നടത്തിയ ഓർമ്മകൾ കഷണങ്ങളാക്കി വലിച്ചെറിഞ്ഞ സിമ്മിനു പകരം എടുത്തുതന്ന ആ സിമ്മിലെയും നെറ്റ് കണക്ഷൻ വേണ്ട എന്നു വെച്ചു. പക്ഷെ അതിൽ വരുന്ന കോളുകളും കുറഞ്ഞു. രണ്ട് മക്കൾക്കും അതിൽ സന്തോഷവുമായി.

അമ്മയെന്ന ആ പവിത്ര വികാരം മക്കളെ വളർത്താനുള്ള പ്രയാസങ്ങളിൽ അഗ്നിസാക്ഷിയായി. ആ തീനാളങ്ങൾ ഞാനെന്ന ജിത്തുനിന്റെ വികാര നിർവൃതിയിൽ ചേർന്ന അനുഭവങ്ങൾ.

ആയിടക്കാണ് കൃഷ്ണ എന്ന ദല്ലാൾ വിളിച്ചത്.

“നല്ല ഒരു കേസ് വന്തിരുക്ക്. ചിന്നപയ്യൻ”

“വേണ്ട കൃഷ്ണ. ഞാൻ അതെല്ലാം ഇനി വേണ്ടെന്ന് വെച്ചു”

“അല്ലമ്മാ. നല്ല പണം ഉള്ള ആള്. പക്ഷെ ചെവിടും കേൾക്കില്ല. പറയാനും പറ്റില്ല”

"പിന്നെ എന്തിനാ അയാൾക്ക് ഇത്?"

"എന്നമ്മാ, ഇത് വേണ്ടാത്ത ആളുണ്ടോ?"

"വേണ്ട കൃഷ്ണ, എനിക്ക് പറ്റില്ല. നീ ബബിയോട് ചോദിച്ചുനോക്ക്"

"കേട്ടാച്ചു. അവരും ബിസി"

"എന്തിനാ ആ ആൾക്ക് ഞാൻ?"

"യാരോ, നിങ്ങളുടെ ഫോട്ടോ കണ്ടു എന്നു പറഞ്ഞു"

"വേണ്ട കൃഷ്ണ"

ആ കഥ ക്ലോസ് ചെയ്തു. അപ്പോഴാണെന്ന് തോന്നുന്നു, മുത്തച്ഛൻ വിളിച്ചു എന്നോട് ചോദിക്കുന്നത്.

"നീ എന്നെയും മറന്നു അല്ലെ?"

"അതെന്താ അങ്ങിനെ ചോദിക്കുന്നത്?"

"ഒന്നൂല്ല്യ, നീ പഴയതെല്ലാം മറന്നു ഇല്ലേ?"

"ഉം. മറന്നു"

"അല്ല, അന്നെല്ലാം ഫാൻസി നമ്പർ ഓർമ്മ വെച്ചിരുന്നു. കൃഷ്ണ നിന്നെ വിളിച്ചത് ആ ഫാൻസി നമ്പർ ഉള്ള കാറിന്റെ ഉടമയുടെ ആയിരിക്കാം.? ആ കാറിപ്പോൾ കൊണ്ട് നടക്കുന്നത് ചെവിട് കേൾക്കാത്ത ആളാവാം."

"ശരിയാ, ഞാനിപ്പോൾ കാറുകളുടെ ഫാൻസി നമ്പർ അല്ല നോക്കുന്നത്. ലോഗോ ആണ്."

"എടാ, നീ ആള് മാറി അല്ലെ?"

"പിന്നെ?"

"നല്ലത്. ലോഗോ എങ്ങിനെ മനസ്സിലാക്കി?"

"പുതിയ കസ്റ്റമേഴ്സ്"

"പറയൂ. ഏതെല്ലാം ലോഗോ അറിയാം?"

"ഒരു വട്ടമിട്ട് അതിൽ മൂന്ന് വരകൾ വരച്ചാൽ "മെർക്ക്"

"ഗുഡ്" – മുത്തച്ഛനതിശയം

"ഒരു വട്ടമിട്ട് അതിൽ എച്ച് എന്നെഴുതിയാൽ അത് ഹ്യൂണ്ടായി"

"വെരി ഗുഡ്"

"ഒരു വട്ടമിട്ട്, അതിനുള്ളിൽ വേറെ രണ്ടു വട്ടമിട്ടാൽ അത് ടൊയോട്ട"

"നൈസ്"

"നാല് വട്ടങ്ങളിട്ടാൽ അത് ഓഡി"

"അപ്പോൾ നീ ഈയിടെയായി ഈ വക കാറുകളിൽ എല്ലാം പോയിട്ടുണ്ടോ?"

"ഉം. പിന്നെ എസ് യു വി"

"അതെന്താ?" – മുത്തച്ഛൻ ഫോണിൽ എന്നെ കളിയാക്കാൻ എന്നോണം"

"പണ്ടെല്ലാം നീളമുള്ള വലിയ കാറുകളിൽ പോവാനിഷ്ടം. ഇപ്പോളിപ്പോൾ ഉയരമുള്ളതിലും, അതാ എസ് യൂ വി."

"അതായത് നീ ഇപ്പോൾ "വട്ടം" എന്തെന്ന് ശരിക്കു മനസ്സിലാക്കി അല്ലെ?"

"അതറിയാൻ കൊതിക്കുന്ന ആളുകളേയും!"

"നീയൊരു മിടുമിടുക്കിയായി"

"മുത്തച്ഛനല്ലേ പഠിപ്പിച്ചുതന്നത്? എന്നും ഒന്നാം ക്ലാസ്സിൽ ഇരുന്നാൽ പോര, സമയമാവുമ്പോൾ ഉയരങ്ങളിൽ എത്താൻ പഠിക്കണം എന്നും. ഒന്നിന് പുറകെ എത്ര വട്ടങ്ങൾ ഉണ്ടാക്കാൻ പഠിക്കാമോ അത്രയും ഉയരങ്ങളിൽ എത്താം എന്നും."

"അതാണോ നീ ഇപ്പോൾ സൽവാറിനു പകരം സ്ട്രെച്ച് പാന്റും ജുബ്ബയും ഇടുന്നത്?"

"പരിണാമം പോലെ പരിഷ്കാരവും ഒരു ആവശ്യമല്ലേ?"

"നിന്റെ ചിരിയിലും ഇപ്പോ വിത്യാസമുണ്ട്"

"അതാ ഇതിനിടെ പടിഞ്ഞാറപ്പുറത്ത് എന്നോട് പറഞ്ഞതും. 'യുവർ സ്മൈൽ ഈസ് ഇൻഫെക്ഷിയസ്"

"എം പിയോ?"

"അല്ല. പ്രവാസി, മൾട്ടി മില്ല്യനയർ"

മുത്തച്ഛൻ മടുത്തു എന്നു തോന്നിയത്. ഇതെല്ലാം ഞാൻ പറയാതെ അറിയുമ്പോളാണ്.

ഫോൺ കട്ട് ചെയ്യും മുൻപേ എന്നോട് ഇതേ പറഞ്ഞുള്ളൂ. "ടേക്ക് കെയർ ജിത്തു. നിന്റെ ജാതകം അന്ന് നോക്കിയപ്പോൾ പറഞ്ഞത് നിനക്ക് യൂറിനറി സുഖക്കേടുകൾ വരുമെന്നാ. ഒരു തരം ഇൻഫെക്ഷൻ ആണത്. എച്ച് ഐ വി എന്നെല്ലാം ആവാതിരിക്കാൻ സൂക്ഷിക്കൂ"

ഇന്നാളാ ബബിയെ കണ്ടപ്പോൾ അവൾ പറഞ്ഞത്, 1959തിൽ ഉമർരദം എന്ന പ്രശസ്ത ചിത്രകാരൻ വരച്ച പെയിന്റിംഗ് വിറ്റത് ആയിരം രൂപക്ക്. വിറ്റുപോയ അതെ ചിത്രം ഇന്നിപ്പോൾ പതിനാറു കോടി രൂപയ്ക്കാണ് ഒരാൾ വാങ്ങിയതെന്ന്.

കലക്കും കലാകാരിക്കും വിലയേറ്റം. ബബി നല്ലപോലെ വായിക്കും. ഞാൻ പാടും. അവൾ തന്നെ ആണ് ബീഡിയ കുടുംബങ്ങൾ വേശ്യാവൃത്തി ഒരു കുടുംബ കച്ചവടം പോലെ നടത്തുന്നതിനെ പറ്റി വായിച്ചതിനെപറ്റി പറഞ്ഞത്. രാജസ്ഥാനിലും മദ്ധ്യപ്രദേശിലും ഉള്ള ഒരു വിഭാഗം കുടുംബങ്ങൾ ആണത്രേ ബെഡിയ. പക്ഷികളുടെ കൂട് എന്ന പേരിലുള്ള ആ ഗ്രാമത്തിൽ നിന്നും അച്ഛൻ ആണ് മോളെ പതിനഞ്ചു വയസ്സാകുമ്പോഴേക്കും കച്ചവടത്തിലേക്കിറക്കുക.

അവിടെ ജബർദസ്തി അല്ലെങ്കിൽ പ്രഷർ കൊടുത്തല്ല ഇതിലേക്കിറക്കുന്നതത്രേ. അവിടെ ആ ജാതിയിൽ കല്യാണം നടക്കില്ല. ഉണ്ടാവുന്ന കുട്ടികൾ ഈ സമ്പ്രദായം സ്വീകരിക്കുന്നു.

അത് കേട്ടപ്പോൾ ഞാൻ ഒരു ചോദ്യം എന്നോട് ചോദിച്ചു?

ഞാൻ ബെഡിയ വർഗ്ഗത്തിൽ ജനിച്ചാൽ എന്തായിരിക്കും എന്നിൽ ഉണ്ടായ പരിണാമം എന്ന്?

പടച്ചവൻ ഈ ദുനിയാവില് എന്തെല്ലാം ആണ് കാണിച്ചു തരുന്നത്”

എക്സ്പയറി തിയറി ഇല്ലാത്ത പഠനം

ആ ഒരു ദിവസം ആണ് മുത്തച്ഛൻ എനിക്ക് ആദ്യമായി ജർമ്മനിയിൽ നിന്നോ മറ്റോ വാങ്ങി ഗിഫ്റ്റ് തന്ന “സ്വോച്ച്” എന്ന ബ്രാൻഡഡ് വാച്ച് കയ്യിലിട്ട് പുറത്തിറങ്ങാൻ കൊതി തോന്നിയത്. കാരണം അന്ന് ഞാൻ വെള്ള മുണ്ടും വേഷ്ടിയും ആണ് ഇടാൻ തീരുമാനിച്ചത്. വെളുത്ത ആ സ്വോച്ച് വാച്ചിന് വെള്ള ഖദറിൽ തുന്നിയ ഷർട്ടിടുന്ന മത്തായച്ചന്റെ കൂടെ. ആ വാച്ച് ആണ്, മാച്ചിങ്ങ് മാച്ചിങ്ങ്.

അതെടുത്തു നോക്കുമ്പോൾ, ആ വാച്ച് നിന്നിരിക്കുന്നു.

സമയം നിന്നു. സത്യങ്ങൾ യാഥാർത്ഥ്യത്തിന്റെ വസ്ത്രാരോപണങ്ങൾ നടത്തി പോയോ, മുത്തച്ഛനും എന്നിൽ നിന്നും അകന്നു കഴിഞ്ഞു?

മത്തായച്ഛന്റെ കൂടെ പോയി ടാക്സിയിൽ പുറത്തിറങ്ങുമ്പോൾ ബബി.

“നീയെന്താ ഈ സമയത്തു സ്കൂട്ടരിൽ?”

ഓരോരത്തേക്ക് വിളിച്ച് ബബി എന്നോട്:

"നിന്റെ മൂത്ത മോൾക്ക് ഗർഭമാണ്"

എന്റെ ഹൃദയം നിന്നു.

"അതെ. ഡ്രൈവർ രഞ്ജിത്ത്"

"ആരാ പറഞ്ഞത്"

"എല്ലാവരും അറിയും"

"മോളെവിടെ?"

"അവൾ മിണ്ടാതിരുന്നത് രഞ്ജിത്ത് കല്യാണം കഴിക്കും എന്ന് പറഞ്ഞതിനാലാണത്രേ"

"എന്നിട്ടവൻ"

"ഇന്നലെ ഗൾഫിൽ പോയെന്നാ മോള് പറയുന്നെ. ഇനി വരില്ലത്രേ"

വൈറസു അറ്റാക്കിൽ സെൽഫോൺ നിശ്ചലമായതുപോലെ സമയം. വാച്ചുപോലെ. നിന്നുപോയ നിശ്ചലമായ ഘടികാരം പോലെ. ആകാശത്തിൽ അലിയുന്ന ചീസ് പോലെ, സമയവും നിമിഷ സൂചികളും. എല്ലാം വഴുക്കിൽവീണുപോയ കൂറേ നിമിഷങ്ങൾ ഒന്നായ പോലെ. എല്ലാം ഒന്നുമില്ലാ എന്ന പോലെ.

ഒരായിരം ചിന്തകൾ, മനസ്സിന്റെ ധമനികളിലൂടെ പ്രവഹിക്കുന്നത് പോലെ, ഇന്ന് വരെ നടന്നു വന്ന വഴികളിൽ ഓടി നടന്നു പെട്ടെന്ന് തളർന്ന് പോയ പോലെ. സമ്മർദം നിയന്ത്രണം വിട്ട് കുത്തിയൊലിക്കുന്ന പോലെ.

"എക്സ്പെക്ട് ദി അൺ എക്സ്പെക്ടഡ്" – മുത്തച്ഛന്റെ മുദ്രാവാക്യം.

മുത്തച്ഛന്റെ വേദവാക്യം. "ഇൻ ലൈഫ് നതിങ് ഈസ് പെർമനന്റ്"

"എല്ലാം എപ്പോഴും മാറിക്കൊണ്ടേ ഇരിക്കുന്നു."

കുഴപ്പങ്ങളുടേയും കലാപങ്ങളുടേയും താറുമാറുകളുടേയും നടുവിൽ നിന്നാണ് അസ്ഥിരതയിൽ നിന്നും സ്ഥിരതയിലേക്കുള്ള മാറ്റം തുടങ്ങുക!

ഒന്നാം ലോക മഹായുദ്ധം, രണ്ടാം ലോക മഹായുദ്ധം, പാണ്ഡവൻമാരും കൗരവൻമാരും തമ്മിലുള്ള യുദ്ധം, അങ്ങിനെ എവിടെയൊക്കെ കുഴപ്പങ്ങൾ ഉണ്ടാവുന്നുവോ അവിടെ എല്ലാം നല്ലത് വന്നു.

മൂത്ത മോൾ തെറ്റ് ചെയ്തു. ഇനി എന്ത് ചെയ്യും? തെറ്റിനെ ശരിയാക്കാൻ പറ്റില്ല. തിരിച്ചും. അതാണ് ശരി. വീട്ടിലെത്തി അവളെ കണ്ടു. കണ്ണുകളിൽ വേദനയുടെ കളങ്കം.

"സാരമില്ല. ഞാൻ അച്ഛനോട് പറയില്ല" – അന്ന് അവൾ എന്നോട് പറഞ്ഞതും അത് തന്നെ.

"എന്നിട്ടോ"

"നമുക്ക് എടുക്കാം. പോക്കാം. കളയാം"

"വേണ്ട അമ്മേ, എന്റെ വയറ്റില്..."

"ഹെലോ മേനോൻ അല്ലെ? ഞാനും മോളും അങ്ങോട്ട് വരുന്നു"

പൂർണ്ണ ചന്ദ്രൻ ഉദിച്ച രാത്രിയിലെ ഡോക്ടർ.

എല്ലാം നടത്താൻ പറ്റും എന്ന വിശ്വാസം, അതല്ലേ ശക്തി? മനശക്തി?

"യൂ ഡോൺഡ് വറി, മോളെ"– മേനോൻ

എല്ലാം തിർത്തു. തീർന്നു.

"താങ്ക് യൂ ഡോക്ടർ"

ഡോക്ടർ പോയി, എല്ലാ ബില്ലും ഡോക്ടർ കൊടുത്തു.

"മോളെ, ഇതാ അന്ന് അമ്മ കൂടെ പോയി കണ്ണൂരിൽ നിന്നും കാറിൽ തിരിച്ചുവന്ന ഡോക്ടർ"

"ഞാൻ എന്താ വേണ്ടതിനി?" – മേനോൻ

"അമ്മ എന്നെ അമ്മയുടെ വീട്ടിൽ ആക്കി പൊയ്ക്കോളൂ'

തിരിച്ചു വീട്ടിലെത്തുമ്പോൾ, ചെറിയ മോളുടെ കയ്യിൽ ഒരു മെമ്മോ. സ്കൂളിൽ നിന്നും കൊടുത്തയച്ചതാ.

"എന്താണിത്?"

"അമ്മയോ അച്ഛനോ നാളെ സ്കൂളിൽ എന്റെ കൂടെ പോയി കാണാൻ"

"എന്തിനാ?"

"അറീലാ"

"നീ അതൊന്നു വായിക്കൂ" – എനിക്ക് ഇത്തിരി ഇംഗ്ലീഷ് പറയാം. വായിച്ചാൽ മുഴുവൻ മനസ്സിലാവില്ല.

"അമ്മെ ഞാനും വേറെ രണ്ട് കുട്ടികളും കളിക്കുന്നത് അവർ കണ്ടുപിടിച്ചു. അതിനാൽ എന്നെ സ്കൂളിൽ നിന്നും പേര് വെട്ടുകയാണ് എന്നാ"

പിറ്റേന്ന് സ്കൂളിൽ ഞാനൊറ്റക്ക് പോയി, ചേട്ടനോട് പറഞ്ഞില്ല.

"നിങ്ങൾ ആണോ ഇവളുടെ അമ്മ?"

"അതെ"

"അവൾ സ്കൂളിൽ രണ്ട് ബോയ്സ് ചേർന്ന് വേണ്ടാത്ത ചിലകാര്യങ്ങൾ ചെയ്തു. മാത്രമല്ല അവർ മൂന്നുപേരും ചേർന്ന് മറ്റൊരു പെൺകുട്ടിയെ ടാഗ് ചെയ്ത് പ്രഷറൈസ് ചെയ്ത് പണം വാങ്ങി"

"അതെല്ലാം പോലീസ് നോക്കിക്കോളും. അതിനു അവളെ എന്തിനാ സ്കൂളിൽ നിന്നും പുറത്താക്കുന്നത്?"

"ദാറ്റീസ് അവർ ഡിസിഷൻ"

വെളുത്ത ഖദറിട്ട മത്തായച്ചനെ വിളിച്ചു. എത്തി. കുറച്ചുനേരം അവരെല്ലാം സംസാരിച്ചു.

"സാരമില്ല. മോളിനി ഇങ്ങിനത്തെ കൂട്ടുകെട്ടൊന്നും വേക്കേണ്ട, കേട്ടോ" സ്വാന്തനം.

വിശ്വാസങ്ങൾ അന്ധവിശ്വാസങ്ങളാകും. ചിലപ്പോൾ നേരെ മിറച്ചും.

ചേട്ടൻ ഒന്നുമറിയാതെ, വകതിരിവില്ലാതെ. നേരിയ ഒരുമണം. ആ മണത്തിൽ എല്ലാം അലിയുന്നു. ചേട്ടന്റെ അന്നത്തെ ജീവിതം. റം ആണ് അന്ന് കുടിച്ചിരുന്നത്. അടുത്ത നാൾ എന്നെയും എന്റെ വരുമാനത്തേയും കാത്തിരിക്കും. അത്ര ദൂരത്തിലായിരുന്നു.

എന്റെ വേറൊരു ദിവസം. നെഞ്ചിൽ ഇടി വെട്ടിയ ആ ദിവസം.

"നിങ്ങളുടെ പേരെന്താ"

"നിങ്ങൾ ആരാ?"

"ഞാൻ ക്രൈം പോലിസ് ആണ്. ഇതാ എന്റെ ഐഡി"

ഞെട്ടിപ്പോയി. വീട്ടീൽ ആരും ഇല്ല. മക്കൾ കോളേജിൽ. ചേട്ടൻ പുറത്തും.

"ഇത് നിങ്ങളുടെ വീടല്ലെ?"

ഒരിക്കൽ മുത്തച്ഛൻ പറഞ്ഞിരുന്നു, വകയിൽ കൂടുതൽ വരുമാനത്തിൽ കൂടുതൽ വീടിന് ചിലവഴിച്ച കാശിന്റെ കണക്ക് ഇൻകംടാക്സ്കാർ അന്വേഷിക്കും എന്ന്. അല്ലാതെ എങ്ങിനെയാ ഇങ്ങിനെ എല്ലാം ലൈഫ്സ്റ്റൈൽ?

"അതെ"

"നിങ്ങൾ ഒന്ന് 467 പോലീസ് സ്റ്റേഷനിൽ വരണം"

നെഞ്ചിൽ രണ്ടാമത്തെ കതിന പൊട്ടി

"എന്തിനാ"

"ഇതിനിടെ ഒരു റെയ്ഡ് ഉണ്ടായിരുന്നു. പാലത്തിനടുത്തൊരു ബംഗ്ലാവിൽ"

അയ്യോ, പറ്റിച്ചോ?

ഒരുപാട് മാസങ്ങൾക്കു മൻപ് കൃഷ്ണ പറഞ്ഞതാണ് ഓർമ്മയിൽ.

"ഒരു പുതിയ സാറുണ്ട്, ഫെലിക്സ് എന്നാ പേര്. അയാൾക്ക് നിന്നെ ഉടനെ വേണം"– ഈ ദല്ലാളന്മാർ

"ഓ"

"പക്ഷെ സ്ഥലമില്ല. ഞാൻ സജസ്റ്റ് ചെയ്തു. ഒരു ബംഗ്ലാവുണ്ട്. അവിടെ എല്ലാം നടക്കും. വാടകയ്ക് റൂമും."

"എവിടെയാ"

"പാലത്തിനടുത്താ"

അവിടെ കൃഷ്ണ കൂടെ കൊണ്ടുപോയി ഫെലിക്സിനെ പരിചയപ്പെടുത്തി.

തിരിച്ചു നടക്കുമ്പോൾ ഫെലിക്സ് കാറിൽ ഡ്രോപ്പ് ചെയ്യാം എന്ന് പറഞ്ഞു.

ഞാൻ വേണ്ട എന്നും പറഞ്ഞു, അവിടത്തെ ക്ലാരചേച്ചിയോട് സംസാരിച്ചുകൊണ്ട് നിന്നു.

എന്റെ സെൽ നമ്പറും ക്ലാരചേച്ചി വാങ്ങി. പിന്നെ ഒന്നോ രണ്ടോ തവണ എന്നെ വിളിച്ചു. ബിസി അല്ലെങ്കിൽ ചെല്ലാൻ. നല്ല പാർട്ടി ആണ് എന്നും.

പോയില്ല, വേണ്ട എന്നും വെച്ചതാ

ഞാൻ 467 സ്റ്റേഷനിൽ എത്തി.

"നിങ്ങളുടെ സെൽ നമ്പർ ഒരു റെയിഡ് നടന്ന കേസിൽ പെട്ടു. കസ്റ്റഡിയിൽ ആയ ക്ലാര എന്ന സ്ത്രീയുടെ സെല്ലിൽ നിന്നും കിട്ടി"

"എനിക്കവരെ അറിയില്ല"

അപ്പോൾ ഓർമ്മ വന്നു, ശന്തനു എന്ന പോലിസ് ഡിപ്പാർട്ട്മെന്റിലെ ആളെ. ഞാൻ ഒന്ന് ഒരാളെ വിളിച്ചോട്ടെ എന്ന് ചോദിച്ചു. ശാന്തനുവിനെ വിളിച്ചു കാര്യം പറഞ്ഞു.

"നീ ആ ഫോൺ നിന്റെ മുൻപിലിരിക്കുന്ന അയാൾക്ക് കൊടുക്ക്"

സംസാരം തീർന്നതും, എന്നോട് പൊയ്ക്കോളളാനും പറഞ്ഞു.

അന്നുവരെ ഉണ്ടാവാതിരുന്ന, എന്നാലും റിസ്ക് ഉണ്ടാവാം എന്ന് മുത്തച്ഛൻ എന്നും പറയാറുള്ള ഒരു ഭയങ്കര സമയം.

മൂത്ത മകളുടെ ഗർഭം അലസിപ്പിക്കൽ, ചെറിയവളുടെ കോളേജിൽ നിന്നും പേര് വെട്ടാതാക്കൽ. ഇപ്പോളിതാ പോലീസ് സ്റ്റേഷൻ എൻക്വയറി.

സമയം മോശമാകുമ്പോൾ എല്ലാം കൂടി ഒന്നിച്ചാ വരിക.

അടിവാരം എത്തുമ്പോൾ ഞാൻ പലപ്പോഴും ചുരം കയറി മേലേക്ക് എത്തി. ആ മലകളുടെ മുകളിൽ കയറാനുള്ള ശക്തിയും കെൽപ്പും എന്നെ ചോദ്യം ചെയ്തു.

"ഇനി എങ്കിലും ഇതെല്ലാം മതിയാക്കൂ" മനസ്സ് എന്നെ ചോദ്യം ചെയ്യുന്നു. ആദ്യമായി.

പതിനഞ്ചു ദിവസങ്ങൾ കഴിഞ്ഞു കാണും മറ്റൊരു ഫോൺ

"നിങ്ങൾ ജിത്തു അല്ലെ"

"അതെ"

"അന്നൊരിക്കൽ 467 പോലീസ് സ്റ്റേഷനിലേക്ക് പോയില്ലേ?"

"അതെ"

"ഇത് സൈബർ സെല്ലിൽ നിന്നാണ്". കടുത്ത മനോവേദന. ഇനി ഞാൻ എന്താ ചെയ്യുക.

അപ്പോഴാ മുത്തച്ഛൻ പറയാറുള്ള ചിലതെല്ലാം വീണ്ടും വീണ്ടും ഓടി വന്നത് ഓർമ്മകളിൽ. ലോകത്തുള്ള ആറു ബില്യൺ ആളുകളിൽ ഏകദേശം പകുതി പേർക്ക് ഇന്റർനെറ്റ് ഉണ്ട്. അതിൽ പലർക്കും അതിൽ നിന്നും ഗുണങ്ങൾ ഉണ്ടാവുന്നു. പലരും ആ മാറാല – വെബ് – കൊണ്ട് ബുദ്ധിമുട്ടുകളിലും. അതിലൊന്നാണ് റിസ്ക്, സ്വന്തം ആയ എല്ലാം തുറന്ന കണ്ണാടി പോലെ, ഒരു തരം ഓപ്പൺ സൊസൈറ്റി. അതിൽ നടത്തുന്ന സംഭാഷണങ്ങൾ ഹാക്ക് ചെയ്യാൻ പറ്റും. അതിൽ ഇടുന്ന ചിത്രങ്ങളും ഫോട്ടോസും മോർഫ് ചെയ്യാനും പറ്റും. അതിലൂടെ നടക്കുന്ന ചാറ്റ് മുഴുവവൻ ഹാക്കർസ് എടുത്ത് കാണാൻ പറ്റും.

മൂത്ത മോളും എന്നെ ശാസിച്ചിട്ടുണ്ട്. മുൻപെല്ലാം, "അമ്മെ ഇങ്ങനത്തെ പൂവിട്ട ഫോട്ടോ ഒന്നും ഇനി എഫ് ബിയിൽ ഇടേണ്ട"

ഇപ്പോളിതാ സൈബർ സെൽ വിളിപ്പിച്ചിരിക്കുന്നു.

"നിങ്ങൾ ചെയ്ത കാൾ റെക്കോർഡ് ഞങ്ങൾക്ക് കിട്ടിയിട്ടുണ്ട്. ഇനി എന്തെങ്കിലും.?

ഈശ്വരി, കാർത്യായനി ദേവീ, എന്നെ രക്ഷിക്കണമേ. മനസ്സില് എല്ലാം ശൂന്യം.

"വിളിച്ചത് ശരിയാണ്"

"എന്തിനാ വിളിച്ചത്?"

അതും അവർക്കറിയാം. കാൾ റെക്കോർഡ്സ് ഉണ്ടാവും. നിരസ്സിച്ചില്ല.

"ഇവിടെ ഒപ്പിടൂ. എന്നിട്ട് നിങ്ങൾക്ക് പോകാം. ഇനിയും വിളിക്കുമ്പോൾ വരേണം"

467 സ്റ്റേഷനിൽ നിന്നും ഓട്ടോ പിടിക്കാൻ കൈനീട്ടി. എന്റെ വീടിനടുത്തുള്ള സ്റ്റാൻട്ലെ ഡ്രൈവർ.

"ഇതെന്താ ഇവിടെ?"

"ഒരു കളവു പോയി. അതിനു പേപ്പർ കൊടുത്തതാ" കള്ളം പറഞ്ഞു, പിന്നെന്താ?

കാരണങ്ങൾക്കുള്ള ചോദ്യങ്ങൾ ഒരു പൂർണ്ണമായ വട്ടം ചുറ്റലിൽ. ഒരു ബിന്ദു ആയി ആ ചക്രം വീണ്ടും അതേ ചക്രത്തിലൂടെ ഓടുന്ന ഭൂമിയും ചന്ദ്രനും തമ്മിൽ ചുറ്റും പോലെ. സൂര്യനും ഭൂമിയും വട്ടം ചുറ്റും പോലെ. പ്രപഞ്ചത്തിലെ ചക്രവാളങ്ങളിൽ ഒരുപാട് നക്ഷത്രങ്ങൾ തിരിയും പോലെ. തലകറക്കം പോലെ. ഞാൻ ഞാനല്ല, എനിക്ക് ചുറ്റും ഉപഗ്രഹങ്ങൾ വേണ്ടേ.

ഞാൻ എന്ന് ജിത്തു, എവിടെ നിന്നോ ഒന്നും അറിയാത്ത ഒരു പെൺകുട്ടിയിൽ നിന്നും നിമിഷങ്ങളുടെ 'ബീറ്റ്സ് ആൻഡ് ബൈറ്റ്സ്' ന്റെ ഇടയിലൂടെ വഴുക്കി വീണുപോയ കുറേ സംഭവങ്ങൾ. "സംഭവാമി യുഗേ യുഗേ..."

ഓർമ്മകൾ മരിക്കാത്തത് തെറ്റാണ്. അതും മരണത്തിന്നതീതം. അപ്പോൾ അലിയുന്ന ചീസ് പോലെയുള്ള. ഡാലിയുടെ വളയുന്ന ഘടികാരങ്ങൾ പൊട്ടിതകരാൻ ശ്രമിക്കുമായിരുന്നു. എന്റെ നെഞ്ചിൽ ഇത്ര ഘനം ഉണ്ടാവില്ലായിരുന്നു.

ഞാൻ എന്ന ജിത്തു ഇല്ലാതാവുമായിരുന്നു. മണ്ണെണ്ണയുടെ തീനാളങ്ങളിൽ. മുത്തച്ഛന്റെ "കർമ്മ ഫലങ്ങൾ." ഞാൻ അനുഭവിച്ചേ തീരൂ.... പക്ഷെ തൊണ്ടയിൽ നിന്നും വേദനയുടെ ചങ്കിടിപ്പിന്റെ താളത്തിൽ ആ വാക്കുകൾ എന്നെ പുണരുന്നു.

മണ്ണെണ്ണയുടെ തീ നാളങ്ങളിൽ ഞാൻ പല തവണകളായി അഴിച്ചു മാറ്റേണ്ടി വന്ന അടിക്കുപ്പായങ്ങളും അതഴിക്കാൻ കാരണമായ ഒരുപാട് ഉടമകളുടെ മുഖമൂടികളും ഒരുമിച്ച് ഇല്ലാതായാൽ? അതാവില്ല തീർച്ച.

പക്ഷെ വഴുക്കലിൽ വീണുപോയ ആ നിമിഷങ്ങൾ വീഴ്ത്തുന്ന മരണക്കെണിയിൽ അടിക്കുപ്പായങ്ങളും മുഖംമൂടികളും വീണെങ്കിൽ അത് മനുഷ്യ രാശിയുടെ മറ്റൊരു സ്മാരകം ആവുമായോക്കും. ഒരുപാട് സ്മരണകളെയും ഓർമ്മകളുടേയും കല്ലറകൾ.

ഞാൻ എന്ന കലാകാരിക്ക് സൽവസോർ ഡാലിയുടെ 'പെർസിസ്റ്റൻസ് ഓഫ് മെമ്മറി' എന്ന പെയിന്റിംഗ് പോലെ മറ്റൊരു ചിത്രം വരയ്ക്കാൻ പ്രചോദനം ആവുമായേക്കും. എങ്കിൽ ആ ചിത്രത്തിന് ഞാൻ പേരിടുക "ഓർമ്മകളുടെ സ്മാരകം" എന്നായിരിക്കും.

കാരണം ഞാൻ സ്വതന്ത്രമായ ആത്മാവാണ്. നിയന്ത്രിതമായ നിയമങ്ങൾക്ക് അതീതമായ ആത്മാവ്. കർമ്മങ്ങൾ കൊണ്ട് വിധിയെ മാറ്റാൻ ശ്രമം നടത്തുന്ന ആത്മാവ്. എന്റെ ശരീരം ആ ആത്മാവിനെ കുപ്പായമിടീക്കുന്നു. ആ അടിക്കുപ്പായങ്ങൾ മാറ്റുമ്പോൾ ആണ്, എനിക്ക് പരിണാമം. ആത്മാവിന്റെ പരിണാമം സംഭവിക്കുന്നത്. സംഭവാമീ യുഗേ യുഗേ...

മറവിന്റെ മറവിൽ നമ്മൾ ഒളിപ്പിക്കാൻ ശ്രമിക്കുന്നതെ പറ്റി നല്ല ബോദ്ധ്യത വേണം. ശ്രദ്ധിക്കേണം. അതിലും നല്ലതാ സ്വയം തീരുമാനങ്ങളുടെ. ആത്മാവിന്റെ പ്രതിച്ഛായ.

# അധ്യായം-13

## പുത്തരി കൊണ്ടു പൂത്തിരി

## അഭിനിവേശം ആർത്തികൊണ്ടേ ഉൾക്കൊള്ളാവൂ

"ഏഫ്സിസു കമ്പനിയിലെ ദേവേട്ടൻ പറഞ്ഞു, ഒരു വേക്കൻസി ഉണ്ട് അവിടെ എന്ന്. അതൊരു ട്രാൻസ്പോർട്ട് കമ്പനി ആണ്. ഞാൻ ഇന്റർവ്യൂവിനു പോകും നാളെ."

വാട്സ് ആപ്പിലാ മുത്തച്ഛന് ഞാൻ ആ വിവരം അറിയിച്ചത്.

"ആണോ?"

"പുതിയ ജോലി പഠിക്കാനുണ്ടാകും." – ഇന്റർവ്യൂ കഴിഞ്ഞു മറ്റൊരു മെസ്സേജ്.

"നിനക്കിനി കാറുകളിൽ പോയി ഉള്ള പരിചയം പുതിയ ജോലിയിൽ വലിയ ബസ്സും ട്രക്കും വിൽക്കാൻ ഉതകും."

അതിലൊരു പുച്ഛം ഉണ്ടായിരുന്നു എന്ന പോലെ എനിക്ക് തോന്നി. എന്തോ ആവട്ടെ. എനിക്കൊന്നേ അറിയൂ, പുതിയതിനേക്കാൾ എനിക്ക് വേറെ ഇഷ്ടങ്ങൾ ഒന്നും ഇല്ല. പഴയത് കുപ്പത്തൊട്ടിയിലിടാനല്ലേ പറ്റൂ? കഴിഞ്ഞത് കഴിഞ്ഞു. ഭൂത കാലം ഓർമകളിൽ വെക്കാം, വേണം എന്ന് തോന്നുമ്പോൾ വളച്ചെടുക്കാം. പിന്നെയും. ഓർമ്മകളുടെ പത്തായത്തിലേക്കു ഒരേറും. അതവിടെ കിടക്കും. ശവശരീരങ്ങൾ പോലെ.

എനിക്കിഷ്ടം എന്നോട് ഇഷ്ടം കാണിക്കുന്നവരോടാ. സ്നേഹം കൊണ്ട് എന്താ പ്രയോജനം? സ്നേഹിച്ചിട്ട് എന്നെ ആരും നന്നാക്കീട്ടില്ല. സ്നേഹം ഇന്നുണ്ടാവും, നാളെ കാണണം എന്നില്ലല്ലോ?

പുത്തരി ചോറ് തിന്നാനിഷ്ടമുള്ളവർ; അവർ അതിനായി തിരയും, നല്ല നാടൻ ഭക്ഷണ ശാലകളിൽ. എനിക്കൊരു നാടൻ ശൈലി ഉണ്ടല്ലോ. കളഭവും ചന്ദനവും നെറ്റിയിൽ. നേരിയൊരു കുങ്കുമം മുടിയുടെ ഇടയിൽ. കൂളിംഗ് ഗ്ലാസ് വെക്കാനിഷ്ടമില്ലായിരുന്നു. തോന്നാഞ്ഞിട്ടല്ല. പക്ഷെ എന്റെ കണ്ണുകൾ ആണ് എനിക്ക് വേണ്ടി മന്ത്രങ്ങൾ ഉരുവിടുന്നത്. ആ മന്ത്രങ്ങൾ നാടൻ ചുവയുള്ളതും, ചൂടുണ്ടാക്കുന്നതും. അപ്പപ്പോൾ പൊരിയുന്ന പപ്പടം പോലെ. മൂടിവെക്കുന്ന കൂളിംഗ് ഗ്ലാസ് വേണ്ട.

ഫേസ് ബുക്കിലും വാട്സ് ആപ്പ് പ്രൊഫൈലിലും ഉള്ള കണ്ണുകളുടെ ചിത്രങ്ങൾ ആണ് എന്നെ അന്വേഷിക്കുന്നവർ ശ്രദ്ധിക്കുക, അധികവും. പുത്തരി ചോറുണ്ണാൻ കൊതിയുള്ളവർ പുതിയ ജോലി സ്ഥലത്ത് എത്തിപ്പെടും. ഷുവർ ആണത്. എനിക്കത് അനുഭവങ്ങളും. അന്തുവും, എന്റെ കൂടെ അന്തിയാക്കാൻ വീട്ടിൽ വന്നതെങ്ങിനെയല്ലേ. ഇവിടെയും വലിയ വാഹനങ്ങൾ വാങ്ങാൻ വരുന്നവർ വലിയ ആളുകൾ ആയിരിക്കും. എന്നാലല്ലേ എനിക്കും സൊസൈറ്റിയിൽ ഒരു നിലയും വിലയും കാണുള്ളൂ. പഴയത് മറക്കാൻ അതൊരു ആവശ്യവും.

അന്വേഷണം ആണ് ജീവിതം. ഞാൻ ആരാ എന്നതിൽ കൂടുതൽ എനിക്കിനി എന്താ എന്നതിൽ. ആ ചോദ്യം അല്ലെ നമുക്കു പുതിയ തീരങ്ങൾ കാഴ്ച വെക്കുക? ദൂരങ്ങളിൽ പറന്നെത്താൻ, ഇരിക്കുന്ന തീരങ്ങൾ വിടേണം എന്നാരാ പറഞ്ഞത്?

“നീ ഇപ്പോളിപ്പോൾ വെള്ളത്തിലെ മീനുകളെ അല്ല പിടിക്കാൻ ശ്രമിക്കുന്നതല്ലേ?”

“അതെന്താ, അങ്ങിനെ?”

“സംശയം തോന്നിയതാ”

“നിങ്ങൾക്ക് സംശയം മാത്രമേ ഉള്ളൂ.”

“അല്ല ഒരു കാര്യം നിനക്കറിയില്ല, ഭൂമിയിൽ, മണ്ണിനടിയിൽ മീനുകൾ ജീവിക്കുന്നുണ്ട്. ആഫ്രിക്കയിലെ മരുഭൂമികളിൽ.”

“അത്ര ദൂരമൊന്നും എനിക്ക് പോകേണ്ട. ഇവിടെ തന്നെ നല്ല മീനുകൾ ഉള്ളതാണെന്റെ അറിവ്.”

“നിനക്കു പറക്കാൻ കൊതിയില്ലേ?”

പറക്കാൻ എനിക്കിഷ്ടമല്ല. മുത്തച്ഛൻ എന്നെയും കൊണ്ട് ഫ്ളൈറ്റിൽ ചെന്നൈ പോകാം എന്നും, പാസ്പോർട്ട് എടുത്ത് വെക്കേണം എന്നും പറയാറുണ്ട്. അതെല്ലാം വേണം. സമയം വഴി തെളിയിക്കും, അപ്പോൾ. കാറിന്റെ ഡ്രൈവിങ്ങ് ലൈസൻസ് എടുത്തു തന്നു, കാർ എവിടെ?

എന്നിട്ട് മുത്തച്ഛൻ ചോദിക്കുന്നത് പുതിയ വലിയ വാഹനങ്ങളുടെ കമ്പനിയിൽ ജോലി ആയപ്പോൾ - “ചെറിയ കാറുകളും എസ് യൂ വികളിലും പോയി; ഇനി വലിയ വണ്ടികളിൽ? എന്നെ ഒരു വലിയ “വണ്ടി” ആക്കി ചൂളം വിടുന്ന പോലെ. ഒരു മനുഷ്യൻ!

എന്നിട്ട് ഇടക്കിടെ പറയുക; എന്നെ സ്നേഹിക്കാൻ പഠിപ്പിച്ച നിന്റെ ഓർമ്മകൾ എന്റെ രക്തത്തിൽ ഓടുന്നുണ്ട്.

എങ്ങിനെയാ ഞാനത് വിശ്വസിക്കുക? അവിശ്വാസ പ്രമേയങ്ങൾ എനിക്കെതിരെ കാച്ചുമ്പോൾ ഞാൻ ഇപ്പോളിപ്പോൾ ശ്രദ്ധിക്കാറില്ല. ഗുഡ് മോർണിംഗ് ഉം ഗുഡ് നൈറ്റ് ഉം മെസ്സേജ് വന്നാൽ നോക്കും. മറുപടി അയക്കാൻ മനസ്സില്ല. കാരണം എനിക്ക് പുത്തനരി ചോറ് വിളമ്പാൻ കുറെ ആളുകൾ ഇലയുടെ മുൻപിൽ ആർത്തിരിക്കുന്നു.

ചിലർക്കു ഉപ്പേരിയും ഉപ്പും വിളമ്പി കഴിഞ്ഞു വാട്സ് ആപ്പിലൂടെ, എഫ് ബി എന്നിങ്ങനെയുള്ള ഡിജിറ്റൽ സോഷ്യൽ മീഡിയകളിലൂടെ.

“നിനക്കെ ഈ ജോലി പോരെ? ഒരു ജോലിയിൽ നിന്നും കിട്ടുന്നതിൽ തൃപ്തിപ്പെടാൻ ആവില്ല അല്ലെ?

“ആലോചിക്കേണ്ട ഒരു ന്യായമാണത്. സ്വയം നന്നാകാൻ വേണ്ടി അല്ലെ?”

“അല്ല, ആ വഴികൾ മാറ്റി ഒരു വഴിയിൽ പോകാൻ നോക്കാനുള്ള ഒരു തയ്യാറെടുപ്പ്.”

“പറ്റുമോ, ഞാനും നോക്കാം. പക്ഷെ എന്റെ വീട്ടിലെ ചിലവിന്റെ കണക്കുകൾ നിങ്ങൾക്കറിയില്ലേ.”

“അറിയും, അതല്ലേ ഞാൻ നിന്നെ സഹായിക്കുന്നത്?”

“പക്ഷെ ഈ സൊസൈറ്റി, ഈ ലൈഫ് സ്റ്റൈൽ, ഞാനിപ്പോൾ നടക്കുന്ന ആ ഇമേജ് ഇതൊന്നും ഒരു ജോലിയിൽ നിന്നാവില്ല. ഇത്തിരി മധുരം, ഇത്തിരി തിളക്കം, ഇത്തിരി ഭാവം, ഇതെല്ലാം ഞാനെന്ന ഭാവത്തിന്റെ ആവശ്യങ്ങളല്ലേ?”

“ദേ, പത്രങ്ങളിൽ പേരും ന്യൂസും വരും എന്നതാലോചിക്കേണ്ട സമയം ആയി, നിന്റെ രണ്ടു പെൺമക്കളും ഉള്ളതല്ലേ?”

“ശ്രദ്ധിക്കുന്നുണ്ട്!” ഞാൻ ഉറപ്പിച്ചാണത് പറഞ്ഞത്.

“മലയാളം പത്രങ്ങളിലെ പത്താം പേജിലും പതിമൂന്നാം പേജിലും എന്റെ ചിത്ര പ്രദർശനം ഉണ്ടാവില്ല. ഞാൻ പറഞ്ഞിട്ടുണ്ട്, എന്റെ പടം ഇടരുതെന്നു.”

“ഓ അങ്ങിനെ? മരണത്തിനു ശേഷമല്ലേ?” വീണ്ടും മറ്റൊരാവർത്തനം, ഞാൻ മിണ്ടാതിരിക്കാൻ. എന്നെ സ്നേഹത്തിന്റെ ചാലുകളിൽ വരച്ചു നിർത്താൻ.”

“അല്ലെങ്കിലും നീ പറഞ്ഞതല്ലേ, ഞാൻ പോയാൽ, നീ കാണാൻ വരില്ല എന്ന്?”

“അതങ്ങിനെയാ, കാണേണ്ട സമയത്തു ഞാൻ കാണും, കണ്ടു. പിന്നെ നിങ്ങളില്ലാതാവുമ്പോൾ ഞാൻ എന്തിനാ മറ്റുള്ളവർക്ക് കാണിക്കാൻ? നിങ്ങൾ അറിയുക കൂടെ ഇല്ലാത്ത ആ സമയത്തു വരുന്നത്.”

“ശരി. ഞാൻ ഇന്നലെയാണ് വായിച്ചത്. മറക്കാൻ പറ്റാത്തതിനെ പറ്റി മാപ്പ് കൊടുക്കാനും; മാപ്പ് കൊടുക്കാൻ പറ്റാത്തതിനെ മറക്കാനും.”

“നിങ്ങളുടെ തത്വ ചിന്തകൾ! നോക്ക്, ഈ ലോകത്തിലെ ഏറ്റവും വലിയ യുദ്ധം ഏതാണ് എന്നാലോചിച്ചിട്ടുണ്ടോ?”

“നീ പറ.”

“ഈ ലോകത്തിലെ ഏറ്റവും വലിയ യുദ്ധം നടക്കുന്നത് സ്വയം പോർക്കളത്തിലാണ്. ഞാനും ഞാനും തമ്മിൽ!”

“ഞാനും നിങ്ങളും തമ്മിലുള്ള യുദ്ധം നിർത്താം, വേണം എങ്കിൽ. പക്ഷെ സ്വയം മനസ്സിൽ കൊണ്ട് നടത്തുന്ന യുദ്ധം നിർത്താൻ കുറെ പാടുപെടണം.”

“മനസ്സിലായില്ല. നിന്റെ യുദ്ധകാണ്ഡം.”

“നമ്മുടെ മനസ്സിൽ കുടികൊള്ളുന്ന കുറെ ചിത്രങ്ങൾ ഇല്ലേ, നിങ്ങൾക്ക് എന്നെ പറ്റി ഉള്ള പോലെ? ഓരോ കാര്യങ്ങൾ എങ്ങിനെ ആയിരിക്കുന്നതാണ്. എങ്ങിനെ ആവണം എന്നുമുള്ള കണക്കു കൂട്ടലുകൾ?”

“ഉം.”

“ആ ചിന്തകളാണ് നമ്മളെയെല്ലാം ഇന്ന് ടെൻഷൻ അടിപ്പിക്കുന്നത്”

“എന്നെ നീ ഭ്രാന്തൻ ആക്കുന്നതും.”

“നിങ്ങൾ തനിയെ ഭ്രാന്തിന്റെ വിൽപ്പനശാലയിൽ കടമെടുത്തു അത് വാങ്ങി തലയിൽ ചുമടെടുക്കുകയല്ലേ?”

“പൊന്നെ, നീ വേറെന്തെങ്കിലും പറയൂ.”

“ഇനി എപ്പോളാ നമ്മൾ കാണുക, എനിക്ക് വലിയ ആ “ഓ” തന്നു “അമ്മെ അയ്യോ” എന്ന് വിളിപ്പിക്കുക.”

ചിരിച്ചു രണ്ടാളും, നേരിയ മന്ദഹാസത്തിൽ തുടങ്ങി ഒച്ചയുടെ പിണർപ്പുകൾ തട്ടി ഉണർത്തി.

അനുഭവങ്ങൾ ആണ് പാളിച്ചകളും, പാളിച്ചകൾ ആണ് പഠനങ്ങളും

അന്ന് അന്തു മെഷീൻ നന്നാക്കാൻ വീട്ടിൽ വന്നു പോയ ദിവസം എടുത്ത ആ തീരുമാനം – "നിർത്തി" – അത് നിലനിർത്താൻ നല്ലോരവസരമായിരുന്നു. മുത്തച്ഛൻ കൂടെ നിന്നപ്പോൾ.

വാട്സ് ആപ്പ്, എഫ് ബി എന്നിങ്ങനെയുള്ള ഡിജിറ്റൽ സോഷ്യൽ മീഡിയകൾ തരുന്ന പ്രലോഭനങ്ങൾ; ചിലരതിൽ വീണു പോകും, ഞാനും അതിലൊന്നിൽ.

പ്രണയം അവർണനീയമാണ്. കാരണം അതിൽ ഒന്നുമില്ല.

കാതലില്ലാത്ത കുറെ വാക്കുകളും മറുവാക്കുകളും

എം.ടി.യുടെ "ഇരുട്ടിന്റെ ആത്മാവ്" – പ്രണയം സൃഷ്ടിക്കുന്നത് വേറൊന്നുമല്ല. അതാണ് സൃഷ്ടിയും സംഹാരവും നടത്തുന്നത് എന്റെ ശരീരത്തിലൂടെ. ചേട്ടൻ എനിക്ക് മക്കളെ തന്നു. അതെ വഴിയിലൂടെ എന്റെ മനസ്സിന്റെ സംഹാരവും നടത്തുന്നു.

നേരിട്ട് കാണുമ്പോൾ ആണ് പറഞ്ഞത്. "ഹൃദയത്തിന്റെ വേദന നിങ്ങൾക്കറിയാം. അതെ പോലെ എന്റെ ശരീരത്തിന്റെ ദാഹം തീർത്ത് തരാൻ പിന്നേ എനിക്കാരാ?"

അത് അയാളെ നടുക്കി. എന്റെ വേദന അറിയുന്ന ആ മനുഷ്യൻ എല്ലാത്തിനും തയ്യാറായി. ഒന്നിൽ ഒതുങ്ങുന്ന കച്ചവടം. അന്നതാ ഉറപ്പിച്ചത്.

ഗംഗാജലം പവിത്രമാണ് എന്നാ പറയുക. കൽക്കത്തയിലെത്തുമ്പോൾ മൃതദേഹങ്ങൾ ആ മഹാനദിയുടെ മേൽപ്പരപ്പിൽ പൊങ്ങി നിൽക്കുമത്രേ.

പവിത്രത എന്ന സത്യം കൂടെ മങ്ങിയ കള്ളത്തരങ്ങളുടെ ഛായയിൽ.

എല്ലാം ചാരനിറമുള്ള നിരത്തിലൂടെ ഓടുന്ന വണ്ടികൾ. ജീവിത ചക്രം തിരിയുന്നതും അവസാനിക്കുന്നതും ആ നിരത്തിൽ.

രണ്ടു പേരും മൗനത്തിന്റെ തടങ്കൽ ഭിത്തികൾക്കപ്പുറവും ഇപ്പുറവും കുറേ ദിവസങ്ങൾ കാത്തിരുന്ന ശേഷം മുത്തച്ഛൻ ഒരു എസ്.എം.എസ് അയച്ചു. –"തീർന്നോ?"

അന്ന് കണ്ടു. സംസാരം മറ്റൊരു രംഗത്തേക്ക് നീങ്ങി.

"അപ്പോൾ എനിക്കീ കാര്യങ്ങളിൽ ഒന്നും അഭിപ്രായ വ്യത്യാസങ്ങൾ ഉണ്ടാവരുത് എന്നാണോ?"

"അല്ല, നിനക്കു നിന്റെ അഭിപ്രായവും ആവശ്യവും, എനിക്ക് എന്റേതും."

"നിങ്ങൾ കാണിക്കുന്നതങ്ങിനെയല്ലല്ലോ."

"നിനക്കു അങ്ങിനെ തോന്നുന്നതാ– മുത്തച്ഛൻ എന്റെ വാക്കുകൾ കോപ്പി പേസ്റ്റ് ചെയ്തു.

"അല്ല. ഇത് ഞാൻ എന്ന ഒരു സ്ത്രീ ആണ്. പക്ഷെ ഈ ദുനിയാവ് നടത്തുന്നത് ആണുങ്ങൾ അല്ലെ. പുരുഷൻ സൃഷ്ടിച്ച ഈ ലോകത്തു സ്ത്രീകളുടെ വാക്കുകൾ വിലപ്പോകില്ല."

"നിനക്കെന്താ അങ്ങിനെ തോന്നാൻ കാരണം?"

അപ്പോൾ ആണ് എന്റെ സെൽ അടിച്ചതും, ഞാൻ കാൾ ആക്സെപ്റ്റ് ചെയ്തതും

"അതെ, ജിത്തു തന്നെ, ആരാണിത്?"

"പ്രൊഫസ്സർ, മനസ്സിലായില്ലേ?"

"മനസ്സിലായി, ഗോപൻ മാഷ് അല്ലെ?

"അല്ല പ്രൊഫസ്സർ ബപ്പൻ."

"ഓ– എന്തെ ഈ സമയത്ത്.?"

"ഒന്നൂല്യ, ചുമ്മാ."

ഇപ്പോളാ ചുമ്മാ വിളിക്കുന്നത്. ഈ വിദ്യാലയത്തിന്റെ വലിയ മതിലുകൾക്കുള്ളിൽ ഒളിച്ചിരിക്കുന്ന വലിയ തത്വജ്ഞാനികൾ – അവരും എന്റെ അരക്കെട്ടിനു വില തരുന്നവരാണ്. കെമിസ്ട്രി ആയാലും, ചരിത്രം ആയാലും ഐ.ടി. ആയാലും അവർ പറയുന്നതും ചെയ്യുന്നതും അല്ല പഠിപ്പിക്കുന്നതും ഇഷ്ടപ്പെടുന്നതും. അവർക്കും എന്നെ പോലെ ഉള്ള ചാരിത്ര്യവതികളെ അറിയാനും കൂടാനും ഇഷ്ടമാണ്. ബുദ്ധിജീവികൾ ആയ അവർ വയസ്സിണ്ടേ കയറുകളിൽ പരമിതികൾ വെക്കുന്നില്ല. അവർക്ക് വേണ്ടത് വെള്ളകഞ്ഞി ആണ്; എന്നും നൈചോറ് തിന്നു മടുത്ത മനസ്സും ശരീരവും ആകർഷണപ്പെടുന്നത് തുറന്നിട്ട ജാലകങ്ങളുടെ നഗ്നതയാണ്. ഒളിച്ചിരുന്നും ഓടിയൊളിച്ചും അവർ എന്റെ അടുത്തെത്തും. എന്നോട് തത്വങ്ങൾ പറയും, അവർ പറയുന്നതും പുരുഷന്മാർ പറയുന്നതും ആണ് ശരി എന്ന ധ്വനിയിൽ.

"ഇല്ല, നാളെയും പറ്റില്ല, അടുത്തയാഴ്ച കാണാം വിളിക്കു."

മുത്തച്ഛൻ ചോദിച്ചു. നിനക്കറിയാമോ കുതിരവട്ടം പോലുള്ള മാനസിക ആശുപത്രികളിൽ പുരുഷന്മാർ ആണ് സ്ത്രീകളെക്കാൾ കൂടുതലെന്ന്?

"അതാണ് ശരി. സ്ത്രീകൾക്ക് സ്നേഹിക്കാൻ അറിയാം. പുരുഷന്മാർക്ക് കണക്ക് കൂട്ടാനും."

"സ്നേഹം എന്നത് മിഥ്യ അല്ലെ?" മുത്തച്ഛൻ

"ആവാം അല്ലെന്നും വരാം. അതാണ് ഞാൻ സ്നേഹം വേണ്ട എന്ന് വെച്ചത്."

"അതെന്താ?"

"എന്റെ കച്ചവടത്തിൽ സ്നേഹം ഒരു പൊതിയാനുള്ള പഴയ കടലാസ്സാണ്. കെട്ടുന്ന നൂലില്ലേ അത് എട്ടുകാലിവലയും.

"എനിക്കതറിയില്ലായിരുന്നു."

"സത്യം അതാണ്. കപടതയുടെ മുഖം മൂടികൾ. അതിൽ ഞാൻ സ്വയം എന്ന ജിത്തുവേ ഒളിപ്പിക്കുന്നു. എന്റെ വികാരങ്ങളെ മാറ്റി മറക്കുന്നു. എന്നിട്ട് കസ്റ്റമേഴ്സിനു വേണ്ട രീതിയിലുള്ള വികാരങ്ങൾ രതീമൂർച്ഛ അനുഭവിക്കുന്ന പോലെ ശബ്ദങ്ങളിൽ പ്രതിഫലിപ്പികുന്നു."

"എല്ലാം കപടത?"

"ഞാനും നിങ്ങളും ഒരുപാട് പേരും ആ മുഖം മൂടി ഇട്ടല്ലേ ജീവിക്കുന്നത്?"

അതെ, എന്നുത്തരം പറയാൻ മുത്തച്ഛനാവില്ല.

"റ്റിംഗ് ടോങ്ങ് റ്റിംഗ്" മറ്റൊരു സ്പെഷൽ കാളർ ടോൺ.

"അതെ, ഞാനാ. മറന്നിട്ടില്ല. മറക്കാൻ പറ്റില്ല. കാണാം, ഷുവർ."

"ആരാണത്?" മുത്തച്ഛൻ

"അത് എന്റെ അച്ഛന്റെ പെങ്ങളുടെ ഭർത്താവിന്റെ സിസ്റ്റർ ഇല്ലേ, റീമ. അവളുടെ ജ്യേഷ്ടന്റെ കസിൻ – ഓർമ്മയില്ലേ ഞാൻ ഒരിക്കൽ പറഞ്ഞ സിംഗപ്പൂർ ഉള്ള ക്യാപ്റ്റൻ രാജൻ."

"അയാൾക്കെന്താ വേണ്ടത്?"

"എന്നെ!" –ചൊടിയോടെ ആണ് ഞാൻ പറഞ്ഞത്, ഈ പുരുഷന്മാർ ഉണ്ടാക്കിയ ഭൂമിയിൽ എനിക്കും എന്റെ ചില ഇഷ്ടങ്ങൾ നടത്തണ്ടേ?

അങ്ങനെ ഒരിക്കൽ പഴയകാര്യങ്ങൾ ഓർത്തുകൊണ്ടിരിക്കുമ്പോഴാണ് സച്ചി ഏട്ടൻ വാട്സ് ആപ്പിൽ ചാറ്റിൽ വന്നത്. നല്ല ചൂടുള്ള ഏപ്രിൽ മാസം. ആ ട്രക്ക് കമ്പനി ജോലി വിട്ടശേഷം വെറുതെ ഇരിക്കുമ്പോഴാണ് സച്ചി ഏട്ടൻ വിളിച്ചത്. വിഷു കൈനീട്ടം തരാൻ വേണ്ടി പാലക്കാട്

പോകാൻ പറ്റില്ലേ എന്നാണ് ചോദിച്ചത്. ചുമന്ന ഷർട്ടിട്ട ആ പ്രൊഫൈൽ ഫോട്ടോ കണ്ടപ്പോൾ ഒരു ഇക്കിളി. ഞങ്ങൾ വീണ്ടും കൂടി.

അന്നാണ് സച്ചി ഏട്ടൻ ചോദിച്ചത് "നീ തല്ലിപ്പുറത്ത് മൂസാക്കയെ അറിയില്ലേ"

"പലതവണ പോയിറ്റുണ്ട്"

"ഒരിക്കൽ അയാളുടെ കൂടെ പോയ കാർ വേറൊരാൾ കൊണ്ടുവന്ന് നീ പോയപ്പോൾ നീ മൂസാക്കയോട് ചോദിച്ചില്ലെ ആ കാർ വിറ്റൊ എന്ന്."

"ഓർമ്മയില്ല"

"മൂസാക്ക എന്നോട് പറഞ്ഞു, നീ അയാളുടെ മോന്റെ കൂടെ പോയി എന്ന്"

"ആണോ?"

"മൂസാക്ക പറയുകയാ - ജിത്തുവില്ലെ അവൾ വാപ്പാനേയും മോനേയും ഉമ്മാനേയും എല്ലാം ഒരേ തളത്തിൽ ഒരേ സമയത്ത് ഇട്ടു ചുറ്റിക്കുമെന്ന്"

"വേണ്ടട്ടോ സച്ചിഏട്ടാ, അങ്ങിനെ ആയാൽ അല്ലെ ഇത്തിരി സുഖത്തോടുകൂടി ജീവിക്കാൻ പറ്റൂ. അതിനല്ലെ കസ്റ്റമർ കെയർ എന്ന് പറയുന്നത്."

# അധ്യായം-14

## ആരോഹണം, അവരോഹണം

അധികം കൊല്ലങ്ങൾ ആയില്ല.

ജോലി നിർത്തേണ്ടി വന്നു. മുത്തച്ഛൻ കരുതിയത് ഞാൻ പഴയ ജോലിയിൽ കൂടുതൽ വ്യാപ്തത ഉണ്ടാക്കുവാൻ വേണ്ടി ആയിരിക്കും എന്നായിരിക്കും. പക്ഷെ അതല്ല. ഞാൻ ക്ഷീണിക്കാൻ തുടങ്ങി. ശരീരം മെലിഞ്ഞു തീരെ കുഴഞ്ഞ പോലെ ആവാനും.

പണ്ട് ആസ്ട്രോളജർ പറഞ്ഞതോർമയിൽ

ചിലപ്പോൾ ഒരു വലിവും, വേദനയും തോന്നും. അപ്പോൾ ആശുപത്രിയിൽ പോകും. അറിയാവുന്ന ഡോക്ടർമാരെ വിളിച്ചു പറഞ്ഞു കാണിച്ചു. ആരും ഒന്നും കുഴപ്പമില്ല എന്നും മനസ്സിലെ ഭാരം ആണ് കാരണം അധികം ടെൻഷൻ എടുക്കേണ്ട എന്നും പറയും.

സമയം നീങ്ങുന്നത് അറിയില്ല. എത്ര പെട്ടെന്നാണ് എല്ലാം മാറിയത്

കണ്ണൂരിൽ കൂടെ പോയ ഡോക്ടർ ആണ് എന്നെ ഈ ഹോസ്പിറ്റലിൽ കൊണ്ടുവന്നത്. എല്ലാ ടെസ്റ്റുകളും ചെയ്യാനും റസ്റ്റ് എടുക്കാനും വേണ്ടി എന്നെ അവിടെക്കാക്കി.

ആശുപത്രിയിൽ അട്ടം നോക്കി കിടക്കുമ്പോൾ പഴയ എന്റെ യാത്രകളെപ്പറ്റി ഓർമയിൽ.

പ്രയാണം നടക്കുമ്പോൾ, പ്രമാണങ്ങളിൽ വിശ്വാസം ഇല്ലായിരുന്നു. അത് തന്നെ അല്ലെ ഞാനും മുത്തച്ഛനും തമ്മിൽ നടക്കുന്ന വാക്ക് തർക്കങ്ങളും. എനിക്ക് എന്നോടും മുത്തച്ഛനോടും ദേഷ്യത്തിന്റെ വലിയൊരു കൂമ്പാരവും മയങ്ങി കിടക്കുമ്പോൾ മുത്തച്ഛൻ പറയാറുള്ളതെല്ലാം മനസ്സിൽ തികട്ടിവരും.

“പ്രതികാരം ചെയ്യരുത്, കാരണം തെറ്റ് ചെയ്താലും ഇല്ലെങ്കിലും ആ ആൾ അയാളുടെ കർമം ചെയ്തേ തീരു. നാം പ്രതികാരം ചെയ്യുന്നത് കൊണ്ട് നമുക്കാ നഷ്ടം.”

"തോൽവി നേരിടാനുള്ള ഭയം ആണ് സ്വപ്നങ്ങളെ കൈകാര്യം ചെയ്യാനുള്ള ബുദ്ധിമുട്ടുകൾ."

"ഏഴോ എട്ടോ തവണ തോറ്റ ശേഷം ഒരു വിജയം – അതാണ് ജീവിതം."

"മറ്റുള്ളവർ എങ്ങിനെ ജീവിക്കണം എന്നതാണ് എല്ലാവരുടെയും ഉദ്ദേശം, സ്വയം വഴികൾ കണ്ടെത്തുന്നതിൽ അല്ല."

"ഒരാൾ പോകുന്നത്, മറ്റൊരാൾക്കു വഴി കൊടുക്കാൻ വേണ്ടിയാണ്."

"ഒരിക്കലും ജീവിതം ഒരു വലിയ കാര്യമാണ് എന്ന് ചിന്തിക്കരുത്. അതൊരു കളി പോലെ ആണ്."

"സ്വന്തം താൽപ്പര്യങ്ങളെക്കാൾ മറ്റുള്ളവരുടെ താൽപ്പര്യങ്ങൾ കൂടി കണക്കിലെടുക്കുമ്പോഴെ നമ്മുടെ സൊസൈറ്റി നന്നാവുള്ളൂ."

"അവർണനീയമായ ആശകൾ, അതാണ് പുരോഗതിക്കുള്ള വഴിയും."

"നിങ്ങൾക്ക് എന്ത് ചെയ്യാൻ കഴിയും കഴിയുകയില്ല എന്നത് കേപ്പബിലിറ്റിയുടെ അവതരണമാണ്. പക്ഷെ കഴിവുകളുടെ പൊരുൾ മനസ്സിലെ സന്നദ്ധതയാണ്."

ഇങ്ങിനെ, ഇതെല്ലാം എനിക്ക് സ്വപ്നങ്ങൾ നെയ്യാൻ സഹായിച്ചു.

ഞാൻ അങ്ങിനെ ഒരു സോഷ്യൽ ലേഡി ആകാനും.

"റിയലി ഐ ആം എ സോഷ്യൽ മാഗ്നെറ്റ്." ഞാൻ എന്നെ തന്നെ ഒന്ന് മനസ്സിലാക്കി.

ഇംഗ്ലീഷും അൽപ്പം ഹിന്ദിയും സംസാരിക്കും. അപ്പോൾ ആണ് പണ്ടെന്നേ ലൈനിൽ കൊണ്ടുവന്ന വിളക്കിന്റെ പര്യായമുള്ള പേരുള്ള ജ്യോയെ ഓർത്തത്. അവൾ ഇപ്പോൾ യു എസ്സിൽ ആദ്യത്തെ കല്യാണം കഴിഞ്ഞു ഒരു വലിയ പണക്കാരന്റെ കൂടെ. അവളുടെ ഓഫീസിൽ ജോലി ചെയ്ത് കൊണ്ടിരുന്ന മണി എന്ന പേരുള്ള ആ നല്ല ചെറുപ്പക്കാരനുമായി അടുത്തു. മണിക്ക് ജ്യോയെക്കാൾ അഞ്ചാറ് വയസ്സ് കുറയും. "മണി" നല്ലപോലെ ജ്യോയെ നോക്കി, മണികൊണ്ടും പിന്നെ മണിയുടെ സെക്രട്ടറി ആയി ലോകത്തെല്ലാം പറന്നു ബിസിനസ്സ് കാര്യങ്ങൾക്കു കൂട്ടിനു പോകാനും. എഫ്.ബി.യിൽ ആണ് എന്നോട് അവൾ ഇപ്പോൾ യു.എസ്സിൽ ആണെന്ന് അറിയിച്ചത്. മിസ്റ്റർ ആൻഡ് മിസ്സിസ് നായർ. മിസ് മണി നായർ "ഞാൻ യു എസ്സിൽ എത്തിയ ശേഷം ആദ്യത്തെ ഭർത്താവ് ബികെെം എ ഡ്രഗ് അഡിക്റ്റ്" – എഫ്.ബി.യിൽ ജ്യോ.

“ദാറ്റ് ചൈൽഡ് ഫ്രം മൈ ഫസ്റ്റ് മാര്യേജ് ഈസ് റോട്ടിങ്ങ് വിത്ത് ഡ്രഗ്സ് ആസ് വെൽ” – നിന്റെ മോളെവിടെ എന്നതിന്നുത്തരം.

പണ്ട് പത്തിൽ പഠിക്കുമ്പോൾ ഇംഗ്ലീഷ് പരീക്ഷക്ക് പാസ് മാർക്ക് ഇല്ലാത്തതിനാൽ ജ്യോ എസ്.എസ്.എൽ.സി പാസ്സായിട്ടില്ല. മാറ്റം പരിണാമം.

എന്റെ ജീവിതത്തിന്റെ അടിത്തറ ഒന്നും ഇളകിയിട്ടില്ല. വീടിന്റെ മേൽപ്പുരമാറി, ലൈഫ് സ്റ്റൈലും. വിദേശ മദ്യം മത്തുപിടിപ്പിക്കാതെ മദനകേളികൾക്കു താരാട്ടാക്കാം. ഓരങ്ങളിൽ ഓളങ്ങൾ അടിച്ചു കയറാൻ കഴിവുകൾ നേടിയെടുക്കേണം. അതാരും ഗിഫ്റ്റ് ആയി തരില്ല.

അവളും ഞാനും വളർന്നത് നെറ്റിലൂടെ. സോഷ്യൽ സൈറ്റുകളിൽ നിന്ന് പഠിച്ച് രൂപാന്തരപ്പെട്ട് സോഷ്യൽ മാഗ്നെറ്റ്സ് ആവാം.

വീണ്ടും ഓർമകളിൽ മുത്തച്ഛൻ.

“ദൈവത്തെ ഓർക്കു, നീ. ദൈവത്തെ ഓർക്കുമ്പോൾ പ്രാർത്ഥിക്കുമ്പോൾ സെൽ ഫോണിന്റെ ആവശ്യം ഇല്ല. നെറ്റ് കവറേജ് ഇല്ലാതാവില്ല.”

അന്ന് നെറ്റിയിൽ കളഭം ഇടുമ്പോൾ എന്നോട് പറഞ്ഞതാ.

“അപരിമിതമായ കഴിവുകൾ ഉണ്ട് നിനക്ക്, അതിൽ ഒന്ന് കൊണ്ട് മാത്രം എത്ര നാൾ നിക്കാം?”

അറിയാവുന്ന വഴികൾ, വഴുക്കി വീണാലും പെട്ടെന്ന് എഴുന്നേൽക്കാൻ പറ്റിയ വഴികൾ, ആ നിമിഷങ്ങൾ എന്നിൽ പ്രചോദനം തരുമ്പോൾ ഞാൻ മുത്തച്ഛനെ എന്തിനു എതിർക്കേണം? മിണ്ടാതിരുന്നാൽ പോരെ?

കുറെ മാസങ്ങൾ മിണ്ടാതിരുന്നപ്പോൾ ഞാൻ എസ്.എം.എസ് ചെയ്തു.

“എനിക്ക് അറിയില്ലായിരുന്നു, ഞാൻ നിങ്ങളെ ഇത്ര സ്നേഹിക്കുന്നുണ്ടായിരുന്നു എന്ന്.”

“നേരം വൈകിപ്പോയി” – മറുപടി.

പിന്നൊരിക്കൽ

“എനിക്ക് ഇപ്പോൾ മനസ്സിന്നു തുണക്കായി, അത്താണി ആയി ആരുമില്ല.”

“നീ എന്ന, എന്റെ മോളായി കരുതിയ നിന്നെ, ഒരു പാട് വലിയ വലിയ ആളുകൾ മോളെ എന്നും മുത്തേ എന്നും വിളിക്കാനുള്ളപ്പോൾ, ഞാൻ ഇത്തിൽ ആയി, നീ മുത്തും.”

ഇത് എന്റെ അവസാനം ആണോ എന്നറിയില്ല.

പിന്നെ മുത്തച്ഛൻ ഇല്ലാതായി, "പൂർണ്ണ"മായി. ഞാൻ ജോലി ചെയ്യുന്ന സ്ഥലത്തും എല്ലാവരും ആദ്യമെല്ലാം ചോദിച്ചു.

"എന്തെ? എന്തുപറ്റി?"

"പരിണാമം നടക്കുമ്പോൾ പഴയത് മാറിക്കൊടുക്കേണ്ടി വരും, പുതിയതിന്നായി"– "എം. വേർഡ്സ്"; മുത്തച്ഛന്റെ ജ്ഞാനപ്പാനയിലെ വേദവാക്യങ്ങൾ.

കോഴിമുട്ട പുറത്തു നിന്നും പൊട്ടിച്ചാൽ അത് ബുൾസൈ ആക്കാം, പക്ഷെ സമയത്തിനു അനുവാദം കൊടുത്തു തനിമയായ പരിസ്ഥിതികൾ ചേക്കേറാൻ അതെ കോഴിമുട്ട വിരിയാനനുവദിച്ചാൽ ആ കോഴിമുട്ട മറ്റൊരു കോഴിയായി അനേകം കോഴിമുട്ടകൾ വിരിയിക്കാൻ പറ്റും.

ഒറ്റക്കിരുന്നു മുത്തച്ഛൻ എന്നോട് പിണങ്ങി മൗനത്തിൽ പ്രവേശിച്ച മുതൽ ഞാനും അതെ പോലെ ചിന്തകൾക്ക് മാനസാന്തരം കിട്ടാൻ ഒരു ഇൻക്യൂബേറ്റർ പോലെ ആക്കി, എന്റെ മനസ്സിനെയും.

അതിലൂടെ പല വ്യാഖ്യാനങ്ങളും എന്നിൽ ഓർമകളിലൂടെ വന്നു തുടങ്ങി.

സത്യം!

സത്യത്തിനു പല മുഖങ്ങളുണ്ട്; എല്ലാം നോക്കുകുത്തികൾ പോലെ. എല്ലാം അസത്യങ്ങളാവേണമെന്നില്ല.

എല്ലാവർക്കും വേണ്ടത് സത്യത്തിന്റെ പച്ച ഗുളികയാണ്. അതാർക്കും ഉള്ളോട്ട് ഇറക്കാനും വയ്യ.

ജീവിതം എന്നത് മായ; മരണം എന്നത് ഒരു സത്യവും.

മരിച്ചാൽ എന്നെ കാണാൻ വരരുതെന്ന് മുത്തച്ഛൻ പറയും. ദേഷ്യം വന്നപ്പോൾ ഞാൻ അത് തിരിച്ചടിച്ചു.

തിരുനെല്ലിയിൽ എന്റെ അച്ഛന് വേണ്ടി ബലിയിടാൻ കൊണ്ടുപോയി തിരിച്ചു നടക്കുമ്പോൾ മുത്തച്ഛൻ പറഞ്ഞു.

"നീ എനിക്ക് വേണ്ടി ബലി അല്ല, കർക്കടക വാവിന് വാതിലടച്ചു എനിക്ക് വേണ്ടി ഭക്ഷണം വെച്ച് പ്രാർത്ഥിക്കരുത്. അതൊന്നും വേണ്ട."

"ഉം"

"ജീവനുള്ളപ്പോൾ നാം എന്ത് ചെയ്യുന്നോ അതിലെ സത്യമുള്ളു, അതാണ് കർമം. വിധിയുടെ ഞെരുക്കങ്ങൾ പിഴിഞ്ഞ് നല്ലതാക്കി വിധിയുടെ വരകൾ മാറ്റാൻ അങ്ങിനെയേ പറ്റൂ."

"ഉം"

"എനിക്കൊരു ചങ്ങാതിയുണ്ടായിരുന്നു. കുഞ്ഞഹമ്മദ്. അവനൊരിക്കൽ കബറിസ്ഥാനിലേക്ക് ഒരു പൂവുമായി കടന്നു പോകുമ്പോൾ, മുല്ലാക്ക അവനോട് ചോദിച്ചത്രേ–

"ഇങ്ങള് എന്തിരുത്താ ഈ കാട്ടിണെ, ഈ പൂവെങ്ങോട്ടേക്കാ?"

"ഞമ്മളുടെ പഴയ ചങ്ങായിക്ക് കബറിന്റെ അടുത്ത് ബെക്കാനാ."

"പോട്ടെ, ഇങ്ങള് മൂപ്പര് ജീവിച്ചിരുക്കുമ്പോൾ നല്ലോലെ കൂടീരുന്നോ?"

"ഓ" കുഞ്ഞഹമ്മദ്.

"എന്നാലിതൊന്നും കാര്യല്ല, അതിങ്ങള് കളഞ്ഞാലിൻ ട്ടോ."

തെറ്റും ശരിയും;

തെറ്റുകൾ ചെയ്തവരാണ് ശരികളെ പറ്റി പറയാൻ അർഹതയുള്ളവർ.

ശരി എന്നത് എല്ലാവരും മറക്കുന്നു; തെറ്റെന്നത് എല്ലാരും ഓർക്കുന്നു.

ഒരു സ്ത്രീക്കെ ഒരാണിനെ തെറ്റുകാരനായി കാണിക്കാൻ പറ്റൂ; അയാൾ ചെയ്തത് ശരി എങ്കിലും.

ഞാൻ മുത്തച്ഛനെ തെറ്റുകാരനായി കണ്ടിട്ടില്ല. എന്റെ തെറ്റുകൾ, തെറ്റുകൾ അല്ല, എന്നാൽ അത് ശരിയും അല്ല എന്ന് കഥ പറയുമ്പോൾ, ഞാൻ ചോദിച്ചു.

"അപ്പോൾ നമ്മൾ തമ്മിലുള്ള ഈ ബന്ധമോ?"

"തെറ്റാണു, ഞാൻ നിന്നോട് എത്ര തവണ പറഞ്ഞു, അത് തെറ്റാണു എന്ന്."

"പിന്നെ?"

"പിന്നെ എനിക്കാരാ.?" ആ ചോദ്യം, അതിനുള്ള ഉത്തരം, രണ്ടും എന്റേതാ. എല്ലാം എല്ലാം ആയ മുത്തച്ഛൻ, എല്ലാ കാര്യങ്ങൾക്കും വേണ്ട മുത്തച്ഛൻ. ഇല്ലാതായാൽ, ഞാനും.

എന്നെ സംബന്ധിച്ചിടത്തോളം തെറ്റും ശരിയും ഒന്നാ. ലക്ഷ്മണൻ രേഖ എന്ന ആ നേരിയ വരയിൽ ആ കമ്പിയിൽ നടനമാടാൻ എനിക്ക് പറ്റില്ല. വീണു പോകും, എന്ന ഭയം. വഴുക്കി വീഴാൻ എളുപ്പമാണ്, തെറ്റില്ല അപ്പോൾ. "കോസ് ആൻഡ് അഫക്ട് കണ്ടുപിടിക്കട്ടെ." വഴുക്കിന് കാരണം നിലത്തുള്ള എണ്ണകലർന്ന വെള്ളമോ, അതോ പരിചയമില്ലാത്ത നടക്കുന്ന ഞാനോ എന്ന്?

അഥവാ ഇനി അത് രണ്ടും തമ്മിലുള്ള വ്യത്യാസം കണ്ടെത്തണം എന്നാവശ്യമുണ്ടെങ്കിൽ അത് കോളേജിലെ പിള്ളാർ ഒരു റിസേർച്ചായി കണ്ടെത്തി തീസിസ്സ് എഴുതട്ടെ.

ഞാൻ ഞാനാ, എനിക്ക് ഞാനും.

ദേഷ്യം. ദേഷ്യം ഉള്ളപ്പോൾ നീ സംസാരിക്കും, അത് കഴിഞ്ഞാൽ ഖേദത്തിന്റെ ഘനം ഏറ്റവും കൂടുക ആപ്പോളാ.

നിന്റെ മനസ്സിനേക്കാൾ വേഗതയിൽ നാവു സഞ്ചരിക്കാൻ തുടങ്ങുമ്പോളാണ് ദേഷ്യം എന്ന വികാരം.

മറ്റുള്ളവരുടെ കുറ്റങ്ങൾ സ്വയം ഏറ്റെടുക്കാൻ ശ്രമിക്കുമ്പോൾ ദേഷ്യം വരും, അതാ നിന്റെ വലിയ വിരോധി.

ഒടുങ്ങാത്ത ദേഷ്യമാണെനിക്ക്, കാരണങ്ങൾ ഒന്നും വേണ്ടതാനും. മറ്റുള്ളവർക്ക് വേദന കൊടുക്കാൻ ഞാൻ ഒരുപാട് കാര്യങ്ങൾ ചെയ്തു. സ്വയം വേദന അതിന്നു പരിഹാരം ആവില്ല എന്നറിയുമ്പോൾ കൂടുതലും.

എന്റെ മുത്തച്ഛനെ പലപ്പോഴും ഞാൻ അറിയാതെയും അറിഞ്ഞു കൊണ്ടും വേദനിപ്പിച്ചു, ഇന്നും എന്നും അതിന്റെ മനസ്സിൽ ഭാരം ആണ്. മുത്തച്ഛനെന്ന അത്താണിയിൽ അത് വെക്കാൻ പറ്റില്ല; എന്റെ ചുമലുകളിലെ പറ്റു. എന്താ ചെയ്യുക?

ദേഷ്യം കൊണ്ട് മാത്രമാണോ മുത്തച്ഛൻ ഇല്ലാതായത്, എത്ര മാസങ്ങൾ, ഒരു നിമിഷം ആലോചിക്കാത്ത സമയം ഇല്ലായിരുന്നു. അഞ്ചാറു വർഷങ്ങൾ. ആ സമയം എന്റെ ജീവിതത്തിൽ വിളക്ക് കത്തിച്ച പോലെ. മനസ്സിലും ഹൃദയത്തിനകത്തും ജ്വാല. വെളിച്ചത്തിന്റെയും ജ്ഞാനത്തിന്റെയും അറിവിന്റെയും.

തളരുന്ന ഹൃദയമിടിപ്പുകൾ, താളം തെറ്റുമ്പോൾ മുത്തച്ഛൻ ഉണ്ടാവും, ചെറുവിരൽ കാണിച്ചെന്നെ കരകേറ്റാൻ

ആശുപത്രി അതിലെ മച്ചും. അതാണിന്നു എന്റെ മനസ്സിലെ വലകളിൽ, നെയ്യുന്നത്.

അപ്പോൾ ഡോക്ടർ വന്നു, പിന്നെ കണ്ടു. ഞാൻ ഡോക്ടർ രാധ ആയി അയാളുടെ കൂടെ പോയത് ഓർമകളിൽ.

“നിന്നെ ഡിസ്ചാർജ്ജ് ചെയ്യാൻ തീരുമാനിച്ചു. നാളെ വീട്ടിലേക്ക് പോകാം.”

“വീട്ടിൽ ആരും ഇല്ലത്രെ.” ബബി ഇന്നലെ വന്നപ്പോൾ പറഞ്ഞു.

“സാരമില്ല, ഇവിടെ ഇനി ഒന്നും ചെയ്യാനില്ലത്രേ.”

“ഞാൻ – അപ്പോൾ” – ഹൃദയം ഞെരുങ്ങുന്നു. ഹൃദയ ഭിത്തികൾ തകരുന്നു.

“ഇല്ല, കാശ് എല്ലാം ഞാൻ അടച്ചു.”

“കാറിനും ഞാൻ ഏർപ്പാട് ചെയ്തു. നാളെ 12.30”

“എനിക്കെന്താ സുഖമില്ലായ്മ?”

“അങ്ങിനെ ഒന്നുമില്ല, സൂക്ഷിക്കണം ശ്രദ്ധിക്കണം”

“ഞാൻ ഉണ്ടാക്കിയ വലയിൽ ഞാൻ തന്നെ കുടുങ്ങി പോയോ?”

“നോക്കാം, ആരേ എങ്കിലും കൂടെ വെക്കു. മക്കൾ ഇല്ലേ ഹസ് ഇല്ലേ?

“ശരി”

വെപ്രാളം അല്ല, സുനാമിയും അല്ല.

ഒരു പ്രതി സാക്ഷി ആകുന്ന പോലെ.

ജീവിതത്തിൽ സാക്ഷിപോലെ ഉള്ള ഒരു രൂപം കൈവരിക്കാൻ ഇന്ന് വരെ തോന്നിയിട്ടില്ല. ഇനി അതാവും നല്ലത്.

കടന്നു വന്ന, വഴികളിൽ ചിലപ്പോൾ വീണു പോയ അടയാളങ്ങൾ.

ആരോഹണവം അവരോഹണവും തുലാസ്സിന്റെ രണ്ടു തട്ടുകളിൽ.

ഏതാ നല്ലതാവോ?

# അധ്യായം-15

## അന്ത്യം, അതാണന്തിമം

## ദി ബേലൻസ് ഷീറ്റ്

നിശ്ചലമായ ആ നിമിഷങ്ങളിൽ എനിക്ക് മനസ്സിൽ ഭ്രാന്തായ പോലെ

മുത്തച്ഛൻ എന്ന അയാൾ, എനിക്ക് ഒരിക്കൽ ഇഷ്ടം ഉണ്ടായിരുന്ന അയാൾ, തന്നതിന്റെ കണക്കുകൾ പറയുന്ന, ആ മനുഷ്യൻ, എന്നിൽ വിശ്വാസമില്ലാത്ത കിളവൻ, സഹായം തന്നതിനേക്കാൾ എന്നെ അനുഭവിച്ചു എന്നെ വിഷമാക്കി എന്നെ ആരുമല്ലാതാക്കിയ ആ ജന്തു, അയാൾ എനിക്കിനി വേണ്ട

നന്ദി എന്നത് ആയില്യം നക്ഷത്രത്തിൽ പിറന്നവർക്ക് ഇല്ലത്രെ. ആവട്ടെ. ഞാൻ അങ്ങിനെയാ – ആവശ്യങ്ങൾക്ക് ഞാൻ ആരെയും ഉപയോഗിക്കും. അതാണ് എന്റെ എന്നുമുള്ള തീരുമാനങ്ങൾ.

അന്ന് അയാളെ ഞാൻ തിരഞ്ഞു, അവിടെയും, ഇവിടെയും എല്ലായിടത്തും. കണ്ടില്ല. അപ്പോൾ തിരച്ചിൽ നിർത്തി. കണ്ണാടിയുടെ മുൻപിൽ നിന്ന് നോക്കി. എനിക്കെന്നെ മനസ്സിലായില്ല, അപ്പോൾ കരച്ചിൽ വന്നു. ചിരിക്കാറുള്ള എന്റെ മുഖം കാണാൻ ഞാൻ കൊതിച്ചു. പക്ഷെ കണ്ണാടി എന്റെ മനസ്സിന്റെയുള്ളിൽ ഇരിക്കുന്ന ബുദ്ധിമുട്ടുകളുടെ കഥ അവ്യക്തമായ പ്രതിബിംബം പോലെ കാണിച്ചു. കണ്ണാടി സത്യത്തിന്റെ പ്രതീകമാണ്. എങ്കിലും ഇടവും വലവും മാറും, പ്രതിബിംബത്തിൽ. ഞാനാലോചിച്ചു – "ഞാൻ ആരാ.?"

കഥയിൽ ചോദ്യമില്ല, ഉത്തരം കിട്ടുമെന്ന് പ്രതീക്ഷയും. അന്ന് ആരും കൂടെ നിൽക്കാനും സഹായിക്കാനും ഇല്ലാത്ത ചെറുപ്പം. ആ ദിവസങ്ങൾ പഠിപ്പിച്ചു തന്ന ചില സുന്ദരമായ ചിത്രങ്ങൾ. ഞാൻ ഞാനാരാണ് എന്നുമെനിക്ക് മനസ്സിലാക്കാൻ ഒരു പഴുത് കാണിച്ചു. ഞാൻ ആരാ?

അന്ന് അയാളെ കണ്ടുമുട്ടി. ലോകത്തിന്റെ ഇടനാഴികളിൽ പലരെയും അങ്ങിനെ കാണും. പക്ഷെ ബൈ പറയുമ്പോൾ, നിർവ്വികാരമായ ഒരു നിശ്വാസം മാത്രം ബാക്കി വരും.

അയാൾ എന്നെ ദേവി ആയി കണ്ടു, പ്രയാസം ഉണ്ട് അതെല്ലാം ആലോചിക്കാൻ.

പിന്നെ എന്നെ മോളാണ് എന്ന് പറഞ്ഞു. കാലം മാറുമ്പോൾ ഞാൻ മാറും എന്നും ഞാൻ ഒരു വഴിത്തിരിവിൽ വഴി മാറും എന്നും അയാൾ കരുതി.

എന്നാൽ, അങ്ങിനെ അല്ലായിരുന്നു എൻടെ പോക്കും വരവും. വളഞ്ഞ വാലിന്റെ വളവു മാറ്റാൻ അയാൾ ശ്രമിച്ചത് വ്യഥാവിലായി.

ഇന്ന് അയാളുടെയും എന്റെയും യാത്ര രണ്ടു റെയിൽ പാളങ്ങളിലൂടെ. സമാന്തരമായ രേഖകൾ ചേരില്ലെന്നു മനസ്സിലാക്കിയില്ല, അയാൾ, എന്നോട് അടുത്തപ്പോൾ.

ഞാൻ മരിച്ചേക്കാം, അത് സ്വാഭാവികമാണ്. കാളിദാസൻ പറഞ്ഞത്, "ഒരു നിമിഷം ശ്വാസം വലിക്കാനായാൽ അതാണ് നേട്ടം."

ഞാൻ പിറന്നത് എന്റെ ഇഷ്ടത്തിനല്ല, മരണവും അതെ പോലെ. ഇതിന്നിടയിൽ ഉള്ള ജീവിതത്തിന്റെ ഉടമ ഞാൻ തന്നെ, പക്ഷെ ഉത്തരവാദി ഞാനല്ല. ഇന്നെന്റെ മോചന ദിനം ആണ്. ഈ പ്രപഞ്ചത്തിൽ നിന്ന്. നിന്നിൽ നിന്നും ഞാൻ എന്നിൽ അലിയുന്നു എന്ന്ത് സമയം തീരുമാനിക്കട്ടെ. അലിയുന്ന ഘടികാരങ്ങൾ, കിങ്ങിണി അടിക്കുമോ, ഓരോ മണിക്കൂർ കഴിയുമ്പോഴും?

മരണത്തിൽ അലതല്ലുന്ന എന്റെ ഹൃദയ മിടിപ്പുകൾ ആ ഘടികാരത്തിന്റെ ടക് തക് ശബ്ദത്തിൽ ചേരും, അലിയും, ഒന്നാവും.

യമൻ പല്ലുകൾ ഞെരിച്ചു എന്നെ കൊണ്ടുപോകാനായി വരും.

എന്നെ പറ്റി എന്റെ മനസ്സിന്റെ കല്ലറയിൽ ഉള്ള എല്ലാ ഓർമ്മകളും ഈ തിരശീല വീഴുമ്പോൾ തീരും.

ചിലന്തി വലയിലെ ഒരിഴ, മരണം. മറ്റൊരു പകൽ സന്ധ്യയിലൂടെ പകലിന്റെ ശവദാഹം നടത്തുന്നു. തല താഴ്ത്തി പോകുന്ന മേഘങ്ങൾ, നിറങ്ങൾ അണിഞ്ഞു കണ്ണീരിൽ നിറമാറ്റങ്ങൾ നടത്തുന്നു.

ഹൃദയ സ്പന്ദനങ്ങൾ എന്നോട് ചോദിക്കുന്നു – പുറത്തു ചാടാൻ വാതിലുകളും ജനലുകളും എവിടെ? എനിക്കിപ്പോൾ വഴികാട്ടി വേണ്ട.

ഇന്ന് വരെ അയാളാണത് കാണിച്ചു തന്നത്.

ഞാൻ മരിച്ചെന്നു കണക്കാക്കിക്കോളൂ. ഇനി ഞാനില്ല. ഇതാ എന്റെ കഥകൾ ഉറങ്ങി കൂർക്കം വലിക്കുന്നു– എന്നെ തെറ്റിദ്ധരിക്കരുത്.

ഇനി എന്നെ ഓർക്കരുത്, അന്വേഷിക്കരുത്, മരിച്ചെന്നു കരുതിയാൽ മതി.

എന്റെ ശവപ്പെട്ടി ഞാൻ എന്റെ തലയിൽ ചുമന്നു പോവുകയാണ്, ആരും കാണാതെ.

നാളത്തെ പത്രങ്ങളിൽ ഞാൻ മരിച്ച വാർത്ത വരില്ല. കാരണം എന്റെ മനസ്സും ഹൃദയവും മാത്രമേ മരിച്ചിട്ടുള്ളൂ. ശരീരം മരിച്ചിട്ടില്ല. ഞാൻ പോട്ടെ, ഇനി കാണില്ല. വിളിക്കുകയും ഇല്ല. എസ്.എം.എസ് ചെയ്യുകയും ഇല്ല. എനിക്ക് പഴയതും പുതിയതും ആയ കൂട്ടുകാരുണ്ടല്ലോ? അവർക്കു എന്റെ ശരീരം കാണണം.

ഈ കഥ തീരുന്നു; ഞാൻ ഞാനല്ലാതായി.

എം.ടി. എഴുതി – "എല്ലാ ആരംഭത്തിനും ഒരവസാനമുണ്ട്."

"ശാഠ്യമുള്ള ഓർമ്മകൾ" എന്നെ നോവിപ്പിക്കുന്നില്ല ഇപ്പോൾ. കാരണം ഞാൻ എന്റെ കർമങ്ങളുടെ കഥയുടെ അവസാനത്തിൽ എത്തി സമർപ്പണം ചെയ്യുന്നത് എന്റെ ആത്മാവിനെയാണ്. എന്റെ ശരീരം വീണ്ടും മണ്ണിൽ അലിയും.

പ്രകൃതിയുടെ വികൃതികൾ.

അലിയുന്ന ഘടികാരങ്ങൾ നിശബ്ദത പാലിക്കുന്ന മുഹൂർത്തത്തിൽ ആണ് ഞാൻ തിരിഞ്ഞു നോക്കിയ ആ നിമിഷം. ഞാൻ വഴുക്കിൽ വീണ കുറെ നിമിഷങ്ങളിൽ ഒന്നാവും ഞാനും, ഒന്നിക്കാൻ.

തെറ്റുകൾക്ക് കൂട്ടിനിരുന്നു മടുത്തു, ഈ ജീവിതം.

പ്രായശ്ചിത്തം? അതെന്താ?

ഞാൻ എങ്ങോ എവിടെയോ നക്ഷത്രങ്ങളുടെ ആകാശഗംഗ പോലെ പണ്ട് മുത്തച്ഛനെ കാത്തിരുന്നിരിക്കാം. മുത്തച്ഛൻ പറഞ്ഞതോർമയിലുണ്ട്.

"അടുത്ത ജന്മം ഞാൻ ഭർത്താവും മുത്തച്ഛൻ ഭാര്യയും"

ശബ്ദങ്ങളും സമയത്തിനൊപ്പം അലിഞ്ഞു നിശ്ചലമായി.

മുഹൂർത്തങ്ങൾ അമ്പലക്കളങ്ങളിൽ ചെണ്ട കൊട്ടി. ദൂരെ. ആരാച്ചാർ തന്റെ ജോലിയിൽ ശ്രദ്ധിക്കാൻ തുടങ്ങിയ പോലെ.

യെമൻ ഇതാ എന്റെ മുൻപിൽ. മരണം എന്ന സത്യം ഇതാ മുൻപിൽ

"ഇനി നിങ്ങൾ എന്നെ തിരയരുത്. എന്റെ ശവം കാണാൻ നിങ്ങൾ വരേണ്ട. വന്നാലും കാണില്ല."

മൂകമായ ശബ്ദങ്ങൾ ഇല്ലാത്ത കുറെ അലിയുന്ന അതെ നിമിഷങ്ങൾ.

മുത്തച്ഛൻ എന്നെ കാണാൻ വന്നു. അപ്രതീക്ഷിതമായി.

മുത്തച്ഛൻ എന്തോ ആലോചിച്ചു. എന്നോടൊന്നും മിണ്ടാതെ. എനിക്കൊന്നും തിരിച്ചു പറയാനും ഇല്ലാതെ.

മുത്തച്ഛന്റെ ഓർമ്മകൾ എന്നിലൂടെ അലിയുന്നു. സമയത്തിന്റെ പരിധികളിൽ, അസ്തമനം പോലെ.

സമയം അലിയുമ്പോൾ കാലങ്ങളും മാറുന്നു.

കൊന്നപ്പൂ പൂക്കുന്നതിപ്പോൾ വിഷുവിനല്ല, മുൻപും പിൻപും. ആ മഞ്ഞ കൊന്നക്കറിയാം തന്റെ ആവശ്യമിപ്പോൾ വിഷുവിന്നില്ല എന്ന്. കടലാസ്സ് പൂക്കൾ ഉണ്ടല്ലോ, ആരെങ്കിലും കണി വെക്കുന്നുണ്ടെങ്കിൽ.

മാങ്ങ ഉണ്ടാകുന്നതും ചക്ക ഉണ്ടാകുന്നതും അതെ പോലെ. നിശ്ചലമായ സമയത്തിന്റെ പല പരിധികളിലും.

മുത്തച്ഛൻ ചക്ക വൃത്തിയാക്കി കൊണ്ടുവന്നു. എന്റെ അവസാന ദിവസങ്ങളാവാം, എന്ന് കരുതി. എനിക്കിഷ്ടമാണ് എന്നും അറിയാം എന്റെ ഇഷ്ടങ്ങൾ തന്റെ ഇഷ്ടങ്ങളായും എന്റെ ദു:ഖങ്ങൾ തന്റെ ദു:ഖങ്ങളായും കണ്ടു മനസ്സിലാക്കി എനിക്ക് വേണ്ടി എല്ലാം എല്ലാം ആയ മുത്തച്ഛൻ. എനിക്ക് ഇപ്പോൾ അയാളെ കാണേണ്ട.

“നിങ്ങൾ എന്തിനാ ചക്കക്കുരു എണ്ണുന്നത്?” പണ്ടൊരിക്കൽ എന്നോട് നീ എന്തിനാ ഇപ്പോളും ഇങ്ങിനെ നാണമില്ലാതെ എല്ലാവരുടെയും കൂടെ പോകുന്നത് എന്ന് ചോദിച്ചപ്പോൾ, മുത്തച്ഛനോട് ഞാൻ ചോദിച്ചതാ.

“ഞാൻ നിന്റെ കയ്യിൽ നിന്നും കുറെ ചക്ക തിന്നു, നീ എനിക്ക് തന്നതും ഞാൻ നിനക്ക് തന്നതും തമ്മിലുള്ള കണക്കുകൾ തീർന്നില്ലേ?”

“എനിക്കിനി ഒന്നും വേണ്ട.”

“ഇന്നലെയാ എന്നെ കണ്ണൂർ കൂട്ടികൊണ്ടുപോയ ഡോക്ടർ വന്നു ഹോസ്പിറ്റലിൽ നിന്നും ഡിസ്ചാർജ് ചെയ്യിപ്പിച്ചത്.”

“ഞാൻ ഹോസ്പിറ്റലിൽ പോയി. ഡിസ്ചാർജ് ആയെന്നു പറഞ്ഞപ്പോളാ വീട്ടിൽ വന്നത്.”

“ചേട്ടൻ എവിടെ”

“കുറെ ദിവസങ്ങളായി കാണാറില്ല.”

“മക്കളോ?”

“രണ്ടാളും, വീട്ടിൽ നിന്നിറങ്ങി പോയിട്ട് ഒന്ന് രണ്ടു മാസങ്ങളായി. എവിടെ ആണ് എന്നോ, എന്ത് ചെയ്യുന്നെന്നോ എനിക്കറിയില്ല. എന്നെ കാണാൻ ഹോസ്പിറ്റലിൽ വന്നതും ഇല്ല.”

“പഴയ നിന്റെ കസ്റ്റമേഴ്സ് ആരെങ്കിലും വന്നോ നിന്നെ തിരഞ്ഞു?”

“ഇല്ല.”

അപ്പോൾ എന്റെ കണ്ണുകളിൽ നീർച്ചാലുകൾ ഉണ്ടായില്ല. മുത്തച്ഛന് പണ്ടത്തെപോലെ അയാളുടെ കർചീഫ് എടുക്കേണ്ടിയും വന്നില്ല.

“എന്താ ഡിസ്ചാർജ് ആക്കാൻ കാരണം?”

“ഡോക്ടർ പറഞ്ഞു, ഇനി നീ വീട്ടിൽ കിടന്നാൽ മതി എന്ന്.”

“കാരണം?”

“എനിക്ക് എച്ച്.ഐ.വി. പോസിറ്റീവ് ആണെന്ന്.”

മുത്തച്ഛൻ പണ്ട് എന്റെ ജാതകം നോക്കി പറഞ്ഞതാണ്, എല്ലാം സൂക്ഷ്മതയോടെ ശ്രദ്ധയോടെ ചെയ്യാൻ. മൂത്ര കുഴൽ സംബന്ധമായ രോഗം ആയിരിക്കും എന്റെ അവസാനം കാണുക എന്നും.

എനിക്കതിൽ വിശ്വാസമില്ലായിരുന്നു. കാരണം ഞാൻ എന്റെ കർമങ്ങളിൽ വിശ്വസിച്ചു. എന്റെ പരിണാമത്തിൽ വ്യത്യാസം വരുത്താൻ നോക്കി പറ്റിയില്ല.

ഞാനാണ് എല്ലാത്തിനും ഉത്തരവാദി, മറ്റാരും അല്ല.

എനിക്ക് ഇന്ന് ആരും ഇല്ല. ആരെയും എനിക്ക് വേണ്ട.

സാരമില്ല, ഞാൻ എന്റെ കഥ എഴുതി. ഓരോരുത്തർക്കും ഓരോ കഥ അതാണ് ജീവിതം.

നാമെല്ലാം നമ്മുടെ കഥ എഴുതാൻ വേണ്ടി വന്നതാണിവിടെ. വായനക്കാർ ഉണ്ടാവും തീർച്ച.

“എനിക്ക് മാപ്പു തരൂ” – ഞാൻ

“മാപ്പ്”

വേദനകളുടെ മാറാപ്പും ചുമന്ന് ഒറ്റയാനായി ഞാൻ കാലം മാറി മറയുമ്പോൾ, ചുറ്റുവട്ടം നൃത്തം ചെയ്യുകയായിരുന്നു, കാടനൃത്തം. താളത്തിനൊത്തല്ല ഞാൻ നൃത്തത്തിന്റെ കാലടികൾ വെച്ചത്. അഭിനയത്തിന്റെ അരങ്ങുകൾ ഒളിച്ചുകളി പോലെയും. ലയം, അതിൽ ശരിയുണ്ടായിരുന്നേക്കാം. ആകെ നോക്കിയാൽ കയ്യടികൾ ഇല്ല; തിരശ്ശീല വീഴുമ്പോൾ.

കാറ്റിന്റെ തിരിച്ചലിൽ, കാലം മാറിയപ്പോൾ ഞാനും പ്രസക്തിയുള്ള ഒരു സോഷ്യൽ മാഗ്നെറ്റ്, ഒരു പാടു കണക്ഷൻസ് ഉണ്ട്, ശക്തിയുടെ, സാമർത്ഥ്യത്തിന്റെ, അധികാരത്തിന്റെ എല്ലാമായ ഒരു അറിയപ്പെടുന്ന സോഷ്യൽ ലേഡി.

മക്കൾ നഷ്ടപ്പെടും എന്ന തോന്നൽ ഉണ്ടായിരുന്നു. അതൊരു സങ്കടത്തിന്റെ മാറാപ്പ്, അത് ഞാൻ പേറണോ? അതോ ചേട്ടന്റെ ചുമലിൽ വെക്കണോ? അതോ അവരുടെ വിധിക്ക് വിടേണമോ?

എന്റെ വിധി, ഞാൻ തന്നെ അതിന്റെ ഉടമ. അത് എന്തായാലും സ്വീകരിക്കുന്നതാ നല്ലത്. അല്ലെങ്കിൽ ആ വേദനയുടെ മാറാപ്പും അതെ ചുമലിൽ. വയ്യ മറക്കാൻ ശ്രമിക്കട്ടെ.

പരമാത്മാവ് നമ്മിലെല്ലാം ഉണ്ടല്ലോ. ജീവൻ എന്ന് പറയാം. എന്റെയും ജീവൻ ഒന്നല്ലേ? നാം എല്ലാം ആ വലിയ ശക്തിയുടെ പ്രതീകങ്ങൾ മാത്രം. കോടാനുകോടി ജീവിതങ്ങൾ ഈ ഭൂലോകത്തുണ്ട്. അതിലെ അണു ആയി ഞാനെന്നെ നോക്കാം. ആ ശക്തിയുടെ ഒരു ഭാഗമായും. അപ്പോൾ നമ്മളെല്ലാം ഒന്നാകും. ജീവൻ ഹേ തു – ജിത്തു. അതാണ് ഞാൻ.

പക്ഷെ ഇന്നിതാരാ നോക്കുന്നത്, കേൾക്കുന്നത്. ഇന്ന് വെറും വെബും അല്ലെ ജീവിതത്തിന്റെ വിജയവും നിരാശകളും. ഒരറ്റം പുരോഗമിക്കുമ്പോൾ മറ്റേ അറ്റം നല്ലതല്ലാത്തതിന്റെ അഗാധതയുടെ ആഴങ്ങളിൽ. പക്ഷെ ഉപനിഷത്തുകളിൽ വെബ് ഉണ്ട്. അന്നത് ചിലന്തി വലകളെ പറ്റിയാണ് പരാമർശം ചെയ്തത്.

എട്ടുകാലിയുടെ വലകൾ, ഒരു പക്ഷേ ഇന്നത്തെ വെബ് എന്ന് പേരിട്ടതും അതെല്ലാം കേട്ടായിരിക്കാം.

തത്വചിന്തകളിൽ പറയുന്നത് സത്യം എന്നതാണെന്നും ബുദ്ധിയുള്ളവർ, ജ്ഞാനികൾ ആ സത്യത്തെ പല രൂപങ്ങളിൽ കാണുന്നു എന്നുമാണ്.

സത്യം അതല്ല. ഞാൻ എന്റെ ജീവിതം മുന്നോട്ടു നയിക്കുമ്പോൾ, ഞാൻ അത് എന്റെ വിധി ആണെന്ന് മാത്രം കരുതി. എനിക്ക് വരുന്ന സുഖങ്ങളും ദു:ഖങ്ങളും എനിക്ക് തന്നെ. അതിൽ തെറ്റില്ല.

നിന്നിലും എന്നിലും ഉള്ള ശക്തി ഒന്നാണെന്ന് മുത്തച്ഛൻ പറയും. മനസ്സിലെ ചിന്തകളിലൂടെ ആ ശക്തിക്ക് യുക്തി ആസൂത്രണം എന്നതിലൂടെ; താങ്ങി നിർത്താനും പോഷിപ്പിക്കാനും; ഉൾവലിക്കാനും പിൻവാങ്ങാനും കഴിവുള്ളതാണ്.

അതിനുള്ള ഉദാഹരണം എട്ടുകാലിയുടെ വലയാണ്. ഇന്നത്തെ വെബ് – അതെ പോലെ.

എട്ടുകാലികൾക്കുള്ള കഴിവുകൾ അറിയേണം – സ്വന്തം ശരീരത്തിൽ നിന്നും വരുന്ന പശ കൊണ്ട് ആസൂത്രണം ചെയ്ത് വല നെയ്തെടുക്കാൻ;

അതിൽ തങ്ങി നിൽക്കാനും അതിൽ നിന്നും തനിക്ക് വേണ്ട ആഹാരം നേടി സ്വയം പോഷിപ്പിക്കാനും; ആവശ്യങ്ങൾ കഴിയുമ്പോൾ ഉൾവലിച്ചു സ്വയം ഉണ്ടാക്കിയ വല തിരിച്ചെടുക്കാനോ അല്ലെങ്കിൽ തന്റെ ഭക്ഷണം ആയി പിൻവാങ്ങാനും.

ഇതെല്ലാം തന്നെ ആണ് നമ്മിൽ പലരും ചെയ്യുന്നത്, ജീവിതം എന്ന വലിയ ഒരു കടങ്കഥ. നെയ്തെടുക്കുന്നത് വെബ് എന്ന വലകളിലൂടെ.

ബ്രഹ്മാവ്–സൃഷ്ടി, വിഷ്ണു – പരിപാലനം, ശിവ– സംഹാരം

വലയുടെ മറ്റൊരു ചിത്രം, നാമെല്ലാം വളഞ്ഞു പുളഞ്ഞു കരച്ചിലിലൂടെ പിറന്നു കരയാതെ തീരുന്ന കഥ അറിയാമായിരുന്ന, അലിഞ്ഞു പോകുന്ന ഓർമ്മകൾ സാൽവദോർ ഡാലിയുടെ പെയിന്റിങ്ങ് പോലെ സമയത്തിന്റെ ഘടികാരങ്ങൾ ശബ്ദമില്ലാതെ നീങ്ങുമ്പോൾ, ആ പെൻഡുലം ചുറ്റുന്നു; പിന്നോട്ടും മുന്നോട്ടും. അവിടങ്ങളിൽ ആകാശത്തിന്റെ ശൂന്യതയിൽ ചരിത്രവും ജീവചരിത്രങ്ങളും; അനിശ്ചിതമായ ഭാവിയിലേക്ക് നോക്കുകുത്തികളെ പോലെ അലിയുന്ന ആ ഘടികാരത്തിന്റെ പെൻഡുലങ്ങളായി ഭ്രാന്തായ പോലെ നീങ്ങുന്നു.

അബോധമനസ്സിൽ അർത്ഥങ്ങൾ എഴുതുന്ന ചിന്തകൾക്ക് ബോധപൂർവ്വം ലോജിക് എന്ന പേരിൽ ബോധമനസ്സ കഴുകാൻ ആജ്ഞ നൽകുമ്പോൾ. ഭ്രാന്തുനല്ലതാണത്രേ. മറ്റൊരു ചിന്താഗതിയുടെ തുടക്കങ്ങൾ അവിടെ ആണ് ആരംഭിക്കേണ്ടത്.

മാക് പ്രൊ അഡ്വർടൈസ്മെന്റ് പറയുന്നു "ബ്യൂട്ടി ഔട്ട്സൈഡ്, ബീസ്റ്റ് ഇൻസൈഡ്" – അത് ആലോചനയുടെ അവസാന വാക്കുകളാണ്.

റിബോക് ഷൂസ് പറയുന്നത് "ഐ ആം വാട്ട് ഐ ആം" – അതും ഒരു ശരി തന്നെ.

സ്വയം കണ്ടെത്തൽ അതാണ് ജീവിതത്തിന്റെ ഉദ്ദേശം.

പരിണാമം നടക്കുമ്പോൾ; കണ്ടെത്തലെന്ന പ്രക്രിയ മനസ്സിൽ രൂപങ്ങൾ മാറ്റാനും ഉൽകൃഷ്ടമായ ചിന്തകൾ നമ്മിൽ അവതരിക്കാനും ഇടവരും.

അപ്പോൾ ആ ചിന്തകൾ നമ്മിൽ മാറ്റങ്ങൾ ഉണ്ടാക്കാം. ഇല്ലെന്നും.

വിധിയുടെ ഇന്നത്തെ നിമിഷത്തിൽ ഇന്നലെ വരെയുള്ള കർമങ്ങൾ ആധികാരിത കാണിക്കുമ്പോൾ പുതിയ ചിന്തകൾ ഉൾക്കൊണ്ട് പുതിയ പാതകൾ കണ്ടെത്താൻ ശ്രമം നടന്നാൽ വിധിയുടെ അൾത്താര മാറും. നിശ്ചയം.

മറ്റൊരു മനസ്സിനോ ശരീരത്തിനോ അതിൽ പങ്കില്ല; പറ്റുകയും ഇല്ല.

എന്നിട്ടും നമ്മളിൽ പലരും നമ്മുടെ സങ്കടങ്ങൾക്കും ബുദ്ധിമുട്ടുകൾക്കും മറ്റൊരു ആളെ കണ്ടെത്തി കുറ്റപ്പെടുത്താൻ ശ്രമിക്കും. അപ്പഴാ ദേഷ്യം വരിക. നമ്മെ വിഴങ്ങുന്ന നമ്മുടെ തന്നെ വിഷം.

പ്രതികാരവും പകരം വീട്ടിലും സ്നേഹത്തിന്റെ എതിരാളികളാണ്. അഹങ്കാരവും ഗർവ്വും പോലെ. അതൃപ്തിയും അതിമോഹങ്ങളും നമ്മെ നാമറിയാതെ കൊല്ലുന്നു.

ക്ഷമാശീലം നമ്മിൽ ഉണ്ടാവണം. എന്റെ അച്ഛൻ എപ്പോഴും പറയാറുണ്ടത്. എന്നിൽ ക്ഷമ ഉണ്ടോ ഇല്ലയോ എന്ന് എനിക്കറിയില്ല. സാരമില്ല. മാപ്പു കൊടുക്കാൻ ക്ഷമ സഹായവും ചെയ്യും. അപശ്രദ്ധനങ്ങൾ ഇത്തിരി കൂടി നന്നാവും, തെറ്റുകൾ "ശരിയല്ല" എന്നും, "ശരി അല്ല" എന്ന വിചാരങ്ങളെ "ശരി" ആയിക്കൂടെ എന്നും, പിന്നെ "ശരി തന്നെ" എന്നും, നമുക്ക് വ്യാഘ്യാനിക്കാൻ പറ്റും. കുറ്റപ്പെടുത്തൽ എന്ന ചിന്ത, മാറ്റുവാൻ നോക്കിയാൽ.

ഒരാളുടെ ശരിയായ വിവരങ്ങൾ അറിയാൻ അയാളുടെ ഷൂ ഇട്ടു ഒരു പാട് ദൂരം നടന്നേ പറ്റൂ. ആർക്കാ അതിനുള്ള ക്ഷമ? അതിനു സഹാനുഭൂതി വേണം. അതാർക്കാ ഉള്ളത്?

ഒരിക്കൽ പറഞ്ഞു – "നിങ്ങൾ ഇനി എന്നെ നന്നാക്കാൻ നോക്കേണ്ട, അത്ര മതി അതാ ശരി."

മറ്റൊരിക്കൽ എന്നെ വേദനിപ്പിച്ചു. "ഞാൻ എന്റെ വഴി. നിങ്ങളായി, നിങ്ങളുടെ പാടായി" – അതും ശരിയാ.

എന്റെ പല ചോദ്യങ്ങൾക്കും എനിക്ക് നല്ല ഉത്തരങ്ങൾ നൽകി, ആലോചനകൾക്ക് ശേഷം. എനിക്കും ഒരു ചെറിയ പരിണാമം, എന്ന് പറഞ്ഞോട്ടെ?

അപ്പോഴാണ് മാപ്പ് എന്ന വാക്കിനെ പറ്റി ആലോചിക്കാനും അറിയാനും ഇട വന്നത്.

"ഫൊർഗിവ് ആന്റ് ഫൊർഗെറ്റ്" – ഞാൻ ആ തിരച്ചലിൽ എന്റെ മുഖം മൂടി അഴിക്കാൻ നോക്കി.

ആത്മാക്കളുടെ സംയമനം നടന്നു. അപ്പോൾ നാം നമ്മുടെ തെറ്റുകളിലൂടെ ശരികൾ കണ്ടെത്തുമ്പോൾ നമ്മിൽ നാം കാണുന്നു – കണ്ണാടിയിലെ പ്രതിഫലനം പോലെ, സ്വച്ഛതയും വ്യക്തവുമായ ചില ചിത്രങ്ങൾ.

ദാറ്റ്സ് കോൾഡ് ട്രാൻസ്ഫോർമേഷൻ. രൂപാന്തരീകരണം.

നോട്ട് ഈസി, പ്രയാസമുണ്ട് മാപ്പ് തരാനും മറക്കാനും. മാപ്പ് തരാൻ മനസ്സ് നൊന്ത് പാർത്ഥിച്ചു.

ജീസസ് പറഞ്ഞ പോലെ – "ലോർഡ് ഫൊർഗിവ് ദെം, ദേ നോട്ട് വാട്ട് ദേ ഡൂ"

നാം ആരാ സൃഷ്ടിയുടെ കർത്താവോ? പിന്നെങ്ങിനെയാ എനിക്ക് മാപ്പ് തരാനുള്ള അർഹത നേടുന്നത്.

ഞാൻ എന്റെ ഇഷ്ടദേവി കാർത്യാനി ദേവിയോട് പ്രാർത്ഥിച്ചു എനിക്ക് മാപ് തരാൻ. എന്നോട് പൊറുക്കാനും.

ഇന്ന് ഞാൻ ഇല്ലാതാവുന്നു.

ഓർമ്മകൾ എന്നിലൂടെ അലിയുന്നു, സമയത്തിന്റെ പരിധികളിൽ അസ്തമനം പോലെ.

അലിയുന്ന ഘടികാരങ്ങൾ നിശ്ബദത പാലിക്കുന്ന മുഹൂർത്തത്തിൽ ആണ് ഞാൻ തിരഞ്ഞു കണ്ട ആ നിമിഷം. വഴുക്കി വീണ കുറെ നിമിഷങ്ങളിൽ ഒന്നാവും ഞാനും, ഒന്നിക്കാൻ.

തെറ്റുകൾക്ക് കൂട്ടിരുന്നു മടുത്തു. ഈ ജീവിതം.

പ്രായശ്ചിത്തം? അതെന്താ?

സ്വർഗ്ഗവും നരകവും ഇതേ ഭൂമിയിൽ അനുഭവിച്ച എനിക്ക് പ്രായശ്ചിത്തം വേണം.

അന്വേഷണം തീരില്ല, പഠനവും.

എന്റെ കഥയുടെ തുടക്കവും അതാണ്; നിസ്സുവിനോട് ചോദിച്ച അതേ ചോദ്യം

സ്വയം അന്വേഷണം – "ഹൂ ആർ യൂ."

# മറുപുറം

"നമ്മുടെ ഓർമ്മകൾ നമ്മെ അടക്കിയും നിയന്ത്രിച്ചും അല്ലാതെ വേണം. നാം നമ്മുടെ ജീവിതയാത്ര മുന്നോട്ട് കൊണ്ടുപോകാൻ."

– ഗബ്രിയേൽ ഗാർസിയ മർക്കസ്സ്

# കഥാകൃത്തിനെപറ്റി

എഴുപതു കഴിഞ്ഞ മാനേജ്മെന്റ് കൺസൾട്ടന്റ് അമർനാഥ് പള്ളത്ത് ഈ കഥ പറയുന്നു.

ചെറുപ്പത്തിലെ എഴുത്തിന്റെ ചെറിയ കളരികളിൽ ശ്രദ്ധിക്കാറുണ്ട്. പക്ഷെ എഞ്ചിനീയറിംഗ് കഴിഞ്ഞു ഒരു ക്രയോജനിക് സ്പെഷ്യലിസ്റ്റ് ആയും പിന്നെ ജനറൽ മാനേജർ ആയും ഇന്ത്യയിലും പുറത്തും ബ്രിട്ടീഷ്, അമേരിക്കൻ, സൗദി-ജർമൻ കമ്പനികളിൽ ജോലി ചെയ്യുമ്പോൾ കളരി മാറേണ്ടി വന്നു.

അനുഭവങ്ങൾ അനുഭവിക്കുമ്പോൾ ഒർമ്മകൾ കൂടിക്കെട്ടും, എവിടങ്ങളിലോ. അയവിറിക്കാൻ സമയം കിട്ടുക ജോലിയിൽ നിന്നും വിട്ടു നിൽക്കുംമ്പോഴാണോ?

അതെ, അതാണ് വഴുക്കിൽ വീണ നിമിഷങ്ങൾ എന്ന ഈ കഥയും.

ഓർമ്മകൾ അതിരില്ലാത്തതാണ്. അവിടെ പരിചയക്കാർ മുഖംമൂടികൾ ധരിച്ചാവും ചിലപ്പോൾ കൂടെ വരിക. പരിധികൾക്കപ്പുറത്തുള്ള ചിന്തകൾ നമ്മെ എവിടേക്കോ ആണ് കൊണ്ട് പോവുക.?

ഇതിൽ ഉള്ള കഥാപാത്രങ്ങൾ ഇവിടെയും അവിടെയും ഉണ്ടാവാം. നമ്മുക്കിടയിലും. തപ്പിപ്പിടിക്കാൻ നോക്കിയാൽ നമ്മിൽ ചിലരിൽ ചില വാസനകൾ ഉണ്ടായേക്കാം. കാരണം നാമെല്ലാം മനുഷ്യരാ. തെറ്റുകളുടെ കൂമ്പാരത്തിൽ നിന്നല്ലേ ചളിയിൽ താമര വിടരുന്നതു പോലെയും, മണ്ണിനടിയിൽ നിന്നു ഡയമണ്ട് ഉണ്ടാവുന്നതും പോലെയും പരിണാമം നടക്കുന്നത്. ഒന്നിൽ നിന്നും മറ്റൊന്നിലേക്കുള്ള യാത്ര.

ഇവിടെ നിങ്ങൾ വായിക്കുന്നതും അത് പോലെ ഉള്ള ചഞ്ചലിപ്പില്ലാത്ത കറയില്ലാത്ത കരുത്തുള്ള കഥാപാത്രങ്ങളാണ്.

സമർപ്പണം ചെയ്യുന്നത്, നിങ്ങൾക്കിഷ്ടമായെങ്കിൽ പറയൂ, അമർനാഥ് ഇനിയും എഴുതാൻ ശ്രമിക്കും.

സ്നേഹപൂർവ്വം......

അമർനാഥ് പള്ളത്ത്.

www.ingramcontent.com/pod-product-compliance
Lightning Source LLC
LaVergne TN
LVHW100029051026
849525LV00001B/23
* 9 7 9 8 8 9 4 9 8 6 9 6 8 *